இந்த இனிய
என்றும் பயன் தரும்
நூலை பரிசாக
வழங்குவதில்
பெரு மகிழ்வு கொள்ளும்
தங்கள்
அன்புள்ள....

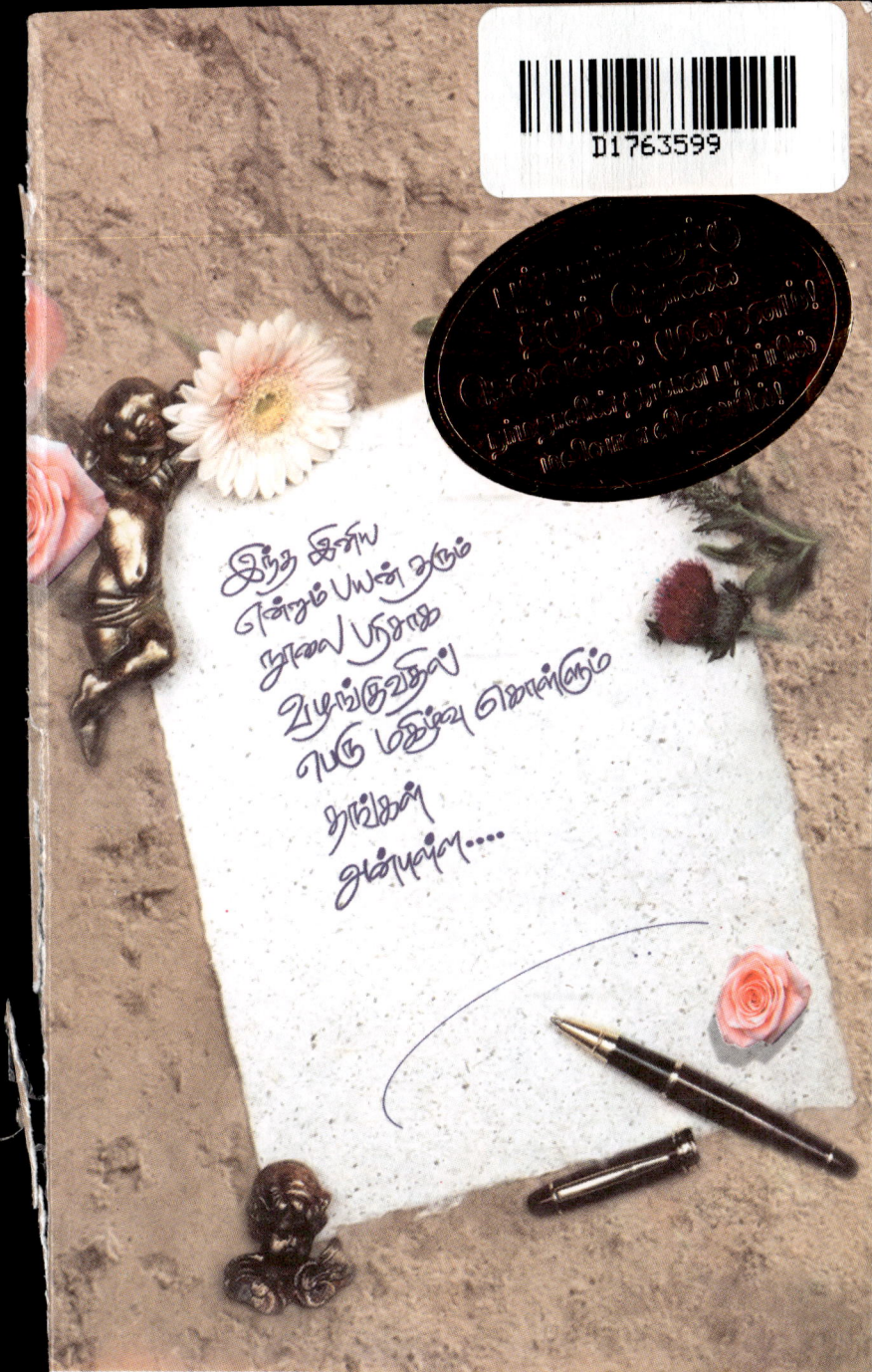

தமிழ் வளர்த்த வழக்கறிஞர்கள்

மாயூரம் வேதநாயகம் பிள்ளை முதல் சி.வை. தாமோதரம் பிள்ளை, வ.உ.சி., இராஜாஜி, டி.கே.சி., எஸ். மகராஜன் உள்ளிட்ட மகத்தான மனிதர்களும் அவர்தம் தமிழ்த்தொண்டும்! 34 வழக்கறிஞர்களின் தமிழ் வரலாறு!

பின்னலூர்
மு. விவேகானந்தன், M.A.,B.L.,
வழக்கறிஞர், சென்னை உயர்நீதிமன்றம்

நர்மதா பதிப்பகம்

நல்ல நூல் வெளியீட்டாளர்கள்
10, நானா தெரு, (தி.நகர் தலைமை அஞ்சலகத்தை ஒட்டிய தெரு), பாண்டிபஜார்,
தியாகராய நகர், சென்னை – 600 017. ☎ : 2433 4397
செல்லிடபேசிகள் : 98406 68756, 98402 26661, 98409 32566

தமிழுக்கும் அமுதென்று பேர்! - அந்தத்
தமிழ் இன்பத் தமிழ் எங்கள் உயிருக்கு நேர்!
தமிழுக்கு நிலவென்று பேர்! - இன்பத்
தமிழ் எங்கள் சமுகத்தின் விளைவுக்கு நீர்!
தமிழுக்கு மணமென்று பேர்! - இன்பத்
தமிழ் எங்கள் வாழ்வுக்கு நிருமித்த ஊர்!
தமிழுக்கு மதுவென்று பேர்! - இன்பத்
தமிழ் எங்கள் உரிமைச்செம் பயிருக்கு வேர்!

Pages : 304
Price : Rs. 150.00

❏ Thamizh Valartha Vazhakkarignargal - The Lawyer Savants of Tamil Language - A compilation in Tamil by Pinnalur Mu. Vivekanandan, M.A.,B.L., © ❏ This Edition February 2017 ❏ Published by T.S. Raamalingam, Narmadha Pathipagam, Chennai - 600 017 ❏ D.T.P. Execution at M/s P.S. Muthu Graphics, Chennai - 600 033. ❏ Printed at : M/s Malar Printers, Chennai - 600 034 ❏

உட்பொதிவு

1. மாயூரம் முன்சீப் வேதநாயகம் பிள்ளை — 14
2. பழந்தமிழ்ச் சுவடிகள் பதிப்பித்த அறிஞர் சி.வை. தாமோதரம் பிள்ளை — 25
3. தமிழ் வரலாறு படைத்த கே.எஸ். சீனிவாசம் பிள்ளை — 33
4. 'தமிழ் – தமிழர்' கருப்பொருள் கண்ட வி. கனகசபைப் பிள்ளை — 35
5. தமிழின் மேன்மையை ஆங்கிலத்தில் படைத்த அறிஞர் மு.சு. பூர்ணலிங்கம் பிள்ளை — 44
6. கப்பலோட்டிய தமிழன், செக்கிழுத்த செம்மல் வ.உ. சிதம்பரனார் — 52
7. தமிழ் நாடகத் தந்தை பம்மல் சம்பந்த முதலியார் — 69
8. மூதறிஞர் இராஜாஜி — 77
9. சிவக்கவிமணி சி.கே. சுப்பிரமணிய முதலியார் — 89
10. நாவலர் சோமசுந்தர பாரதியார் — 97
11. சிறுகதையின் முன்னோடி வ.வே.சு. ஐயர் — 110
12. இரசிகமணி டி.கே. சிதம்பரநாத முதலியார் — 123
13. கரந்தைத் தமிழ்ச்சங்கம் தந்த தமிழவேள் த.வே. உமாமகேசுவரன் பிள்ளை — 133
14. சட்டநூல் தமிழில் தந்த கா. சுப்பிரமணிய பிள்ளை — 139
15. கோவைக்கிழார் இராமச்சந்திரன் செட்டியார் — 147
16. அறிவியல் தமிழ் வளர்த்த அறிஞர் பெ.நா. அப்புசுவாமி — 154
17. வித்தக ஆய்வாளர் ச. வையாபுரிப்பிள்ளை — 164

18.	காந்திய சீலர் தியாகி பொ. திருகூடசுந்தரம் பிள்ளை	172
19.	கலாநிலையம் டி.என். சேஷாசல ஐயர்	180
20.	தமிழிசை வளர்த்த பொருளாதார மேதை ஆர்.கே. சண்முகம் செட்டியார்	183
21.	சொல்லின் செல்வர் ரா.பி. சேதுப்பிள்ளை	192
22.	முன்னோடி எழுத்தாளர் ந. பிச்சமூர்த்தி	202
23.	மொழி இயல் அறிஞர் தெ.பொ. மீனாட்சி சுந்தரனார்	209
24.	அறிவொளி தந்த அவினாசிலிங்கனார்	218
25.	நாம் தமிழர் இயக்கம் கண்ட தினத்தந்தி ஆதித்தனார்	224
26.	இலக்கிய விருந்து படைத்த ஏந்தல் கோ. சுப்பிரமணியனார்	236
27.	திருவாசகமணி கே.எம். பாலசுப்பிரமணியம்	243
28.	தமிழ் ஆட்சிமொழியாக அரும்பாடுபட்ட பொருளாதார மேதை சி. சுப்ரமணியம்	246
29.	சட்டத் தமிழ் வளர்த்த நீதியரசர் எஸ்.மகராஜன்	257
30.	திருக்குறளார் வீ. முனிசாமி	264
31.	தொழிலாளர் தோழர் கே.டி.கே. தங்கமணி	273
32.	சமய சமரசம் சாற்றிய சைவர் நீதிமான் மு.மு. இஸ்மாயீல்	278
33.	சட்டமன்றத் தமிழ் வளர்த்த மா. சண்முக சுப்பிரமணியம்	292
34.	குறளியச் செம்மல் கு.ச. ஆனந்தன்	294

JUSTICE
V. RAMASUBRAMANIAN

High Court of Judicature at Hyderabad
For the State of Telangana and the
State of Andhra Pradesh
✆ : Off - 040 - 2344 6399

அணிந்துரை

மிகச் சிறந்த பண்பாளரும், நேர்மையாளருமாகிய எனதருமை நண்பர் பின்னலூர் மு. விவேகானந்தன் அவர்கள் படைத்துள்ள இந்நூலுக்கு, என்னை அணிந்துரை எழுதுமாறு அவர் கேட்டுக் கொண்டதற்கு இருவேறு காரணங்கள் உண்டு. முதற்காரணம் என் நட்பின் மீது அவர் கொண்ட பற்று. இரண்டாவது காரணம், நான் தமிழ் மேல் கொண்ட பற்று.

தமிழ் வளர்த்த வழக்கறிஞர்கள் 34 பேரின் வாழ்க்கை வரலாறு, அவர்கள் வாழ்க்கையில் நடந்த சுவையான நிகழ்ச்சிகள், அவர்கள் ஆற்றிய அருந்தமிழ்த் தொண்டு, அவர்கள் கைக்கொண்ட கோட்பாடுகள் அனைத்தையும் 300 பக்கங்களுக்கு மிகாத ஒரு கையடக்க நூலாக எழுதுவது மிகப் பெரிய சாதனையாகும். அதை நண்பர் பின்னலூர் மு. விவேகானந்தன் அவர்கள் செய்திருக் கிறார்.

வழக்குமன்றத்தில் வாதி, பிரதிவாதி, சாட்சி ஆகிய எவருமே உண்மை பேசுவதில்லை. (நல்ல வேளை வழக்கறிஞர்களைப் பற்றி சொல்லவில்லை) என்றுணர்ந்த மாயூரம் முன்சீப் வேதநாயகம் பிள்ளை;

Residence : Quarter No. 3, Greenlands, Next to Telangana State CM Camp Office, Begumpet, Hyderabad - 500 016. Telangana State ✆ : 040 2344 2558, 2344 2559

ஒட்டித்தப்பியும், கெட்டுச் சிதைந்தும், ஓரம் சொரிந்தும், இதழ் முறிந்தும் கிடக்கும் ஓலைச் சுவடி களோடு தன் வாழ்க்கையைக் கழித்த சி.வை. தாமோதரம் பிள்ளை;

18 நூற்றாண்டுகளுக்கு முன்னிருந்த தமிழனின் நிலையை ஆய்ந்தறிந்த வி. கனகசபைப் பிள்ளை;

திருக்குறளை ஆங்கிலத்தில் மொழிபெயர்த்த மு.சு. பூர்ணலிங்கம் பிள்ளை;

வெஞ்சிறையில் வீழ்ந்தும், செக்கடியில் நொந்தும்கூட ஆன்ம பலம் குன்றாத வ.உ.சி.;

அரசியலை தந்தையாகவும், அறநெறியைத் தாயாகவும் உருவகப்படுத்திய (விவாகரத்துக்குட்படாத) அரசியல் அறிஞர் இராஜாஜி;

இங்கிலாந்து சென்று பாரிஸ்டர் தேர்வு பெற்று, பின் பட்டமளிப்பு விழாவில் 'ராஜவிசுவாசப் பிரமாணம்' எடுக்க மறுத்த தியாக சீலர் வ.வே.சு. ஐயர்;

வழக்குத் தொட்டியிலிருந்து வட்டத்தொட்டிக்கு மாறி தமிழ் மண்ணில் இலக்கிய ரசனைக்கு வித்திட்ட இரசிகமணி டி.கே.சி.;

அறிவியல் நூல்கள், ஆன்மீக நூல்கள், சட்ட நூல்கள் ஆகியவற்றைத் தமிழில் தந்த முன்னோடி கா. சுப்பிரமணிய பிள்ளை;

பொய் பேசுவதை தவிர்ப்பதற்காகவே மேல்முறை யீட்டு வழக்கறிஞராகவே இறுதிவரை பணியாற்றி தனது கர்மயோகத்தைச் செய்வதற்காகவே சாவு தன்னை விட்டுத் தள்ளிப் போவதாக எழுதிய பெ.நா. அப்புசாமி;

தமிழைப் பாவலர்களிடமிருந்து பாமரர்களிடம் கொண்டு சென்ற ச. வையாபுரி பிள்ளை;

காந்தியத்திற்காக வழக்கறிஞர் தொழிலை கைவிட்ட பொ. திருகூடசுந்தரம் பிள்ளை;

தமிழிசையைத் தரணியிலே தவழவிட்ட ஆர்.கே. சண்முகம் செட்டியார்;

தமிழ்வழிக் கல்வியைப் பள்ளிகளில் முதன் முறையாக அறிமுகப்படுத்திய அவினாசிலிங்கனார்;

படிப்பறிவு மிக்கோரின் பள்ளியறையில் பவனி வந்துகொண்டிருந்த பத்திரிகைத்துறையை பட்டித் தொட்டிகளுக்குக் கொண்டுச் சென்ற பாரிஸ்டர் ஆதித்தனார்;

நீதிமன்றத்தை, மனிதப் புதிரை அறிந்துகொள்ள விரும்பும் எழுத்தாளர்களுக்குரிய ஒரு பயிற்சி சாலையாகப் பாவித்த நீதியரசர் எஸ். மகராஜன்;

இப்படித் தமிழை வளர்த்த, தமிழால் வளர்ந்த வழக்கறிஞர்கள் பலரைப் பற்றிய சுவையான தகவல் களைக் கொண்ட இந்நூல் ஓர் அரிய கலைக்களஞ்சிய மாகவே காட்சியளிக்கிறது.

இந்நூலின் சிறப்பு என்னவென்றால், இதில் பேசப்படுகின்ற வழக்கறிஞர்களின் வாழ்க்கை பின்வரும் தலைமுறையினருக்குத் தரும் தகவல்களை மட்டும் தொகுத்து வழங்குவதாகும். வெறும் வாழ்க்கை வரலாறாகவோ, சாதனைப் பட்டியலாகவோ மட்டும் இருந்துவிடாமல், 34 வழக்கறிஞர்களின் சொல்லும், செயலும், படைப்புகளும் நமக்குத் தரும் பாடத்தை இந்நூல் குறுகத் தறித்துக் கொடுத்திருக்கிறது.

பயனுள்ள நூல்கள் படைக்கப்படுவதும், படிக்கப்படுவதும் அரிதாகிவரும் இந்நாளில், இந்நூல் ஒரு மனநிறைவைத் தருகிறது. அதேபோல், இன்றைய சமூகச் சூழலில் வழக்கறிஞர்களைப் பற்றிய பொதுமக்களின் கருத்து அவ்வளவு வரவேற்கத்தக்கதாக இல்லாத நிலையில், அக்கருத்தை மாற்றவல்ல, வழக்கறிஞர்கள் தங்களை சுயவிமர்சனம் செய்து கொள்ளத் தூண்டுகின்ற நூலாக இந்நூல் அமைந்திருப்பது இதன் தனிச்சிறப்பாகும்.

எனவே, நண்பர் பின்னலூர் மு. விவேகானந்தனின் முயற்சி வாழ்க! வளர்க! வெல்க!

பயனுள்ள நூல்களை மலிவான விலையில் தரமான வகையில் பதிப்பித்து இலக்கிய உலகில் தனி முத்திரை பதித்துவரும் நர்மதா பதிப்பகத்தின் இம்முயற்சி பாராட்டத்தக்கது. அவர்களுக்கு என் வாழ்த்துக்கள்!

நீதியரசர் வெ. இராமசுப்பிரமணியன்
தெலுங்கானா மற்றும் ஆந்திரப் பிரதேச
மாநிலங்களுக்கான ஹைதராபாத் உயர்நீதிமன்றம்

'வாழையடி வாழையென...'

நான் எழுதிய 'கவிதை அல்லது அழகு' என்ற நூலுக்கு சிறந்த இலக்கியத் திறனாய்விற்கான 2001-ஆம் ஆண்டின் தமிழக அரசின் பரிசு பெற்றபோது, பதிப்புச் செம்மல் ச. மெய்யப்பனார் அவர்கள் அடுத்து என்ன பொருள்பற்றி திறனாய்வு செய்கின்றீர்கள் என்று கேட்டார்கள். உடனே, 'வழக்கறிஞர்கள் வளர்த்த தமிழ்' என்று கூறிவிட்டேன் என்றாலும், அந்தப் பொருள் பற்றி அவ்வளவு எளிதாக எழுத முடியுமா? என்ற வினா என்னுள் எழுந்தது. முயற்சித்தேன்.

பல தமிழறிஞர்கள், எழுத்தாளர்கள் என ஒவ்வொருவரிடமும் தகவல்களைச் சேகரித்து 2013-ஆம் ஆண்டுவரை வாழ்ந்து மறைந்த, தமிழ் இலக்கியத் துறையில் முன்னோடியாக விளங்கிய சுமார் 34 சான்றோர்களைத் தேர்ந்தெடுத்து இப்பணியை ஓரளவு செய்துள்ளேன்.

அரசுப் பணியில் சுமார் 29 ஆண்டுகள் பணியாற்றி விட்டு கடந்த 15 ஆண்டுகளாக வழக்கறிஞர் பணியில் ஈடுபட்டுள்ளது புதிய அனுபவம்தான் என்றாலும், சற்று நெருடலாகத்தான் உள்ளது. சிறுகதை, புதினம், நாடகம், இசைத்தமிழ், பேச்சுத்தமிழ், சட்டமன்றத் தமிழ், பதிப்புத்துறை, மொழிபெயர்ப்பு இப்படி ஒவ்வொரு துறையிலும் வழக்கறிஞர்களாயிருந்த வ.வே.சு. ஐயர்,

வேதநாயகர், பம்மல் சம்பந்தனார், ஆர்.கே. சண்முகம் செட்டியார், வ.உ.சி., இராஜாஜி, சி. சுப்பிரமணியம், அவினாசிலிங்கம் செட்டியார், ஆதித்தனார் இப்படிப்பட்ட பெருமக்கள் ஆற்றியுள்ள பணிகள் என்னை பிரமிக்கச் செய்தது. என்னைப் பொறுத்தவரை எனக்கு இலக்கியப் பணியும் ஒன்றுதான், வழக்கறிஞர் பணியும் ஒன்றுதான். ஏனெனில் இரண்டினையும் என்னுடைய ஆத்ம திருப்திக்காக நான் ஏற்றுக்கொண்டது. இவற்றால் வருமானம் ஒன்றுமில்லை யென்றாலும் இழப்பு ஏதும் இல்லை. மனநிறைவோடு வாழும் முறையினை, இருட்டிலிருந்து நம்மை வெளிச்சத்திற்கு இட்டுச் சென்ற பெரியோர்களது வரலாறுகள் மூலம் கற்றுக்கொண்டுள்ளேன். அறிவார்ந்த நண்பர்கள், அன்பான உறவினர்கள் என்னைச் சுற்றியிருக்க, 'என் கடன் பணி செய்து கிடப்பதுவே' என்னும் அப்பர் பெருமானின் அருள்வாக்குதான் என்னை இப்பணியில் ஈடுபாடுகொள்ளச் செய்தது.

'துறைதோறும், துறைதோறும் தொண்டு செய்வாய் தமிழுக்கே' என்னும் பாவேந்தரின் தமிழியக்க முனைப்பில் மொழிக்காக அரும்பாடுபட்டவர்கள் பல்வேறு துறைகளிலும் உள்ளார்கள். வழக்கறிஞர் பணியில் இருந்துகொண்டே இன்னும் ஏராளமானவர்கள் தமிழுக்காக பெரும் வேள்வி செய்துகொண்டிருக் கிறார்கள். அவர்களையெல்லாம் எதிர்காலத்தில் தமிழ் இலக்கிய வரலாற்றில் இடம்பெறச் செய்ய வேண்டும் என்பதே இந்நூலின் நோக்கமாகும்.

ஒவ்வொரு அறிஞரின் வரலாற்றையும், அவரது படத்தோடு போடவேண்டும் என்றெண்ணி பெரு முயற்சி செய்தேன். ஒரு சிலரது படங்கள் கிடைக்கவில்லை.

நூலினை படத்திற்காக தாமதமாக வெளியிட வேண்டாம் என்று பலரும் கூறியதால் விடுபட்ட படங்களை அடுத்த பதிப்பிலாவது இணைத்துக்கொள்வோம் என்றெண்ணி இந்நூலினை நிறைவு செய்துள்ளேன்.

இந்நூலுக்கு அரியதொரு அணிந்துரை வழங்கிய மாண்பமை நீதியரசர் வெ. இராமசுப்ரமணியம் அவர்கட்கும், என்னுடைய இலக்கியப் பணியில் உறுதுணையாக் இருந்து என்னை ஊக்குவிக்கும் என்னுடைய மாமா பின்னலூர் சிவானந்தம், தீபம் திருமலை, சேக்கிழார் ஆய்வு மையச் செயலர் திரு. டி.எஸ். தியாகராஜன், மனமுவந்து வெளியிட முன்வந்த நர்மதா பதிப்பக உரிமையாளர் திரு. டி.எஸ். இராமலிங்கம் ஆகியோருக்கு என் நன்றியினைத் தெரிவித்துக்கொள்கிறேன்.

தமிழ் வளர்க்கும் வழக்கறிஞர்கள் தொகை (அடியார்கள்) வாழையடி வாழையென வளர்ந்து கொண்டே இருப்பது பெருமைக்குரிய விஷயமாகும். இந்நூலில் சான்றோர் எவர் பெயரேனும் இடம்பெறாமல் விடுபட்டுப் போயிருந்தால் (அமரத்துவம் பெற்ற வழக்கறிஞர்களாயின்) சுட்டிக்காட்டுங்கள். அடுத்த பதிப்பில் திருத்திக்கொள்கிறேன்.

அன்னை இல்லம்,
133, சந்நிதித் தெரு,
சுதர்சன் நகர், மாடம்பாக்கம்,
சென்னை - 600 126.

பின்னலூர் மு. விவேகானந்தன்

பின்னலூர் மு. விவேகானந்தன் எம்.ஏ.,பி.எல்.

கடலூர் மாவட்டம், சிதம்பரம் வட்டம், பின்னலூரில் 23.2.1951-இல் பிறந்தவர். கருவூலத்துறை, சட்டமன்ற மேலவைச் செயலகம் ஆகியவற்றில் பணியாற்றி, தமிழ்நாடு நிர்வாகத் தீர்ப்பாயத்தில் துணைப்பதிவாளராகப் பணி யாற்றியபோது விருப்ப ஓய்வு பெற்று 2000 முதல் வழக்கறிஞ ராகப் பணியாற்றி வருகிறார்.

ஓர் ஆங்கில நூல், இரு மொழிபெயர்ப்பு நூல்கள், எட்டு சிறுவர் நூல்கள் உள்ளிட்டு 44 நூல்கள் படைத்துள்ளார். அவற்றுள் 10 நூல்கள் பரிசு பெற்றவை.

'கவிதை இலக்கியம் ஓர் ஆய்வு' தமிழ்வளர்ச்சித் துறையின் நிதி உதவி பெற்றது. 'கவிதை அல்லது அழகு' தமிழ் வளர்ச்சித்துறையால் சிறந்த திறனாய்வு நூலுக்கு ரூ. 10,000/- பரிசு 2000-இல் பெற்றது. 'வாழும்போதே ஒரு வரலாறு' தமிழ்வளர்ச்சித் துறை பரிசினையும், 'இந்தப் பூவில் எத்தனை வண்ணங்கள்', 'வழக்கறிஞர்கள் வளர்த்த தமிழ்' ஸ்டேட் பாங்க் ஆஃப் இந்தியா நடத்திய இலக்கியப் போட்டியில் முதல் பரிசும், 'வழிகாட்டி வள்ளலார்', 'இரு பறவைகள்' குழந்தை எழுத்தாளர் சங்கம் நடத்திய போட்டியில் வெள்ளிப் பதக்கங்கள் பெற்றவை. கலைஞரின் அணிந்துரையைப் பெற்ற 'ஒரு குயிலின் கதை' (பாவேந்தர் வரலாறு) பகுத்தறிவாளர் கழக விருதினைப் பெற்றது.

ஆசிரியர் குறிப்பு

'ஞாலம் போற்றும் ஞான சூரியன்' (ரமணர் வரலாறு) இலக்கியப்பீட விருதும், ரூ. 10,000/- பரிசும் பெற்றது. 'பெருமை பெறும் பெண்ணினம்' நூல் திரிசக்தி குழும விருதும், ரூ. 10,000/- பரிசும் பெற்றது.

அமுதசுரபி சிறுகதைப் போட்டியில் (கருகும் மொட்டுக்கள்) இரண்டாம் பரிசும், கலைமகள் கா.ஸ்ரீ.ஸ்ரீ. நினைவுச் சிறுகதைப் போட்டியில் (திறப்பு விழா) முதல் பரிசும், ஸ்ரீ காஞ்சி காமகோடி பீடம், இந்து மிஷன் நடத்திய கட்டுரைப் போட்டியில் இரண்டாம் பரிசும் (ரூ. 5,000) பெற்றவர்.

25க்கும் மேற்பட்ட வானொலி நாடகங்களை எழுதியுள்ள இவரது 'இளமையிற்கல்' சிறுகதை தமிழ்நாட்டுப் பாடநூல் நிறுவனத்தின் எட்டாம் வகுப்புத் துணைப்பாடநூலில் 10 ஆண்டுகள் இடம் பெற்றிருந்தது.

பல்வேறு இதழ்களில் சுமார் 800க்கும் மேற்பட்ட நூல் மதிப்புரைகளை எழுதிவந்துள்ளார். இவரது ஆன்மிக, கலாச்சார பணிகளைப் பாராட்டி 13.11.2010-இல் சிருங்கேரி மடம் பாராட்டுச் சான்றிதழ் வழங்கி கௌரவித்தது.

இவரது இலக்கியப் பணிகளைப் பாராட்டி நெய்வேலி பழுப்பு நிலக்கரி நிறுவனமும் - புத்தகக் கண்காட்சியில் 6.7.2016 அன்று ரூ. 10,000/- பரிசும், பாராட்டுச் சான்றிதழும் வழங்கி கௌரவித்தது.

1

மாயூரம் முன்சீப் வேதநாயகம் பிள்ளை
(1826 - 1889)

"வேதநாயகம் பிள்ளை சிலமுறை திருவாவடுதுறை மடத்துக்கு வருவதுண்டு. அப்பொழுதெல்லாம் அவர் சுப்பிரமணிய தேசிகர் விஷயமாகப் பாடல்களை இயற்றி வருவார். அவற்றை நான் படித்துக் காட்டுவேன். எளிய நடையில் கேட்பவர்கள் விரைவில் பொருளை உணர்ந்து இன்புறும்படி அப்பாடல்கள் இருக்கும். வேதநாயகம் பிள்ளை அவ்வப்போது பாடிய பாடல்கள் பல. யாரேனும் மடத்துக்கு வந்தால் அவர்கள் 'முன்சீப் வேதநாயகம் பிள்ளையவர்கள் சந்நிதானத்தைப் பாடியிருக்கிறார்களாமே?' என்று கேட்பார்கள். உடனே தேசிகர் அப்பாடல்களைச் சொல்லும்படி எனக்கு உத்தரவிடுவார். நான் இசையுடன் சொல்லி அர்த்தமும் உரைப்பேன்."

- *தமிழ்த்தாத்தா உ.வே. சாமிநாதய்யர்*

தமிழ் மொழிக்கே அறிமுகமில்லாத நாவல் இலக்கியத்துறையை முதன்முதலாக அறிமுகப்படுத்திய பெருமைக்குரியவர்தான் வேதநாயகம் பிள்ளை. ஆங்கிலேயர் ஆட்சி நிலவிய அக்காலத்தில், தம் பாடல்களில் சமயங்களுக்கிடையில் சமரசத்தைப்

போதித்த இராமலிங்க அடிகள் (1823 - 1874), கம்பனுக்குப் பின் ஆயிரமாயிரம் கவிதைகளைப் பாடிக் குவித்த மகாகவி வித்துவான் மீனாட்சிசுந்தரம் பிள்ளை (1815 - 1878), யாழ்ப்பாணம் நல்லூரில் பிறந்து, இந்தியாவிலும் சைவத்தையும், தமிழையும் தூக்கி நிறுத்திய ஆறுமுக நாவலர் (1822 - 1879), பழந்தமிழ்ச் சுவடிகளின் பதிப்புப் பணியில் உ.வே. சாமிநாதய்யருக்கு முன்னோடியாக விளங்கிய சி.வை. தாமோதரம் பிள்ளை (1832 - 1901) போன்ற வரலாறு படைத்த தமிழறிஞர்கள் காலத்தில் வேதநாயகம் பிள்ளை வாழ்ந்தார்.

திருச்சிராப்பள்ளிக்கு அருகில் உள்ள குளத்தூரில் 1826-ஆம் ஆண்டு அக்டோபர் மாதம் 11-ஆம் நாள் சவரிமுத்துப்பிள்ளை - ஆரோக்கியமேரி அம்மாள் தம்பதியின் இல்லறப் பயனாய், சைவ வேளாளர் மரபில் பிறந்தவர், மதத்தால் கிறிஸ்தவர்.

வேதநாயகர் தம் பத்தாம் வயது வரை திண்ணைப் பள்ளியில் பயின்றார். நீதிமன்றத்தில் பணியாற்றிக் கொண்டிருந்த தியாகப்பிள்ளையிடம் ஆங்கிலத்தைப் பயின்றார். ஆங்கிலக் கல்வியைப் பல்கலைக்கழகங்கள் வாயிலாகப் பெறும் வாய்ப்பு இவருக்குக் கிட்டவில்லை. சென்னைப் பல்கலைக்கழகம் (1857) இவர் பிறந்து முப்பத்தோராண்டுகளுக்குப் பின்னரே தொடங்கப்பட்டதால் அன்றைய காலக்கட்டத்தில் பல்கலைக் கழகப் பட்டம் பெற வாய்ப்பில்லை.

1848-ஆம் ஆண்டில் திருச்சிராப்பள்ளி நீதிமன்றத்தில் ஆவணக் காப்பாளராக நியமனம் பெற்றார். 1850-இல் மொழி பெயர்ப்பாளராக நீதிமன்றத்தில் அமர்த்தப் பட்டார். 1856-ஆம் ஆண்டில் நடந்த உரிமையியல் நீதிமன்ற நீதிபதிகளுக்கான தேர்வில் வெற்றிபெற்று, 1857-

இல், அதாவது முப்பத்தொன்றாம் வயதில் நீதிபதி யானார். முதல் உலகப் போர் என வருணிக்கப்படும் சிப்பாய்க் கலகம் நடைபெற்ற 1857-ஆம் ஆண்டில் தமிழகத்தில் முதல் இந்திய நீதிபதி என்னும் பெருமையுடன் நீதிபதியாகப் பணியமர்ந்தார்.

நீதிமன்றப் பணியும் தமிழ்ப்பணியும்

தரங்கம்பாடியில் மாவட்ட உரிமையியல் நீதிமன்ற நீதிபதியாகப் பதவியேற்று ஓராண்டுக் காலம் பணியாற்றியபின் சீர்காழிக்கு மாற்றப்பட்டார். இங்குதான் இவரது தமிழ்ப்பணிகள் தொடங்கின. அவருடைய முதல் இலக்கியமான 'நீதிநூல்' சீர்காழி யிலிருந்து வெளியிடப்பட்டது. இரண்டாண்டுகளுக்குப் பின் மயிலாடுதுறை என்று தற்பொழுது அழைக்கப்படும் அன்றைய மாயூரம் முன்சீப் பதவியை ஏற்றார்.

மாவட்ட உரிமையியல் நீதிமன்றப் பதவியில் திறம்பட செயல்பட்டு 1872-ஆம் ஆண்டில் அவர் பணியிலிருந்து ஓய்வு பெற்றார். ஓய்வுக்குப் பின்னரும் அவர் மயிலாடுதுறையிலேயே தங்கியிருந்து சமூகநலப் பணிகளையும், தமிழ்ப்பணிகளையும் கவனித்து வந்தார்.

1873-ஆம் ஆண்டில் மயிலாடுதுறை நகராட்சிக்கு நியமனத் தலைவராகத் தேர்ந்தெடுக்கப்பட்டார். இவருடைய சமூகப் பணிகளில் குறிப்பிடத்தக்கது பெண்களுக்குக் கல்வி புகட்டும் பள்ளிக்கூடம் ஒன்றை நிறுவியதுதான். பெண்களின் முன்னேற்றத்திற்காக அரும்பாடுபட்டார்.

வேதநாயகருடைய குடும்ப வாழ்க்கை மிகவும் சோகமயமான ஒன்று. அவர் திருமணம் செய்துகொண்ட

பெண்கள் அடுத்தடுத்துக் காலமாகிக் கொண்டிருந்ததால், அவர் ஐந்து பெண்களை மணக்க நேரிட்டது. மூன்றாவது மனைவி மாணிக்கத்தம்மாளுக்கு மட்டுமே ஓர் ஆணும், இரண்டு பெண்களும் பிறந்தனர். அவர்களின் வாரிசுகள் வேதநாயகரின் மரபினராக இன்றும் வாழ்ந்து வருகின்றனர்.

சான்றோர் நட்பு

திருச்சி மாவட்ட நீதிமன்றத்தில் பணியாற்றியபோது மகாவித்துவான் மீனாட்சிசுந்தரம் பிள்ளையின் தொடர்பு தமிழ்க்கல்வியின் காரணமாக ஏற்பட்டது.

வேதநாயகம் பிள்ளையிடம் அன்பு கொண்டிருந்த கோபாலகிருஷ்ண பாரதி, பஞ்ச காலத்தில் அவர் செய்த அறச்செயல்களால் மகிழ்ந்து வேதநாயகர் மீது **'நீயே புருஷ மேரு'** என்ற கீர்த்தனையை பாடினார்.

சுவடிகள் பதிப்பித்த சி.வை. தாமோதரனாரின் உரைநடை வளத்தைப் போற்றி, 'நீடிய சீர் பெறு தாமோதர மன்ன, நீள் புவியில்...' எனத் தொடங்கும் செய்யுளை எழுதிப் பாராட்டினாராம்.

வேதநாயகரோடு நட்புகொண்ட பெருமக்களுள் திருவாவடுதுறை மடத்தின் ஆதீனகர்த்தர் மேலகரம் ஸ்ரீ சுப்பிரமணிய தேசிகர் குறிப்பிடத்தகுந்தவர்.

ஓர் ஆழ்ந்த கிறித்தவர் மற்றோர் ஆழ்ந்த வைதிகரான மகாவித்வான் மீனாட்சிசுந்தரம் பிள்ளையிடமும், சைவ சமயத் தலைவரான சுப்பிரமணிய தேசிகருடனும் கொண்டிருந்த நட்பு சாதி, மத உணர்வுகளைக் கடந்த ஒன்றாகும்.

கல்லறைக் காவியம்

கவியாற்றலும், உரையாற்றலும் வளமையுடன் கொண்டு பல நூல்களை யாத்த நாவல் இலக்கியத்தின் முன்னோடியான வேதநாயகர் 21.7.1889 அன்று, தம் அறுபத்து மூன்றாம் அகவையில் மரணமடைந்தார். அவரது உடல் கிறித்தவச் சடங்குகளுடன் கல்லறையில் அடக்கம் செய்யப்பட்டது. தமிழுக்கு முதல் உரைநடை எழுதிய அறிஞர் கல்லறைக் காவியமாகிவிட்டார்.

கவிஞர் வேதநாயகர்

வேதநாயகம் பிள்ளை படைத்த முதல் கவிதை நூல் 'நீதிநூல்.' 1858-இல் முதல் பதிப்பில் 400 பாடல்களாகவும், 1866-இல் வெளியான இரண்டாம் பதிப்பில் 600 பாடல்களாகவும் வெளியிடப்பட்டன. சிறு வயதிலிருந்தே பாடல்கள் எழுதும் திறன் பெற்றிருந்தார். 'இழுமென்மொழியால் விழுமியது நுவல்தல்' என்னும் கொள்கை உடைய அவரது மற்றொரு கவிதை நூல் 'பெண் மதிமலை.'

தமிழில் கீர்த்தனைகள் எனில் முன்நிற்பவை மூன்று. அவை இராமநாடகக் கீர்த்தனைகள், சர்வசமய சமரசக் கீர்த்தனைகள், நந்தனார் சரித்திரம் என்பன. வேதநாயகர் எழுதிய 'சர்வசமய சமரசக் கீர்த்தனங்கள்' தனிச்சிறப்பின. மற்றையன புராண இதிகாசங்களைத் தழுவியவை. சுமார் 192 கீர்த்தனைகளை யாத்து அவற்றை சுமார் 80 இராகங்களில் அமைத்தார். கடவுள் வழிபாடு, உபதேச மொழிகள், தொழில் சார்ந்வை, பொதுமக்கள் கொள்ளத்தக்கன, தள்ளத்தக்கன என்ற பகுதிகள் இதில் அடங்கும்.

மாயூரம் முன்சீப் வேதநாயகம் பிள்ளை

'நானே பொதுநீதி – தானே செலுத்திட
நல்வரம் அருள் கோனே'

என அவரது வாழ்க்கை இலட்சியத்தைப் பிரகடனப் படுத்தும் இவ்வடிகள், அவருடைய நீதிமன்றப் பணிகள் எவ்வாறு அமைந்திருந்தன என்பதையும், வாதி, பிரதிவாதி, சாட்சி என யாருமே உண்மையைப் பேசாத நிலையை,

'சுப்பையரோ அபத்தமூட்டை – அந்தச்
சுந்தரய்யர் வழக்கிலே தொள்ளாயிரம் ஓட்டை
அப்பையர் கற்பிப்பார் பொய்ச்சீட்டை – அந்த
அனந்தய்யர் கட்டுவார் ஆகாசக் கோட்டை
அண்டப் புரட்டன் அந்தவாதி – அகிலாண்டப்
புரட்டன் அப்பா அவன் பிரதிவாதி – சண்டப்
பிரசண்டன் நியாயவாதி – நாளும்
சகஸ்திரப் புளுகன் சாக்ஷிக் காரனெனும் கியாதி'

என, தம் 'சர்வ சமய சமரசக் கீர்த்தனை'யில் பாடியுள்ளார்.

சமய உலகில் இறைவன் பெயரைச் சொல்லிக் கொண்டு மக்களை ஏமாற்றி வாழும் போலி வேடதாரிகளின் செயல்களைக் கண்டனம் செய்து அவர்களுடைய கள்ள ஞானம் பற்றி எழுதிய கீர்த்தனை:

'கையிலே பிடிப்பது ஜபமாலை
கக்கத்தில் வைப்பதுவோ கன்னக்கோலை
மெய்யாகத் தினம் படிப்பது தர்மநூலை
மேலும் மேலும் துன்மார்க்க வேலை
ஆனதலையில் வளர்ப் பதுஜடை முடியே
அநுதினமும் கெடுப்ப தாயிரங் குடியே
தானம் பிறர் அறியக் கொடுப்பார் நொடியே
தனியே வந்தவனுக்குத் தான் அடிதடியே'

இப்படி ஏராளமான கவிதைகளை வடித்துக் கவிஞர் என்னும் சிறப்பையும் அவர் பெறுகிறார். அக்காலத்திலேயே மறுமலர்ச்சிக் கவிதைகளைத் தந்த அவர் ஒரு சீர்திருத்தவாதி என்பதும் குறிப்பிடத்தக்கது.

மொழிபெயர்ப்பாளர்

'இங்கிலீஷ் வார்த்தைகளுக்குச் சரியான பிரதிபதங்கள் தமிழில் இல்லையென்று வக்கீல்கள் சொல்வது அவர்களுடைய தெரியாமையே அல்லாமல் உண்மையல்ல. தமிழ் நூல்களைத் தக்கபடி அவர்கள் ஆராய்ந்தால், பிரதிபதங்கள் அகப்படுவது பிரயாசமா?''
(பிரதாப முதலியார் சரித்திரம் – 1957:207)

என்று வினவி வேதநாயகர், பொதுமக்களுக்குப் பயன்படும் முறையில் ஆங்கிலத்தில் இருந்த நீதி, நிர்வாகம் தொடர்பான சட்டங்களைத் தமிழில் மொழிபெயர்த்து 'சித்தாந்த சங்கிரகம்' என்னும் பெயரில் (1862) வெளியிட்டார்.

முன்னதாக, சிவில் வழக்கு நடைமுறை விதித் தொகுப்பு, மெக்காலேயின் தண்டனை விதித்தொகுப்பு, குற்றவியல் நடைமுறை விதித்தொகுப்பு முதலியவற்றையும் தமிழில் மொழிபெயர்த்து வெளியிட்டுள்ளார்.

நீதிமன்றங்களில் தமிழே ஆட்சிமொழியாக இருக்க வேண்டும் என்று விரும்பிய வேதநாயகர், 1850 – 1861–ஆம் ஆண்டுகளில் வழங்கப்பட்ட நீதிமன்றத் தீர்ப்புகளைத் தமிழில் மொழிபெயர்த்து 1863–ஆம் ஆண்டில் வெளியிட்டார். சட்டத் தமிழ்த் தந்தை என்றும் அவரைக் குறிப்பிடலாம்.

நாவல் இலக்கியத் தந்தை

"இந்த வழக்கில் நீதி யார் பக்கம் என்று முடிவு எடுக்க முடியாமல் நேற்று இரவு வரை குழப்பத்தில் இருந்தேன். அந்தக் குழப்பத்தை வாதி இன்று காலை என் வீட்டிற்கு வந்து தீர்த்துவைத்தார். எனவே நீதியை எதிர்வாதிக்கும், மன்னிப்பை வாதிக்கும் வழங்குகிறேன்" என்று அவர் கூறியதைக் கேட்டு நீதிமன்றமே அதிர்ந்தது. காரணம் வேறொன்றுமில்லை. பொய் வழக்குத் தொடர்ந்த வாதி, நீதிபதியான வேதநாயகரை அணுகி தீர்ப்பைத் தனக்குச் சாதகமாக வழங்கச் சொன்னாராம்.

இப்படி நீதிமன்றத்தில் அதிரடித் தீர்ப்புகளைத் தந்த வேதநாயகர் தம்முடைய படைப்புகளிலும் அதிரடியாக எதையாவது செய்ய வேண்டுமென்று விரும்பினார். மேலும், படித்தவர்கள் ஆங்கில நாவல்களை விரும்பிப் படிப்பதைத் தெரிந்துகொண்ட வேதநாயகர் தமிழில் அம்மாதிரியான நாவல்களை எழுதவேண்டுமென்று கருதினார். அதன் விளைவாக 1876-ஆம் ஆண்டில் 'பிரதாப முதலியார் சரித்திரம்' என்னும் நெடுங்கதையை எழுதி வெளியிட்டார். தமிழில் முதன் முதலாக வெளிவந்த நாவல் இதுதான். இது 'வசன காவியம்' என்று குறிப்பிடப்பட்டு, வளரும் படைப்பாளர்களுக்கு வழிகாட்டியாக அமைந்த நூல். அடுத்து அவர் 1887-இல் இரண்டாவது நாவலாக 'சுகுணசுந்தரி'யை எழுதி வெளியிட்டார்.

கவிதை நூல்கள், 'சர்வ சமய சமரசக் கீர்த்தனை', 'தேவமாதா அந்தாதி', 'திருவருள் அந்தாதி' முதலான இசைத் தமிழ் நூல்களையும், 'பெண் கல்வி', 'பெண் மானம்' போன்ற உரைநடை நூல்கள் பலவற்றையும்

எழுதியபோதிலும் அவருக்குப் பெயரையும், புகழையும் அவரது நாவல்கள்தான் பெற்றுத் தந்து தமிழ் இலக்கிய உலகில் அசைக்க முடியாத ஓர்இடத்தை அமைத்துத் தந்தது.

தம் காலச் சமுதாயம் பற்றிய தங்கள் கருத்துகளை வெளியிடவும், கூர்மைப்படுத்திக்கொள்ளவும் வளரும் எழுத்தாளர்கள் இந்தப் புதிய உரைநடைக் காவியத்தைத் தம் கருவியாகப் பயன்படுத்திக் கொண்டனர்.

தமிழில் முதன் முதலாக எழுதப்பட்ட இந்நாவலின் சிறப்பம்சத்தைப்பற்றி அகஸ்தியர் என்னும் திறனாய் வாளர் குறிப்பிடுவதாவது:

"இந்நாவலில் ஆசிரியர் கையாண்ட வார்த்தைப் பிரயோகங்களும், ஆளுமை கொண்ட சொற்கோர்வை களும் மொழியை அர்த்தபாவத்தோடு பஜனையாக்கிய விதமும், சுருதி சுத்தம் பிசகாத, லயவிந்யாச ஆவர்த்தமாக ஓர் அற்புத சங்கீதக் கச்சேரியை ரசித்து மெய்மறந்து அனுபவிக்கிற பாங்கில் நம்மை ஆனந்த லாகிரியில் ஆழ்த்திவிடுகின்றன."

(ஒரு நூற்றாண்டின் இரு தமிழ் நாவல்கள், 1988:14)

வேதநாயகர் தம்முடைய முதல் நாவலிலேயே கையாண்டுள்ள நடைதான் இன்றளவும் வெகுவாகப் பல எழுத்தாளர்களால் கையாளப்படுகிறது. அவரது நாவல் நடையைப் பற்றி ஏ.வி. சுப்பிரமணிய அய்யர் மதிப்பிடுவதாவது:

"பிரதாப முதலியார் சரித்திரத்தில், தற்காலத் தமிழ் வசன நடை முதல் முதலாக உரு எடுத்திருக்கிறது. இந்த

நடையில் எவ்வித விறைப்பும் இல்லை. அதில் இலக்கியச் சுவை ததும்புகிறது. வாக்கியங்கள் நல்ல சொற்களால் தொகுக்கப்பட்டு, துறட்டின்றி, சிக்கல்களின்றி நேராகச் சுவையுடன் கருத்துகளைத் தெளிவுபடுத்திக்கொண்டே வளர்கின்றன; அவற்றின் கட்டும் அமைப்பும் நேர்த்தியாக இருக்கின்றன. கடினமான வார்த்தைகள், கொச்சை வார்த்தைகள், உலக வழக்கற்றுப் பண்டை நூல்களிலே யுள்ள பதங்கள் தேடிப்பார்த்தாலும் இல்லை. வேதநாயகம் பிள்ளையின் வசனநடை இன்றும் மற்றவர்களுக்கு ஒரு முன்மாதிரியாகவும், வழிகாட்டியாகவும் இருக்கிறது.

(தற்காலத் தமிழ் இலக்கியம் 1985:114)

வேதநாயகம்பிள்ளை சென்ற நூற்றாண்டில் நீதிமன்றத்தில் கண்ட காட்சி பற்றி தன் பாத்திரம் வாயிலாக (பிரதாப முதலியார் சரித்திரம்) கேட்கிறார்:

"தேச பாஷையும் தமிழ்! கோர்ட்டில் வழங்கப்படும் பாஷையும் தமிழ்! நியாயாதிபதியும் தமிழர்! வாதிக்கிற வக்கீலும் தமிழர்! மற்ற வக்கீல்கள் கட்சிக்காரர் முதலானவர்களும் தமிழர்களே! இப்படியாக எல்லாம் தமிழ் மயமாய் இருக்க, அந்த வக்கீல்கள் யாருக்குப் பிரீதியர்த்தமாக இங்கிலீசில் வாதிக்கிறார்களோ தெரிய வில்லை." என்று 150 ஆண்டுகளுக்கு முன் வேதனைப் பட்டார். அந்த நிலை இன்றும் மாறாத நிலையில்தான் நாம் சுதந்திர நாட்டில் இருக்கிறோம்.

கல்வி, அரசியல், சமுதாயம், நீதி, நிர்வாகம், ஆன்மீகம் இப்படி எல்லாத் துறையிலும் தம் கவிதை, மொழிபெயர்ப்பு, நெடுங்கதை போன்றவற்றில் எல்லாம் மறுமலர்ச்சிச் சிந்தனைகளை விதைத்தவர் வேதநாயகம்

பிள்ளை. தமிழ் இலக்கிய வளர்ச்சிக்கு வித்திட்ட முதல் தமிழர் என்பதால் இவரைத் 'தற்காலத் தமிழ் இலக்கியத்தின் தந்தை' என்றும் அழைக்கலாம். தமிழின் பெருமையைப் போற்றி வளர்த்த, வேதநாயகரின் பொன்னடியைப் போற்றி, வணங்குவோமாக!

பயன்பட்ட நூல்:

அ. பாண்டுரங்கனின் 'வேதநாயகம் பிள்ளை' - சாகித்ய அகடமி வெளியீடு

2

பழந்தமிழ்ச் சுவடிகள் பதிப்பித்த அறிஞர் சி.வை. தாமோதரம் பிள்ளை (1832 - 1901)

'நீடிய சீர்பெறு தாமோதர மன்ன, நீள்புவியில்
வாடிய கூழ்கள் மழைமுகங் கண்டெடன மாண்புற நீ –
பாடிய செய்யுளைப் பார்த்தின்ப வாதி படிந்தனன் யான்
கோடிப் புலவர்கள் கூடினும் நின்புகழ் கூறவரிதே.'

- மாயூரம் வேதநாயகம் பிள்ளை

தமிழ் இலக்கியங்களின் பெயர்களையே தெளிவாக அறிந்திராத காலம். அந்தக் காலத்தில் பதினெண் மேல் கணக்கு நூல்கள் எவை எவையெனக் கூடத் தெரியாத காலம். இன்னும் சொல்லப்போனால் 'சிலப்பதிகாரமா?' 'சிறப்பதிகாரமா?' என ஐயங்களை எழுப்பி மயங்கிக் கொண்டிருந்த காலம். இந்தக் காலக்கட்டத்தில் தமிழ் இலக்கியச் சுவடிகளைத் தேடிக் கண்டுபிடித்து ஏட்டுப் பிரதியிலிருப்பதை அச்சுவடிவம் பெறவைத்து தமது உடல், பொருள், ஆவியைத் தமிழுக்கே ஒப்படைத்த தகைசால் பெரியார் இருவர். ஒருவர் யாழ்ப்பாணம் தந்த அறிஞர் சி.வை. தாமோதரம் பிள்ளை. மற்றொருவர் தமிழ்த்தாத்தா உ.வே. சாமிநாத ஐயர்.

அக்காலத்து நூல்கள் எல்லாம் ஓலைச்சுவடிகளிலேயே அமைந்திருந்தன. மிகுந்த பயிற்சியும், ஊக்கமும் இருந்தால் மட்டுமே அவற்றைப் படிக்க முடியும். படி எடுக்க முடியும். ஓலைச் சுவடிகள் கற்பதற்கு கடின மானவை என்பதால் கல்வி வளர்ச்சியில்கூட அது பெரும் மந்த நிலையை உருவாக்கியது.

ஆங்கிலேயர் வருகைக்குப் பின் கிறிஸ்தவ பாதிரிமார்கள் தமிழ் மக்களிடையே தங்கள் சமயத்தைப் பரப்பும் ஆர்வத்தால் பைபிளைத் தமிழில் மொழி பெயர்த்து அச்சேற்றி நூல்களாகத் தவழவிட்டார்கள். அதனைக் கண்ட சைவ சமயத்தார் சிலரும் தத்தம் நூல்களை அச்சியற்ற முனைந்தனர். தமிழன் தனக்கென்று வரலாற்றைத் தொகுக்கத் தவறிவிட்டதால் ஏற்பட்ட பேரிழப்பை ஈடுசெய்யும் பொருட்டு பல அறிஞர்கள் நம் பண்டைத் தமிழ்ச் செல்வங்களைத் தேடிக் கண்டுபிடித்து மக்கள் பயனுற வேண்டும் என்று முனைப்புடன் செயல்பட்டனர்.

ஓரிரு சுவடிகள் மட்டுமே அச்சியற்றி வெளியிடும் தொண்டிலே ஈடுபட்ட தமிழ்ச் சான்றோர்கள் சிலருள், திருப்பெருந்திரு ஆறுமுக நாவலர், இராமலிங்க அடிகள், முகவை இராமானுசக் கவிராயர், களத்தூர் வேதகிரி முதலியார், கொட்டையூர் சிவக்கொழுந்து தேசிகர், புதுவை நயனப்ப முதலியார், சரவணப் பெருமாள் ஐயர், திருமயிலை சண்முகம்பிள்ளை, மழவை மகாலிங்கய்யர் போன்றவர்கள் குறிப்பிடத் தகுந்தவர்கள்.

யாழ்ப்பாணத்தில் பிறந்து தமிழகத்திற்கு வந்து, மறைந்துபோன தமிழ் இலக்கியச் செல்வங்களைத் தேடிக் கண்டுபிடித்து அவற்றிற்குப் புத்துயிர் ஊட்டிய பெருமகனார், சி.வை. தாமோதரம் பிள்ளையின்

பதிப்புப்பணி மகத்தானது. நூலாசிரியர், உரையாசிரியர், இதழ் ஆசிரியர், பதிப்பாசிரியர் என அவரது தமிழ்த் தொண்டு பன்முகப்பட்டதாயினும், பதிப்பாசிரியர் என்னும் வகையிலேயே தமிழ்ச் சான்றோர் வரிசையில் அதுவும் வழக்கறிஞராக இருந்து தமிழை வளர்த்தவர்கள் வரிசையில் முதலிடம் பெறுகின்றார். அவரது அயராத முயற்சியால்தான் சங்க இலக்கியங்கள் பலவும் இன்று பீடுநடை போடுகின்றன என்றால் அது மிகையில்லை.

தோற்றமும் வளர்ச்சியும்

இலங்கை யாழ்ப்பாணத்தில் உள்ள சிறுபிட்டி என்னும் சிற்றூரில் 1832-ஆம் ஆண்டு, வைரவநாதப் பிள்ளை - பெருந்தேவி அம்மாள் இருவரின் இல்லறப் பயனாய்ப் பிறந்தவர் தாமோதரம் பிள்ளை. பன்னிரண்டு வயதிற்குள்ளாகவே, தமிழ் இலக்கிய, இலக்கண நூல்கள் சிலவற்றைத் தம் தந்தையாரிடமே முறையாகப் பயின்றார். பின் சுன்னாகம் முத்துக்குமார கவிராயர் என்னும் பெரும்புலவரிடம் முறையான தமிழ்மொழிப் பயிற்சி பெற்றார். கல்லூரியில் படிக்கும் காலத்திலேயே அவர்தம் ஆசிரியர் ஒருவரால் 'பண்டிதர்' என்று பாராட்டி அழைக்கப்பட்டார்.

ஆறுமுக நாவலரைக் கொண்டு தமிழில் பைபிளை வெளியிட்ட யாழ்ப்பாணத்துப் பாதிரியார் பெர்சிவல், தாமோதரனாரின் திறமையை அறிந்து, சென்னையில் தாம் நடத்திவந்த 'தினவர்த்தமானி' என்னும் கிழமை ஏட்டில் அதன் ஆசிரியராக அமரச் செய்தார். ஆங்கிலேயர்கள் பலருக்குத் தமிழ் கற்றுக் கொடுத்த தாமோதரனார், சென்னை மாநிலக் கல்லூரியில் தமிழாசிரியராகவும் பணியாற்றினார். அப்பொழுது

சென்னைப் பல்கலைக் கழகம் முதன் முதலாகத் தொடங்கிய பி.ஏ. பட்டப்படிப்பில் முதல் மாணவராகவும், பின்னர் 1871-ஆம் ஆண்டு பி.எல். தேர்விலும் வெற்றி பெற்றார்.

அரசுத்துறையில் பணியாற்றிய அவர், கும்பகோணத்தில் சில ஆண்டுகள் வழக்கறிஞராகப் பணியாற்றி, 1884-ஆம் ஆண்டு புதுக்கோட்டை நீதிபதியாகவும் இருந்து புகழ்பெற்றார். சென்னைப் பல்கலைக் கழகத் தமிழ்த் தேர்வாளராகவும் இருந்தார்.

வடமொழியினும் தமிழ் தாழ்ந்தது என்னும் அறியாமை இருள் விலகி, தமிழின் இனிமையைக் கெடுத்த தகாத வடமொழிக் கலப்பைக் களைய முற்பட்டதோடு, 'நாடக இயல்' என்னும் இலக்கண நூல் தந்த பரிதிமாற் கலைஞன் எனப் புகழ்பெற்ற வி.கோ. சூரியநாராயண சாத்திரியாரின் புலமையைப் பாராட்டி 'திராவிட சாத்திரி' என்னும் பட்டத்தை அவருக்கு வழங்கினார் அறிஞர் தாமோதரனார். 1895-இல் தாமோதரனாரின் அருந்தமிழ்த் தொண்டிற்காக 'இராவ்பகதூர்' என்னும் சிறப்புப் பட்டத்தினை அரசாங்கம் அவருக்கு வழங்கியது.

ஏட்டுச் சுவடிகள் மாற்றம் பெற்றன

ஏட்டுச் சுவடிகளை அச்சு வடிவில் மாற்றி தமிழ் ஏற்றம் பெறும் வகையில், தாமோதரனார் தமது இருபதாவது வயதிலேயே 'நீதிநெறி விளக்கம்' என்னும் நூலை உரையுடன் பதிப்பித்து வெளியிட்டார். 1868-ஆம் ஆண்டு தமது முப்பத்தாறாம் வயதில் தொல்காப்பியச் சொல்லதிகாரத்திற்குச் சேனாவரையர் உரையைப் பதிப்பித்தபோது ஆறுமுகநாவலரின் அறிவுரைகளைக் கேட்டு அதன்படி பதிப்பித்தார்.

தொல்காப்பியத்தைப் பதிப்பித்தபோது, **'தமிழ் நாடனைத்திலுமுள்ள தொல்காப்பியப் பிரதிகள் மிகச் சிலவே. அவை யாவும், நான் தேடிக் கண்டவரை ஈன ஸ்திதி அடைந்திருப்பதால், இன்னும் சில வருடங் களுக்குள் அழிந்துவிடுமென அஞ்சியே, உலோகோப காரமாக அச்சிடலானேன்'** என்று முன்னுரையில் குறிப்பிட்டிருப்பது சிந்தனைக்குரியது.

தாமோதரனார் பதிப்பித்த கலித்தொகைக்கு எழுதிய பதிப்புரையில், **'என் சிறுபிராயத்தில் எந்தையார் எனக்குக் கற்பித்த சில நூல்களை இப்பொழுது தமிழ் நாடெங்கும் தேடியும் அகப்படவில்லை. ஓட்டித் தப்பியிருக்கும் சுவடிகளும், கெட்டுச் சிதைந்து கிடக்கும் நிலைமை தொட்டுப் பார்த்தவர்க்கன்றோ தெரியவரும்! ஏடு எடுக்கும்போதே ஓரம் சொரிகிறது; கட்டு அவிழ்க்கும் போது இதழ் முறிகிறது; ஏட்டைப் புரட்டும்போது துண்டுதுண்டாகப் பறக்கிறது. இனி, எழுத்துகளோ என்றால் வாலுந்தலையுமின்றி நாலுபுறமும் பாணைக் கலப்பை (புழு) மறுத்து மறுத்து, உழுது கிடக்கிறது'** எனக் குறிப்பிட்டிருப்பது எண்ணிப் பார்க்கத்தக்கது.

'கட்டளைக் கலித்துறை', 'சைவ மகத்துவம்', 'சூளாமணி வசனம்', 'நட்சத்திர மாலை' ஆகிய நூல்களையும், 'காந்தமலர்' அல்லது 'கற்பின் மாட்சி' என்னும் நாவல் ஒன்றையும் இயற்றி வெளியிட்டு கவி இயற்றுவதிலும், உரைநடையிலும் ஓங்குபுகழ் பெற்றார். தாமோதரனாரின் செய்யுளில் அமைந்த செறிவைப் பாராட்டி 'நீடிய சீர்பெறு தாமோதர மன்ன...' என்னும் பாடலை அனுப்பிவைத்தார் மாயூரம் வேதநாயகம் பிள்ளை.

பழந்தமிழ் ஓலைச் சுவடிகளைக் கொண்டு நூலைப் பதிப்பிப்பதில் ஏற்படும் பெரும் இடர்ப்பாடுகளைப் பற்றி தாமோதரனாரே தமது அனுபவங்களை விவரித்துள்ளார். பேணுவாரற்று நீர்வாய்ப்பட்டும், தீவாய்ப்பட்டும், நைந்துபோன ஏடுகளைப் படித்து உண்மையான பாடம் ஒப்புநோக்கி காண்பது மிகவும் கடினமாக இருந்தது என்பதை அவர் பின்வருமாறு பகன்றுள்ளார்.

‘இலக்கணக் கொத்துடையார், நூலாசிரியர், உரையாசிரியர், போதகாசிரியர் என வகுத்த மூவகை ஆசிரியரோடு யான் பரிசோதகாசிரியரென, இன்னு மொன்று கூட்டி, இவர் தொழில் முன் மூவர் தொழிலினும் பார்க்க மிகக் கூடியதென்றும், அவர் அறிவு முழுவதும் இவர்க்கு வேண்டியதென்றும் வற்புறுத்திச் சொல்கின்றேன். தூக்கினாலன்றோ தெரியும் தலைச்சுமை? பரிசோதகாசிரியர் படுங்கஷ்டம் ஓர் அரிய பழைய நூலைச் சுத்த மனச்சாட்சியோடு பரிசோதித்து அச்சிட்டார்க்கன்றி விளங்காது. ஒன்றற்கொன்று ஒவ்வாத இருபது இருபத்தைந்து பிரதிகளையும் அடுக்கிவைத்துக் கொண்டு, என் கண் காணச் சிந்தாமணியைப் பரிசோதித்துப் பதிப்பித்த கும்பகோணம் தமிழ்ப்பண்டிதன் உ.வே. சாமிநாதய்யரைக் கேட்டால் இந்நால்வகை ஆசிரியர் பாட்டின் தாரதம்மியம் சற்றே தெரியலாம். எனக்கு அவரும், அவருக்கு நானுமே சாட்சி.’

இப்படிப் பலவகையிலும் விடாமுயற்சியோடும், ஊக்கத்தோடும் தமிழுக்காக உழைத்த தாமோதரனார், தமது ஆராய்ச்சியில் தவறியதைப் பிறர் எடுத்துக் கூறினால், அக்கருத்தைப் பெருந்தன்மையோடு ஏற்றுக் கொள்வார். ஆனால், அதே சமயம், தமிழ் மொழியை

இழித்தும், பழித்தும் யாராவது கூறினால் சிறிதும் தயங்காது கண்டித்திடுவார்.

தமிழ் ஒரு தனிமொழி. அதன் பெயர் திராவிட மரூஉ அன்று. 'தமிழே' என்பதும்; அது பரத கண்டத்தில் எம் மொழிக்கும் பிந்தியதன்று என்பதும்; எவ்வாற்றானும் பிற மொழிக்குத் தாழ்ந்ததன்று என்பதும் வீரசோழியம் பதிப்புரையில் அவர் தெரிவிக்கும் கருத்துகளாகும்.

தமிழ் என்னும் பதம் 'திராவிடம்' என்னும் பதத்தினின்றும் மருவி வருவதற்கு இடனுண்டு என்பதைக் காட்டி, 'திராவிடமே தமிழாயிற்று' என்று சிலர் கூறி வாதித்ததைக் கண்டு, அதனை மறுத்து அவர் எழுதியதின் ஒரு பகுதி:

'அகத்தியர் காலத்தின் முன்தொட்டு உள்ள பதினாறாயிரம் வயதுள்ள 'தமிழ்' பதத்தையும், உச்சயினி புரத்தில் இரண்டாயிரம் வருடத்திற்கு முன்பிறந்த 'திராவிட' பதத்தையும் ஒன்றென்றால் யார்தாம் நகையார்? மூதாதை திரு மன்றலில் பௌத்திரன் சந்தன, தாம்பூலம் பரிமாறினான் என்பதற்கும், இதற்கும் யாது பேதம்? தமிழ் என்னும் பதத்தை எடுத்தாண்ட அகத்தியர், தொல்காப்பியர் காலத்துச் சமசுகிருத நூலுடையோராய நாரத, வியாச, வசிட்டராதியர் வாய்மொழியினின்று திராவிட சப்தம் வழங்கியதை முதற்காட்டியன்றோ பின்னர் இம்மதம் நாட்டப் புகுதல் வேண்டும்! சிவபெருமான் அகத்தியரைப் பொதிகைக்கு அனுப்பிய கதை, காந்தம் முதலிய பழைய புராணங்களில் உளதாகவும், ஆண்டுத் திராவிட சப்தத்தைக் காண்கிலமே!' ஆலசிய புராணம், பாகவதம் முதலியவற்றை நாள் நூல்களிலன்றோ அது முளைத்தது! அகத்தியரும், 'யான் போகுமிடம் கலை வல்லோரும் முனிவரும் நிறைந்த

பெருமாண்பினது ஆதலின் அவர்கள் மொழியை உபதேசித்து என்னை அனுப்புக' என்று கேட்டதன்றி 'திராவிட'மென்று கேட்டதில்லையே!'

இவ்விதம் தமிழ் என்னும் பெயரே தொன்மை வாய்ந்தது என்று அறுதியிட்டுக் கூறி தமிழ் மொழிக்குத் தனி சிம்மாசனம் அமைத்துத் தந்தார் தாமோதரனார்.

மகத்தான பணி

ஏட்டுச் சுரங்கத்திலிருந்து எழிலார்ந்த தமிழ் வைரங்களை பல்வேறு இன்னல்களுக்கிடையே எடுத்துவந்து இலக்கிய ஒளியை எட்டுத்திசைகளுக்கும் பரவச் செய்த பதிப்புத்துறை முன்னோடி தாமோதரனார், தமது அறுபத்து ஒன்பதாம் வயதில் 1901-ஆம் ஆண்டு காலமானார். அவரது புகழ் நிலைத்த பேறுபெற்றது. அன்றும் சரி, இன்றும் சரி, யாழ்ப்பாணத்துத் தமிழர்களின் தன்னலமற்ற தமிழ்த்தொண்டினால்தான் தமிழர்களாகிய நாம், உலகெங்கும் தலைநிமிர்ந்து நிற்கின்றோம். தமிழுக்கும், தமிழர்க்கும் என்றும் ஓர் தனியிடத்தை உலக அரங்கில் பெற்றுத் தந்து, செவ்விலக்கிய மொழியாம் நம் தமிழுக்கு என்றும் பாதுகாவல் அரணாய் விளங்கும் யாழ்த்தமிழர்களின் மகத்தான பணிகளைப் பாராட்டி, வாழ்த்துவோமாக!

■ ■

பயன்பட்ட நூல்:

பேராசிரியர் க. அன்பழகன் எழுதிய 'தமிழ்க்கடல் அலை ஓசை பரவும் தமிழ் மாட்சி', குன்றக்குடி பெரியபெருமாள் எழுதிய 'தமிழ் வளர்த்த நல்லறிஞர்கள்.'

3

தமிழ் வரலாறு படைத்த கே.எஸ். சீனிவாசம் பிள்ளை
(1850 - 1929)

தமிழுக்கென முதன் முதலாக வரலாற்று நூல் ஒன்றினைப் படைத்த வழக்கறிஞர் கே.எஸ். சீனிவாசம் பிள்ளை, 1850-ஆம் ஆண்டு அரியலூரை அடுத்த கீழ்க்கொழர் சிவசிதம்பரம் பிள்ளையின் மகனாகத் தோன்றினார்.

குடந்தைக் கல்லூரியில் பயின்று பின் வழக்கறிஞர் தொழிலுக்கான படிப்பும் படித்தார். கல்லூரியில் பயின்றதோடு தியாகராச செட்டியாரிடம் தனிப்பட்ட முறையிலும் பாடம் பயின்றார். சிறந்த வழக்கறிஞராகத் திகழ்ந்த இவர், தமிழிலும், அரசியலிலும் ஈடுபாடுமிக்கவர். தஞ்சை மாநகராட்சியின் தலைவராக மூன்று முறை பதவி வகித்தவர்.

தஞ்சையில் தமக்கிருந்த செல்வாக்கைப் பயன்படுத்தி, தஞ்சை சரஸ்வதி மகால் நூல் நிலையத்தை அரசாங்க நூல் நிலையத்தோடு இணைத்துவிடாமல், அதன் தனித்தன்மைக்குக் குந்தகம் விளையாமல் பாதுகாக்கும் பொருட்டு தனியாகவே இயங்கச் செய்தவர்.

கல்வெட்டு ஆராய்ச்சியிலும் நல்ல பயிற்சியும், புலமையும் உடையவர். 'தமிழ் வரலாறு' என்னும் இரு பகுதிகள் அடங்கிய நூலினை எழுதி, அதைத் தனது ஆசானுக்குப் படைத்து நிலைத்த இடத்தைப் பெற்றவர்.

இவரது சமூகப் பணிகளைப் பாராட்டி ஆங்கில அரசு 'இராவ்சாகிப்', 'இராவ்பகதூர்' போன்ற பட்டங்களை அளித்து கௌரவித்தது. 1929-ஆம் ஆண்டிலேயே காலமாகிவிட்ட இத்தமிழறிஞரின் தொண்டுகளைப் போற்றுவோமாக!

■■

4

‘தமிழ் - தமிழர்’ கருப்பொருள் கண்ட வி. கனகசபைப் பிள்ளை (1855 - 1906)

‘கண்ணுதற் பெருங்கடவுளுங் கழகமோ டமர்ந்து
பண்ணுறத் தெரிந்தாய்ந்த இப்பசுந்தமிழ் ஏனை
மண்ணிடைச் சில இலக்கண வரம்பிலா மொழிபோல்
எண்ணிடைப்படக் கிடந்ததா எண்ணவும் படுமோ?’

- பரஞ்சோதியார் ‘திருவிளையாடற் புராணம்’

‘**சா**ன்றோனாக்குதல் தந்தைக்குக் கடனே’ என்னும் புறநானூற்று ‘அடியொற்றித் தம் மகனை அவையகத்து முந்தியிருக்குமாறு முறையாகப் பயிற்றுவித்த தமிழறிஞர் விசுவநாதப்பிள்ளை, யாழ்ப்பாணத்து ‘மல்லகம்’ என்ற ஊரைச் சேர்ந்தவர்.

‘தந்தை சொல் மிக்க மந்திரமில்லை’ என்னும் அவ்வையின் அருள் வாக்கிற்கேற்ப, ஆற்றல்மிகு மகனாய்ப் போற்றுதலுக்குரியவராய் விளங்கியவர்தான் தமிழுக்கும், தமிழருக்கும் நெடிய வரலாறு உள்ளதென ஆய்ந்தறிந்த அறிஞர் வி. கனகசபைப்பிள்ளை. கனகசபைப் பிள்ளையின் தந்தையார் விசுவநாதப்

பிள்ளை யாழ்ப்பாணத்தைச் சார்ந்தவராயினும் அவரது தமிழறிவைப் பெரிதும் பயன்படுத்திக் கொண்டது தமிழ் மண்தான். அவர் சென்னைப் பல்கலைக் கழகத்தில் பயின்று, அங்கேயே மொழி பெயர்ப்பாளராகப் பணியாற்றி, பிறநாட்டு நல்லறிஞர் சாத்திரங்கண்டு அவற்றையெல்லாம் தமிழுக்குக் கொண்டுவந்த தகைமையாளர். செல்லரித்துப் போய், புனலாலும், அனலாலும் சீரழிந்து போய்க்கிடந்த செந்தமிழ்ச் சுவடிகளைக் கண்டுபிடித்துத் தமிழுக்குப் புத்துயிரூட்டிய தமிழறிஞர் சி.வை. தாமோதரம் பிள்ளையோடு நெருங்கிய தொடர்பு கொண்டவராதலின் தேமதுரத் தமிழ்மொழியைத் தேசமெல்லாம் வளர்க்கப் பாடு பட்டார். விசுவநாதப்பிள்ளை அக்காலத்திலேயே தமிழ் - ஆங்கில அகராதி ஒன்றை வெளியிட்டு அழகை ஆங்கிலத்தோடு ஆராதனை செய்தவர்.

புகழொடு தோன்றியவர்

தோன்றிற் புகழொடு தோன்றுக என்னும் வள்ளுவர் வாக்கிற்கு வாழும் உதாரணமாக விளங்கி, வாழையடி வாழையாய்த் தமிழ்நெறி பரப்பும் குடும்பத்தில் வந்த விசுவநாதப் பிள்ளையின் புதல்வராக 1855-ஆம் ஆண்டு தருமமிகு சென்னையில் பிறந்தவர் கனகசபை.

பைந்தமிழறிஞரான விசுவநாதப்பிள்ளை தம் மகன் கனகசபையை கண்ணும் கருத்துமாய் வளர்த்து அவருக்குத் தமிழின்பால் ஆர்வமும், ஈர்ப்பும் ஏற்படும்படி பயிற்றுவித்தார். சிவபெருமான் தேவர்கள் பொருட்டும், இருடிகள் பொருட்டும் திருநடனம் செய்யும் சிதம்பரம் கனகசபை, மதுரை இரசிதசபை, திருநெல்வேலி

தாம்பிரசபை, திருக்காஞ்சி ஆகாசசபை, திருக்குற்றாலம் சித்திரசபை, வேதாரணியம் வேதசபை, சுசீந்திரம் தேவசபை, திருவாலங்காடு இரத்தின சபை போன்ற சபைகளுக்குள் தலையாய சபையாக விளங்கும் தில்லை பொற்சபை போன்று தம் புதல்வனும் விளங்க வேண்டும் என்னும் பெருநோக்கிலேயே விசுவநாதப் பிள்ளை தம் மகனுக்குக் கனகசபை என்று பெயரிட்டிருக்க வேண்டும். தமிழ்ப் புலமைச் செறிவைத் தந்தையிடமும், ஆங்கிலப் பாடங்களை சென்னை அரசாங்கக் கல்லூரியிலும், சின்னஞ்சிறு வயதிலேயே கற்றுணர்ந்து பி.ஏ. தேர்ச்சியடைந்தார் கனகசபை.

தமிழ், ஆங்கிலம் ஆகிய இருமொழிகளிலும் திறமை பெற்றிருந்த சிறுவன் கனகசபையை 'பட்டதாரிப் பையன்' (Boy Graduate) என்றே பலரும் அன்போடு அழைத்து வந்தனர். இருமொழிப் புலமை பெற்றிருந்த கனகசபைக்கு படிப்பு முடிவதற்குள்ளாகவே பணி காத்திருந்தது. இளநிலைப் பட்டதாரியான அவர் முதலில் அஞ்சல் துறையில் பணியாற்றினார். ஆனால், அறிவை விரிவாக்கம் செய்துகொள்ள வேண்டும், மென்மேலும் படிக்க வேண்டும் என்று படிப்பின் மீது ஏற்பட்ட ஆர்வம் காரணமாக, ஓராண்டுகாலம் பணிவிடுப்பு பெற்று சட்டம் பயிலத் தொடங்கினார். சட்டத்தேர்விலும் முதல் மாணாக்கராகத் தேர்ச்சியடைந்தார். சட்டத்தேர்வில் தேர்ச்சியடைந்ததும் அவர் அஞ்சல்துறையில் முழுமையாக பணியாற்ற விரும்பாததால் அதனின்றும் விலகினார். வழக்கறிஞராகப் பணியாற்ற வேண்டுமென்ற உந்துதல் காரணமாக மதுரையில் சில காலம் வழக்கறிஞராகப் பணியாற்றினார்.

தமிழுக்குத் தொண்டாற்ற வேண்டும் என்ற தணியாத தாகம் அவரைத் தமிழ்ப்பணியின்பால் ஈர்த்தது. தமிழிலக்கிய நூல்களில் தோய்ந்து போனார்.

தமிழ்த்தொண்டு

தந்தையார் விசுவநாதப்பிள்ளை சேர்த்து வைத்திருந்த தமிழ் இலக்கியச் செல்வங்களும், ஆங்கில இலக்கியச் செல்வங்களும் கனகசபைக்கு அறிவூட்டினாலும், வயிற்றுக்குச்சோறு வேண்டுமல்லவா? தமிழ் மொழி ஆய்வில் தம்மை முழுமையாக அர்ப்பணித்துக் கொண்டதால் அவரால் வழக்கறிஞர் பணியில் சரிவர ஈடுபட முடியவில்லை. குடும்பத்தின் பொருளாதார நிலையும் சீர்கெடாமல் பார்த்துக்கொள்ள வேண்டிய பெரும் பொறுப்பு அவருக்கு ஏற்பட்டது. குறைந்தபட்சம் அவர் ஆய்வுக்குத் தேவையான நூல்களை வாங்குவதற்காவது அவருக்குப் பணம் தேவைப்பட்டது. அதனால் பலவகை சிக்கல்களையும் சமாளிக்க வேண்டுமென்றால் ஒரு நிரந்தர வருவாய் அவருக்குத் தேவைப்பட்டது. 'இல்லானை இல்லாளும் வேண்டாள்' என்பது அவருக்கும் தெரியும் என்பதால் குறைந்த அளவிலாவது வருமானம் இருந்தால் போதும் என்று எண்ணிய அவருக்கு அஞ்சல்துறை மீண்டும் வேலைக்கு அழைப்பு விடுத்தது. அந்தப் பணியே கனகசபைக்கு கற்பகமாய், காமதேனுவாய் பல தமிழ்ச் செல்வங்களை வாரி வழங்கியது. அஞ்சல்துறையில் பணியாற்றிக் கொண்டே படிப்படியாய் பணி உயர்வு பெற்றார். அஞ்சல்துறை உயர் அதிகாரியாகப் பணியாற்றிக் கொண்டே அருந்தமிழுக்கு அவர் தன்னாலியன்ற பணிகளைச் செய்துவந்தார்.

அஞ்சல் துறையில் பணியாற்றியபோது பணிமாறுதல் பெற்று வெவ்வேறு பகுதிகளில் அவர் பணியாற்றினார். அந்நேரங்களிலெல்லாம் அவ்வப்பகுதிகளில் ஏட்டுச் சுவடிகள் ஏதும் கிடைக்கின்றனவா, கல்வெட்டுக்கள் ஏதும் காணப்படுகின்றனவா என்று தேடித்தேடி அலைவார். அவ்வாறு கிடைப்பனவற்றையெல்லாம் சேகரிப்பார். முழுமையாகத் தமக்குக் கிடைக்கும் சுவடிகளைப் படித்து அவற்றைப் பற்றிய குறிப்புகளை, கட்டுரைகளை, பத்திரிகைகளுக்கு எழுதியனுப்புவார். அவரது சுவையான கட்டுரைகளும், தமிழ் மொழி, தமிழ் இனம் பற்றிய ஆதாரபூர்வமான குறிப்புகளும் தமிழ் மக்களால் பெரிதும் விரும்பிப் படிக்கப்பட்டது. அவரது கட்டுரைகள் ஆங்கிலப் பத்திரிகைகளிலும், தமிழ் இதழ்களிலும் தொடர்ந்து வெளியிடப்பட்டன.

தம்முடைய இறுதி மூச்சுவரை பழைமையான ஏட்டுச் சுவடிகளைத் தேடிக் கண்டுபிடித்து வெளியிட வேண்டும் என்று பாடுபட்ட கனகசபை தம்முடைய பணிக்குத் துணையாக 'அப்பாவுப்பிள்ளை' என்பவரை அமர்த்தியிருந்தார். அப்பாவுப் பிள்ளையின் பணி என்னவென்றால், ஏட்டுச் சுவடியில் இருக்கும் இலக்கியங்களை தாளில் எடுத்தெழுதுவதுதான். அப்பாவுப்பிள்ளை ஏறக்குறைய இருபது ஆண்டுகள் இப்பணியைச் செம்மையாகச் செய்து கனகசபைப் பிள்ளைக்கு உறுதுணையாய் இருந்தார்.

மொழி, இன ஆராய்ச்சியின் மூலம் கண்டறிந்த உண்மைகளையும், வரலாற்றுச் செய்திகளையும் உலகறிய வேண்டும் என்ற உயர்வெண்ணத்தால் அவற்றை ஒரு தொடராக ஏதாவது ஒரு இதழில் வெளியிட வேண்டு

மென்று தீர்மானித்திருந்த கனகசபைப் பிள்ளைக்குக் களம் அமைத்துத் தந்தது 'மெட்ராஸ் ரெவ்யூ' (Madras Review) என்னும் ஆங்கிலப் பத்திரிகை.

தமிழிலக்கியம், ஆங்கிலம் வாயிலாக அனைத்துலகிற்கும் பரவிற்று என்றால் அது மிகையில்லை. அந்தக் காலக்கட்டத்தில் கனகசபைப் பிள்ளை சுமார் 7 ஆண்டுகள் (1895 முதல் 1901 வரை) தொடர்ந்து The Tamils - Eighteen hundred years Ago (1800 ஆண்டுகளுக்கு முன்னர் தமிழர்) என்ற ஓர் அரிய தொடர் கட்டுரையை எழுதியதால்தான் நம்முடைய சங்க காலத் தமிழ்ப் பண்பாட்டுப் பெருமையெல்லாம் உலக அரங்கிற்கு அறிமுகமாயின. அந்த வகையில் நாம் ஆங்கிலத்திற்கும் நன்றி செலுத்தக் கடமைப்பட்டுள்ளோம்.

தமிழ் இலக்கியம், தமிழர் சமயம், தமிழர் சமுதாயம், தமிழர் பண்பாடு போன்றவற்றை ஏட்டுச் சுவடிகள் துணைக்கொண்டும், கல்வெட்டாய்வுகள் மூலமும், கட்டுரைகளாக வடித்துத்தந்து கற்றறிந்தோர் ஏத்தும் கனகசபையாக விளங்கினார். 'வி. கனகசபைப் பிள்ளை' என்னும் பெயரால் வெளியாகும் தமிழ்க் கட்டுரையானாலும், ஆங்கிலக் கட்டுரையானாலும் அவை நுண்மாண் நுழைபுலம் மிக்கவை என்று பலதரப்பட்ட வர்களாலும் பாராட்டப் பெற்றது

அறிவார்ந்த ஆய்வுக் கட்டுரைகளைத் தொகுத்து 1904-ஆம் ஆண்டில் நூல் உருவாயிற்று. பொதுவாகவே, தாம் தொகுத்திருந்த நூல்களைத் தாமே அச்சிட்டு வெளியிட வேண்டுமென்ற நோக்கம் கனகசபைப் பிள்ளையிடம் இருந்ததில்லை. அவற்றைக் கட்டுரைகளாக எழுதி வெளியிடுவதிலும், பிற தமிழ்ச் சான்றோர்களுக்குப்

பெருந்தன்மையோடு வழங்கி மகிழ்வதையும் வழக்கமாகக் கொண்டிருந்தார்.

'பொதியமலைப் பிறந்த தமிழ் வாழ்வறியும்
காலமெல்லாம் புலவோர் வாயில்
துதியறிவாய் அவர் நெஞ்சின் வாழ்த்தறிவாய்
இறப்பின்றித் துலங்குவாயே!'

என்று மகாகவி பாரதியால் போற்றப் பெற்ற மகாமகோபாத்தியாய, தமிழ்த்தாத்தா டாக்டர் உ.வே. சாமிநாத ஐயரும், கனகசபைப் பிள்ளையும் ஒத்த வயதுடையவர்கள். ஒருபுறம் சி.வை. தாமோதரம் பிள்ளையும், மற்றொருபுறம் உ.வே.சா.வும் தமிழ் ஏட்டுச் சுவடிகளைத் தீவிரமாகத் தேடிக் கொண்டிருந்த காலகட்டம் அது. அப்பொழுது கனகசபைப் பிள்ளை ஆர்வத்துடன் தாம் தொகுத்து வைத்திருந்த பல நூல்களைப் பெருந்தன்மையோடு உ.வே. சாமிநாத ஐயர் அவர்களுக்கு வழங்கிப் பெருமைபூண்டார். இதுகுறித்து 'தமிழ் வளர்த்த நல்லறிஞர்கள்' என்னும் தமது நூலில் (பக். 139) தமிழறிஞர் குன்றக்குடி பெரிய பெருமாள் அவர்கள் குறிப்பிடுவதாவது:

'தமிழ்த்தாத்தா' உ.வே.சா.வுக்குப் 'பத்துப்பாட்டு', 'புறநானூறு', 'சிலப்பதிகாரம்' ஆகிய நூல்களை அளித்ததோடு, தாம் அருமையாகக் கண்டு தெளிந்த ஆராய்ச்சி உண்மைகளையும் வழங்கி மகிழ்வு கொண்டார் கனகசபைப் பிள்ளை. ஆய்வு வழியே கண்ட நுட்பங்களை மறைத்து முடக்கிவைப்பது பயனளிக்காத பான்மை மட்டுமன்று, நயத்தக்க நாகரிகமுமன்று; முடக்கி வைப்பதால் முயற்சியும் வளராது; ஆராய்ச்சியும் பெருகாது; தமிழறிவும் பரவாது!' எனக் கருத்துரைத்த

அப்பெருமகனார், தமிழ் நூல்கள் உருவாகிப் பெருக வேண்டும் என்பதையே குறிக்கோளாகக் கொண்டிருந்தார். தமக்குப் புகழ் சேர்க்க வேண்டுமெனக் கருதினாரில்லை.

இறவாப்புகழ்

எங்கெங்கெல்லாம் தமிழ்மொழியின் அசல் வடிவம் கிடைக்கின்றதோ அங்கெல்லாம் தேடி ஓடித் தமிழ்த் தேனைச் சுவைத்து அதனைப் பருகி மற்றவர்களும் பருக வேண்டுமென்ற பரந்த உள்ளத்தோடு ஒரு 'தமிழ்த்தேனீ'யாகத் தொண்டாற்றிய கனகசபைப் பிள்ளையை 1905-ஆம் ஆண்டு மதுரைத் தமிழ்ச்சங்கம் அழைத்துப் பாராட்டி கௌரவித்தது. மதுரைத் தமிழ்ச் சங்கம் நடத்திவந்த 'செந்தமிழ்' இதழில் கனகசபைப் பிள்ளையின் கட்டுரைகள் தொடர்ந்து வெளிவந்தன.

அஞ்சல்துறையில் பொறுப்புள்ள ஒரு உயரதிகாரி யாகப் பணியாற்றிக்கொண்டே தமிழ்ப்பணியையும் செம்மையுடன் கவனித்து வந்த கனகசபைப் பிள்ளை, அலுவல் காரணமாக காஞ்சிபுரம் சென்றிருந்தபோது திடீரென உடல் நலங்குன்றி இயற்கை எய்தினார். தமிழுலகிற்கு எதிர்பாராத இழப்பு நேர்ந்தது. இவர் 1906-ஆம் ஆண்டு தம்முடைய 51-ஆம் வயதில் பொன்னுடல் இழந்து புகழுடம்பைப் பெற்றார்.

'1800 ஆண்டுகளுக்கு முன்னர் தமிழர்' என்னும் ஒப்புயர்வற்ற பெருநூலைத் தமிழகத்துக்கு வழங்கிய அப்பெருந்தகை வெளியிட சேகரித்து வைத்திருந்த பல்வேறு குறிப்புகள் நூல்வடிவம் பெறாமலேயே போய்விட்டது. பிற்காலத்தில் அவை பலவகையிலும்

பலரால் எடுத்தாளப்பட்டு இன்றளவும் தமிழர்தம் பெருமையைப் பறைசாற்றி வருகின்றன.

வழக்கறிஞர்கள் வளர்த்த தமிழ் வரலாற்று வரிசையில், யாழ்ப்பாணத்தைச் சேர்ந்த சி.வை. தாமோதரனாருக்கு அடுத்து, யாழ்த் தமிழர் மரபில், தமிழக மண்ணில் பிறந்த விசுவநாதப்பிள்ளை மகனார் கனகசபைப் பிள்ளையை இரண்டாவது தமிழறிஞர் என்றாலும் நமது வரிசைப்படி அவரையே முதல்வராகக் கொள்ளலாம். வாழையடி வாழையாய்த் தமிழ்வளர்க்கும் மரபில் தோன்றித் தமிழர்தம் பெருமையைப் பாங்குடன் உலகறியச் செய்த செந்தமிழ்த் தேனீ வி. கனகசபைப் பிள்ளையின் அருந்தொண்டை வணங்கி வாழ்த்துவோ மாக!

5

தமிழின் மேன்மையை ஆங்கிலத்தில் படைத்த அறிஞர் மு.சு. பூர்ணலிங்கம் பிள்ளை
(1866 - 1931)

'நம்மில் சிலருக்குத் தமிழில் சொல்வதை ஆங்கிலத்தில் சொன்னால் சற்றே கூர்ந்து கவனிப்பர்; உண்மைதான் என உளம் கொள்ளவும் செய்வர். ஓரத்தில் நிற்கும் இத்தகைய உள்ளப்பாங்கு கொண்டோரையும், அவையின் மத்தியில் அமர வைக்கவே, ஆங்கிலத்திலும் உரையாற்றுகிறேன்!'

- *அறிஞர் பூர்ணலிங்கம்*

அந்தக் காலத்தில் எஃப்.ஏ. வகுப்பு மாணவராக இருக்கும்பொழுதே ஆங்கில மொழியில் அபார புலமை பெற்று ஆங்கிலத்தில் உரை நூல்கள் எழுதும் அளவிற்குத் திறமை பெற்றிருந்தார். எம்.ஏ. படித்துக் கொண்டிருக்கும் பொழுதே தமக்குப் பாடமாக இருந்த ஷேக்ஸ்பியர் படைப்பிற்கு உரை எழுதி, அதில் தமது பெயரைத் தலைகீழாகப் போட்டு உரை விளக்க நூலுக்குத் தன் பெயரை 'மாக்னிலன்ரப்' (Magnilanarup) என்ற பெயரில்

வெளியிட்டார். அந்த உரை நூலைப் பார்த்த ஆசிரியரும், யாரோ ஒரு பெரிய ஆங்கில ஆசிரியர்தான் உரை எழுதியிருக்கிறார் என்றெண்ணி, அவ்வுரையைப் பாராட்டி பாடம் கற்பித்தார். மாணவர்களும் அந்த உரை நூலை விரும்பிப் படித்தார்கள். இப்படி மாணவப் பருவத்தில் தன் பாடத்திற்குத் தாமே ஆங்கிலத்தில் உரை எழுதி, தம் பெயரைத் தலைகீழாக எழுதி அச்சிட்டுப் பொருளீட்டவும் செய்தவர்தான் பேரறிஞர் பூர்ணலிங்கம் பிள்ளை. பூர்ணலிங்கம் (Puranalingam) என்பதைத் தலைகீழாக மாற்றினால் Magnilanarup என்று வரும்.

திறமான புலமை எனில் அதை வெளிநாட்டார் போற்ற வேண்டும் என்னும் கருத்துக்கு ஏற்றம் அளிக்கும் வகையில் இறவாத புகழுடைய நூல்களை எழுதி பெருமை பெற்ற அறிஞர் பூர்ணலிங்கம் பிள்ளை சட்டம் பயின்று சட்ட நூல்கள் பலவும் எழுதியுள்ளார். தம் ஆங்கிலப் புலமையினால் தமிழின் மாட்சியை உலகெங்கும் பரவச் செய்தார்.

இளமைப் பருவமும் - பணியும்

பூர்ணலிங்கம் பிள்ளை நெல்லை மாவட்டத்தில் உள்ள முன்னீர்பள்ளம் என்ற சிற்றூரில் 1866-ஆம் ஆண்டு மே மாதம் 24-ஆம் தேதி (24.5.1866) சிவசுப்பிரமணிய பிள்ளை - வள்ளியம்மை தம்பதிக்கு மகவாய்ப் பிறந்தார். அவ்வூரில் கோயில் கொண்டுள்ள சிவலிங்கப் பெருமானின் பெயரையே பூர்ணலிங்கம் என்று அவருக்குப் பெயரிட்டனர். செல்வப் பெருமாள் வாத்தியார் வைத்திருந்த திண்ணைப் பள்ளியிலும், மேலப்பாளையம் பள்ளியிலும் சேர்ந்து கற்று, தருவைக்குச் சென்று ஆங்கிலம் கற்றார். பின்னர் நெல்லை சிந்துபூந்துறை உயர்நிலைப் பள்ளியிலும் பயின்றார்.

பள்ளிப் படிப்பு முடிந்ததும், சிறிது காலம் பரமக்குடி நீதிமன்றத்தில் எழுத்தராகப் பணியாற்றினார். இந்துக் கல்லூரியின் முதல்வராக இருந்த 'விங்கிளேர்' என்ற ஆங்கிலப் பேராசிரியரின் ஆதரவால் பூர்ணலிங்கம் நெல்லைக்கு மீண்டும் வந்து இந்துக் கல்லூரியில் சேர்ந்து பயின்றார்.

கல்லூரியின் தமிழ்ப் பேராசிரியர் பெரும்புலவர் சபாபதிப் பிள்ளையின் வாயிலாக பூர்ணலிங்கம் தமிழ் இலக்கிய இலக்கணங்களைக் கற்கும் வாய்ப்பு ஏற்பட்டது. 'மில்லர்' ஆங்கிலப் பரிசுத் தேர்வு' நடந்தபோது, அதில் பங்கேற்று முதல் பரிசு பெற்றதால் பூர்ணலிங்கம் பிள்ளை சென்னை கிறித்தவக் கல்லூரியில் படிக்க நேர்ந்தது. பி.ஏ. படிப்பை முடித்துக்கொண்டு எம்.ஏ. படிக்கலானார்.

நெல்லை உதவி கலெக்டர் அலுவலகத்தில் எழுத்தராகப் பணியைத் தொடங்கிய பூர்ணலிங்கம், பாளையங்கோட்டை இந்து உயர்நிலைப் பள்ளியின் தலைமை ஆசிரியராகவும், ஈரோடு மகாஜன உயர்நிலைப் பள்ளியின் தலைமை ஆசிரியராகவும், எட்டயபுரம் குறுநில மன்னரின் குழந்தைகளுக்கு தனி ஆசிரியராகவும், சென்னை டாக்டர் மில்லருடைய கல்லூரியில் பேராசிரியராகவும் வரிசையாகப் பொறுப்பேற்று வீற்றிருந்தார். சென்னையில் சட்டப்படிப்பிற்கான பாடங்களைப் படித்து பி.எல். படித்து முடித்தார்.

சென்னை கிறித்தவக் கல்லூரியில் பணியாற்றும் பொழுது பேரறிஞர் பரிதிமாற் கலைஞரின் நட்பு கிடைத்தது. இவ்விருவரும் இணைந்து 'ஞானபோதினி' என்னும் மாத இதழை நடத்தினர்.

பரிதிமாற்கலைஞர் 'தமிழ்மொழி வரலாறு', 'தமிழ் இலக்கிய வரலாறு' ஆகிய நூல்களைத் தமிழில் எழுதினார். பூர்ணலிங்கம் அவ்விரு நூல்களையும் ஆங்கிலத்தில் உருவாக்கினார். சென்னையிலிருந்து கோயம்புத்தூர் மைக்கேல் கல்லூரியில் சில மாதங்கள் ஆங்கிலப் பேராசிரியராகப் பணியாற்றிவிட்டு, 1906-இல், எல்.டி. தேர்வில் வெற்றிபெற்று, நெல்லையில் ஒரு கல்லூரியைத் தொடங்கினார். கேம்பிரிட்ஜ், ஆக்ஸ்போர்டு பல்கலைக்கழகங்களின் தேர்வுகளுக்குப் பாடங்கள் கற்றுத் தரப்பெற்றதால் இக்கல்லூரி 'கெமிசுக் கல்லூரி' என அழைக்கப்பட்டது. சிறிது காலம் சென்று அக்கல்லூரியை வேறொருவரிடம் ஒப்படைத்துவிட்டு சென்னைக்கு வந்தார்.

சென்னையில் நீதிக்கட்சியின் நீதி (Justice) என்ற ஆங்கிலப் பத்திரிகையின் துணையாசிரியராகப் பணியாற்றிய பூர்ணலிங்கம், இந்தக் காலக்கட்டத்தில்தான் முழுக்க முழுக்க எழுத்துப் பணியில் ஈடுபட்டு ஏராளமான நூல்களை ஆங்கிலத்திலும், தமிழிலும் வெளியிட்டார். அதற்குப் பின் மதுரை அமெரிக்கன் கல்லூரியிலும், நெல்லை இந்துக் கல்லூரியிலும் ஆங்கிலப் பேராசிரியராகப் பணியாற்றிவிட்டு 1926-ஆம் ஆண்டு ஓய்வுபெற்று முன்னீர்ப்பள்ளம் வந்து சேர்ந்தார்.

இலக்கியப் பணிகள்

திருக்குறள் முழுமையையும் ஆங்கிலத்தில் மொழிபெயர்த்து நூலின் முன்னுரையாக ஓர் அரிய ஆய்வுரையை பன்னிரு பக்கங்களில் வெளியிட்டு அறிஞர் உலகத்தின் கவனத்தைப் பெரிதும் கவர்ந்தார். 'திருக்குறள் ஆராய்ச்சி' என்று ஆங்கிலத்தில் வெளியிட்ட நூல் ஆங்கிலேயர்களைக் கவர்ந்தன.

அறிஞர் மு.சு. பூர்ணலிங்கனார் 1939-இல் வெளியிட்ட திருக்குறள் மொழிபெயர்ப்பு முன்னுரையில் குறிப்பிடும் சில வரிகள்:

.... The contents of this great poem, which reputed to be greater than the Mahabharatha, the Ramayana and the Vedas (St.28) and which appeals to no particular races, and creeds as they did, are universal and cosmopolitan in their nature, and they were in dedicated by NATHATTHANAR (St.4) SIRU-METHAVIYAR (St.18) TODI - THALAI - THANDINAR (St.24) MOSIKEERANAR (St.25) KARI - KANNANAR (St.26). The poet, a mighty mage beyond compare (St.32) and the poem, of which each couplet conveys maximum sense in minimum words and directs the reader in righteous path, is sweet to the mind and ear, delicious to the tongue and the taste and healing in its effect, never tedious but always attractive and healing, as the cynosure of the whole world.

"Age cannot wither it nor custom stale,
its infinite variety" .... (Shakespeare)

உதாரணமாக அவரது மொழிபெயர்ப்பு எப்படியுள்ளது என்பதை முதல் திருக்குறள் (1) முடிவுத் திருக்குறள் (1330) இவற்றின் மூலம் காண்போம்.

கடவுள் வாழ்த்து - அறத்துப்பால்

'அகர முதல எழுத்தெல்லாம் ஆதி
பகவன் முதற்றே உலகு.'

Adore and Attain - Virtue

'All letters begin with A. The world
has the Supreme Being as its first'

ஊடலுவகை - காமத்துப்பால்

'ஊடுதல் காமத்திற்கு இன்பம் அதற்கின்பம்
கூடி முயங்கப் பெறின்' (1330)

Jubiliation Over Variance - Love

'Feigned anger given a relish to love, but greater pleasure
accrues from the closer union of lovers' body with body'
(1330)

1812-இல் அறிஞர் எல்லீஸ், 1840-இல் W.U. ட்ரூ, 1873-இல் இராபின்சன், 1886-இல் ஜி.யு. போப், 1915-இல் வ.வே.சு. ஐயர் போன்ற பெருமக்கள் ஆங்கிலத்தில் திருக்குறளை மொழிபெயர்த்துள்ள போதிலும், அறிஞர் மு.சு. பூர்ணலிங்கனாரின் மொழிபெயர்ப்பில் தமிழின் தனித்தன்மை ஆங்காங்கே ஒப்பிட்டுப் பார்க்கும்பொழுது சிறப்பித்துக் காட்டப்பட்டுள்ளது.

கடவுள், முனிவர், காதலும் மணமும், கணவனும் மனைவியும், குணங்களும் குற்றங்களும், ஒழுக்கமும் அறிவும், அரசும் நாடும் எனப் பல்வேறு ஆய்வுச் சிந்தனைகளைத் திருவள்ளுவரின் பார்வைகளாக, அறிஞர் பூர்ணலிங்கம் பகுத்துத் தொகுத்து எழுதியிருந்த பான்மை கற்றோர் உலகுக்கு களிப்பேரு வுவகையாயிற்று.

பூர்ணலிங்கம் பிள்ளை எழுதிய 'தமிழ் இந்தியா' என்னும் நூல் தமிழின் மேன்மையையும், தமிழர்தம்

தொன்மை, சமயம், வாணிகம், போர்முறை, அரசு, கலைகள், கல்வி போன்ற பல்வேறு பற்றிய தமிழ்ச் சிந்தனைகளின் களஞ்சியமாக இருந்தது. பிரபல ஆங்கில ஏடுகள் யாவும் பிள்ளையைப் பாராட்டி எழுதியிருந்தன.

'தமிழ் இலக்கியம்', 'இலங்கை மன்னர் இராவணப் பெரியார்', 'இக்கால ஆங்கில இலக்கியங்கள்' போன்றவை குறிப்பிடத்தக்கவை. பூர்ணலிங்கம்பிள்ளை எழுதிய நூல்கள் ஐம்பது. அவற்றுள் ஆங்கில நூல்கள் முப்பத்தி இரண்டு. அவர் ஆங்கில இலக்கியங்கள் பற்றி ஆங்கிலத்தில் எழுதியிருந்த நூல்களை மார்வே பிரபு ஃபிரடரிக் ஆரிசன், பெய்லி, பேராசிரியர் இராம்கார்சன் போன்ற ஆங்கில அறிஞர்கள் பெரிதும் பாராட்டியுள்ளார்கள்.

பூர்ணலிங்கம் பிள்ளையின் தமிழ் நூல்களுள், 'தமிழரும் தமிழ்ப்புலவர்களும்', 'நபிநாயகமும் கலைவாணர்களும்', 'தப்பிலி', 'காமாட்சி என்ற நவநகை நாடகம்', 'நவராத்திரி விரிவுகள்', 'மருத்துவன் மகள்' ஆகியவை பிரபலமானவை. அவர் எழுதிய 'சூரபதுமன் வரலாறு' ஓர் வித்தியாசமான படைப்பாகும்.

எழுத்தாற்றல் மட்டுமன்றி ஆங்கிலத்தில் உரை யாற்றுவதில் வல்லவராய் விளங்கினார் பூர்ணலிங்கம். பாலவநத்தம் குறுநில மன்னரும், பைந்தமிழ்க் காவலரு மான நான்காம் தமிழ்ச்சங்கம் கண்ட பாண்டித்துரைத் தேவரின் தலைமையில் பாளையங்கோட்டையில் சைவசித்தாந்த சபையினர் 1911-ஆம் ஆண்டு நடத்திய மாநாட்டில் 'பவணந்தி முனிவர்' பற்றி ஆங்கிலத்திலும், மறுநாள் 'தெரிந்து செயல்வகை' என்பது பற்றி தமிழிலும் உரையாற்றி தம் மொழிப் புலமையை பலரும் அறியச்

செய்தார். அதனால் அவர் அடுத்த ஆண்டும் அழைக்கப்பெற்றார். அப்பொழுது 'திருவள்ளுவர் கொள்கை' எனும் தலைப்பில் ஆங்கிலத்திலும், 'எழுமையும் ஏமாப்புடைத்து' எனும் தலைப்பில் தமிழிலும் பேருரையாற்றும் பெரும் பேற்றைப் பெற்றார். அவரது உரைகளை பாளையங்கோட்டை சைவசித்தாந்த சபை அழகிய நூல்களாக அச்சிட்டு வெளியிட்டன.

தமிழகத்தைச் சேர்ந்த தமிழறிஞர் ஒருவர் தமிழிலக்கியங்களின் மேன்மையையும், ஒட்டுமொத்தமான திருக்குறளை ஆங்கிலத்தில் மொழிபெயர்த்து வள்ளுவத்தின் தனித்தன்மையையும் ஆங்கிலத்தில் அளித்து ஆங்கில மேதாவிகளும் வியந்து பாராட்டும் பெரும் புகழைப் பெற்றவர் என்றால், அந்தப் பெருமை பேரறிஞர் மு.சு. பூர்ணலிங்கம் பிள்ளைக்கே உரியதாகும்.

ஆங்கில மொழிவாயிலாகத் தமிழின் மாட்சியை உலகிற்கு உணர்த்திய பேரறிஞர் பூர்ணலிங்கம் பிள்ளை 1931-ஆம் ஆண்டு தம் அறுபத்தைந்தாம் அகவையில் புகழுடல் பெற்றார். உலகைத் தமிழால் ஆளலாம் என்று முதன்முதலாக உணர்த்திய அந்தப் பேராசானின் பொன்னடிகளை போற்றி வணங்குவோமாக!

■■

6

கப்பலோட்டிய தமிழன், செக்கிழுத்த செம்மல் வ.உ. சிதம்பரனார் (1872 - 1936)

'கப்பலை யோட்டிக் கடுங்காவல் தண்டனையில்
உப்பிலாக் கூழுண் டுடல் மெலிந்தோன் – ஒப்பில்லாச்
செந்தமிழ்ச் செல்வன் சிதம்பரனை அன்போடு
சிந்தனைசெய் நெஞ்சே தினம்
வஞ்சிலா வான மதியின் ஒளிபோல
விஞ்சிநீ டூழிவிளங்குகவே – வன்சிறையில்
செக்கிழுத்த வீரன் சிதம்பரன் மெய்ப்புகழ்தான்
மக்களிடை ஓங்கி வளர்ந்து'

- கவிமணி தேசிகவிநாயகம் பிள்ளை

"அரசியல் வாழ்வின் அடிப்படையே உண்மையான சகோதரத்துவ உணர்வுதான். அதுவே மனிதர்களை இணைக்கும் அதுவே நமது கூட்டான செயல்களுக்குப் பிணைப்பினைத் தருவது. தன்னைப் பின்பற்றுவோருக் காகத் தன்னையே தியாகம் செய்துகொள்ள ஒரு தலைவன் தயாராயிருப்பதும், தன் தோழர்களைத் தனிமைப்படுத்தாமல் தானே முன்னின்று சிறைவாழ்வைத்

தேடிக்கொள்ள நன்கு அறிமுகமான ஒரு தலைவன் தயாராயிருப்பதும்தான் நாட்டின் அரசியல் வாழ்வு உண்மைத் தன்மை பெற்றிருக்கிறது என்பதற்கு அடையாளமாகும். 'தேசியம்' என்பது வெறும் அரசியல் விஷயம் மட்டுமல்ல; ஆன்மிக வேட்கையும்கூட. அது ஓர் ஆன்மிக ஒழுக்கமும் ஆகும். சொந்த வாழ்க்கையில் வீரம் தழுவிய தியாகத்தை வளர்ப்பதற்கான ஒழுக்க குணநலனை இந்தியரிடையே பேணி வளர்ப்பதற்கான பணிதான் தேசியப்பணி.

நமது நாடு இழந்துவிட்ட உயர்ந்த பண்புகளையும், பாரம்பரியப் பெருமைகளையும், முற்காலத்து ஆரியக் கோட்பாடுகளையும் மீட்டுத் தருவதுதான் தேசியப் பணி. துணிவு, நேர்மை, அன்பு, நீதி ஆகியவை ஒரு தேசியவாதிக்குத் தேவைப்படும் தகுதிகளாகும். இந்த வகையில் முதன்முதலாக மறுபிறவி எடுத்த ஆரிய புருஷனாக நமக்குக் காட்சி அளிக்கும் சிதம்பரம் பிள்ளை வாழ்க! இவ்வளவு சிறந்த மாமனிதனை நமக்கு அளித்த சென்னை மாகாணத்துப் பெருமை சேர்க!"

தன்னுடைய நண்பர் சுப்பிரமணிய சிவாவுக்கு ஜாமீன் தர மறுத்த நிலையில் தான் மட்டும் ஜாமீனில் வர விரும்பாத தேசபக்தர் வ.உ. சிதம்பரனாரின் அரசியல் நாகரிகத்தைப் புகழ்ந்து 'சபாஷ் சிதம்பரம்' என்று வந்தேமாதரம், 27 மார்ச், 1908 இதழில் மேற்கண்டவாறு ஸ்ரீ அரவிந்தர் எழுதியிருந்தார்.

பிறப்பும் கல்வியும்

தியாகத்தின் திருவுருவாம், தென் தமிழகம் தந்த தவப்புதல்வர் வ.உ. சிதம்பரனார்.

'கல்லாலே வேலியிட்டால் கலையழகு இல்லையென்று
நெல்லாலே வேலியிட்டு நெறிவளர்க்கும் நெல்லையிலே'

வீரபாண்டியனின் தலைமை அமைச்சராக இருந்த தானாதிபதிப் பிள்ளையின் குடும்ப வழியில், ஒட்டப்பிடாரம் என்னும் ஊரில் தாளாளராகித் தமிழ்க்குரிமை தாங்கிவரும் வேளாளர் குலத்தின் வீர விளைச்சலாய்ப் பூத்தவர் வ.உ.சி. உலகநாதர் - பிரமாயி அம்மாள் இருவரின் இல்லறப் பயனாய் 5.9.1872-இல் பிறந்தவர் சிதம்பரனார்.

அவரது இளமைக் கல்வி ஒட்டப்பிடாரத்திலே தொடங்கியது. தெய்வத் தமிழைக் கற்ற சிதம்பரனாருக்கு ஆங்கிலம் கற்பிக்கும் பள்ளி அருகில் இல்லாததால், உலகநாதபிள்ளை, தன் மகனுக்காக ஒரு பள்ளியை ஏற்படுத்தினார். பிறகு அதுவே ஊராருக்கும் உதவியாய் அமைந்தது. இடைநிலைக் கல்வியை தூத்துக்குடி சேவியர் உயர்நிலைப் பள்ளியிலும், கால்டுவெல் உயர்நிலைப் பள்ளியிலுமாகக் கற்றார். திருநெல்வேலி இந்துக் கல்லூரி இவரை அழைத்தது.

சிதம்பரனாரின் பாட்டனார், தந்தையார், பெரிய தந்தையார் ஆகிய அனைவரும் வழக்கறிஞர் தொழிலில் ஈடுபட்டவர்கள். வாழையடி வாழையென வந்த வழக்கறிஞர் தொழில் வ.உ.சி. அவர்களையும் இழுத்தது. திருச்சிராப்பள்ளியில் சட்டக் கல்வியைத் திறனுடன் பெற்று 1895-இல் வழக்கறிஞராகப் பணியை மேற்கொண்டார்.

சிதம்பரனார் தம்முடைய 23-ஆம் அகவையிலே, திருச்செந்தூர் சுப்பிரமணிய பிள்ளையின் திருமகள்

வள்ளியம்மையை வாழ்க்கைத் துணைவியாக ஏற்றுக் கொண்டார்.

'என்னைப் பெற்றோர் என்னோடு பிறந்தோர்
என்னை நட்டோர் யாவருந் தன்னுடை
உயிரெனக் கருதி ஊழியம் புரிந்த
செயிரிலா மனத்தள் தெய்வமே யனையள்'

என்று வ.உ.சி.யே போற்றிய அவ்வம்மையார் சிறிது காலத்திற்குள் இயற்கை எய்தியமையால், இரண்டாம் மனைவியாக மீனாட்சியம்மையை மணம்புரிந்து கொண்டார். நான்கு ஆண் மக்களும், நான்கு பெண் மக்களும் சிதம்பரனாரின் செல்வங்களாகத் தோன்றினர்.

'வக்கீல் ஐயா வீடு' என்று வாயார அழைக்கப்பெற்ற பெருமையினை வ.உ.சி.யின் வீடு பெற்றது. ஒட்டப்பிடாரத்தில் வழக்கறிஞர் தொழிலைத் திறம்பட நடத்தினார். உரிமையியல், குற்றவியல் இந்த இருதுறைகளிலும் சிறந்து விளங்கினார். நீதிபதிகளே வியக்கும் வண்ணம் நேர்மையின் இருப்பிடமாகவும், வாதத்தின் உறைவிடமாகவும் திகழ்ந்தார் வ.உ.சி. ஒட்டப்பிடாரத்தில் தொடங்கிய வழக்கறிஞர் பணி 1900-ஆம் ஆண்டிலிருந்து தூத்துக்குடியில் தொடர்ந்தது. வாதத் திறமையால் வெற்றிமேல் வெற்றி பெற்ற வ.உ.சி.யவர்கள் ஏராளமான பொருள் ஈட்டினார். புகழ்பெற்ற வழக்கறிஞர், செல்வந்தர், வரையாது வழங்கும் வள்ளல் என்ற பெருமைகளைப் பெற்ற சிதம்பரனார் தமிழ்ப் பணியிலும் தன்னை ஈடுபடுத்திக் கொள்ளத் தவறவில்லை.

தமிழாய்வும், தத்துவ ஆய்வும் நடத்திய அவர், 'விவேகபானு' என்னும் இதழையும் நடத்திவந்தார்.

சுதேசி நாவாய்ச் சங்கம்

வ.உ.சி.யின் உள்ளத்தில் கனன்று கொண்டிருந்த விடுதலை உணர்வை, சென்னையில் விவேகானந்தர் மடத்தைச் சேர்ந்த இராமகிருஷ்ணானந்தரின் சந்திப்பு ஓங்கச் செய்தது. அதன் விளைவாக, தூத்துக்குடி திரும்பிய வ.உ.சி.யின் முயற்சியில், கைத்தொழில் சங்கம் மற்றும் தருமசங்கம் ஆக இரு சங்கங்கள் தோன்றின.

கடலாட்சியே வெள்ளையரது ஆட்சிக்குக் கால்கோளாக அமைந்தது என்பதை உணர்ந்த வ.உ.சி. அந்தக் கடலின் ஆட்சியைக் கப்பல் மூலம் கைப்பற்ற 1906-ஆம் ஆண்டிலே 'சுதேசி ஸ்டீம் நாவிகேஷன் கம்பெனி'யை நிறுவினார். இதுபற்றி வ.உ.சி. கூறியதாவது:

'தேச ஆட்சியின் மீட்சிக்காக முதல் வழி, வியாபாரம் செய்ய வந்த வெள்ளையர்களை வெருட்டியடிக்க வேண்டும் என்பதுதான். வெள்ளையர்களை விரட்டுவதென்றால் நம்மவர்க்கு கடல் ஆதிக்கம் வேண்டும்.

ஒரு காலத்தில் மேற்கே உரோம் தேசத்திற்கும், கிழக்கே ஜாவா, சுமத்ராவுக்கு அப்பாலும் தமிழ்க் கப்பல் போய் வந்தது. அவர்கள் சுதந்திரமாக வாழ்ந்து வந்தனர். எனவே, தமிழர்கள் மீண்டும் கடல்மேல் செல்வது எவ்வாறு என்பதற்காகத் திட்டமிட்டேன். இத்திட்டத்தின் விளைவுதான் சுதேசி ஸ்டீம் நாவிகேஷன் கம்பெனி.'
(வி.ஓ.சி. கண்ட பாரதி - பக். 33)

'காலியா', 'லாவோ' என்ற இரண்டு கப்பல்களையும் ஒரே சமயத்தில் விலைக்கு வாங்கிய தீரர் சிதம்பரனாரின் புகழ் இந்தியா முழுவதும் பரவியது.

பாரதியாரின் 'இந்தியா' பத்திரிகையிலே, 'வந்தேமாதரம்' என்னும் மந்திரச்சொல் பொறித்த கொடியுடன் காலியா, லாவோ கப்பல்கள் தூத்துக்குடித் துறைமுகத்தை அணுகுவது போலவும், ஆண்களும், பெண்களும், குழந்தைகளும் கூடி, 'வீரச் சிதம்பரம் வாழ்க!' எனக் கோஷித்துக் கப்பல்களை வரவேற்பது போலவும் 'கார்ட்டூன்' பிரசுரிக்கப்பட்டது. சுதேசிக் கப்பல்களை வரவேற்றுப் பாரதியார் உணர்ச்சிமயமான கட்டுரை ஒன்றை எழுதினார். அதில்:

'வெகுகாலமாகப் புத்திரப் பேறின்றி அருந்தவம் செய்துவந்த பெண்ணொருத்தி ஏக காலத்தில் இரண்டு புத்திரர்களைப் பெற்றால் எத்தனை அளவற்ற ஆனந்தமடைவாளோ அத்தனை அளவற்ற ஆனந்தத்தை நமது பொது மாதாவாகிய பாரத தேவியும் இவ்விரண்டு கப்பல்களையும் பெற்றமைக்காக அடைவாளென்பது திண்ணமே.' 'ஸ்ரீ வி.ஓ. சிதம்பரம் பிள்ளையும் அவருடன் நின்று உதவிய மற்ற நண்பர்களும் தாம் பிறந்து வளர்ந்த தாய் நாட்டிற்குச் செய்ய வேண்டிய கடமையைச் செய்துவிட்டார்கள்.'

('இந்தியா', ஆனி - 1907)

பத்து இலட்சம் ரூபாய் பங்கு முதலீட்டில் பிறந்த சுதேசிக் கப்பல் கம்பெனிக்கு ஏழைகள்கூட இயன்றதைத் தந்திருந்தனர். இதனால் அதிர்ச்சியடைந்த ஆங்கிலேய வணிகக் கூட்டம் எவ்வழியிலாவது வ.உ.சி.யின் முயற்சிகளைத் தகர்க்க வேண்டுமென்று தீவிர சூழ்ச்சி செய்தனர். வ.உ.சி.யின் தேசியப்பற்று அவருக்குப் பெரும் துன்பத்தைத் தேடித்தந்தது.

வ.உ.சி. தேசிய அளவில் திலகரைக் குருவாகக் கொண்டிருந்ததால் அந்த அணியிலே அரவிந்தர், பாரதி, சுப்பிரமணிய சிவா போன்றவர்கள் ஒன்று சேர்ந்தனர்.

செக்கிழுத்த செம்மல்

வ.உ.சி.யின் பேச்சுக்கள் தீவிர சுதந்திர உணர்வைத் தமிழகமெங்கும் தூண்டியது. சிதம்பரனாரும், சிவாவும், பத்மநாப ஐயங்கார் என்னும் இம்மூவரது வீர முழக்கங்கள் நெல்லை கலெக்டர் விஞ்சு துரையையே தூத்துக்குடிக்கு வரவழைத்தன. விஞ்சு கேட்ட கேள்விகளுக்கு வ.உ.சி. அளித்த பதிலால் ஆத்திரமடைந்த விஞ்சு, வ.உ.சி., சிவா, பத்மநாபர் மூவரையும் கைது செய்து 12.3.1908 அன்று பாளையங்கோட்டைச் சிறையில் அடைத்தார்.

விஞ்சு கேட்ட கேள்விகள் - வீரர் சிதம்பரனார் அளித்த விடைகளை வீர காவியமாகப் பாரதியால் பாட்டினில் படைக்கப்பட்டது.

சிங்கங்கள் மூன்று சிறைப்பட்டது அறிந்து நெல்லை மாவட்டமே கொதித்தெழுந்தது. ‘அரச நிந்தனைக் குற்றம்’ சுமத்தப்பட்ட மூவர் மீதும் வழக்கு நடந்தது.

வரலாறு அறியாத கொடுமை

‘சிதம்பரம் பிள்ளை மிகப்பெரிய ராஜத் துரோகி’ என்று கூறியதோடு, ‘பிள்ளையின் எலும்புக்கூடும் ராஜத் துரோகமானது’ என்று சொல்லி, ‘சிதம்பரம் பிள்ளையின் பேச்சைக் கேட்டால் செத்த பிணம் உயிர்த்தெழும்’ என்று குறிப்பிட்டு நீதிபதி பின்ஹே, சிதம்பரனாருக்கு இரண்டு ஆயுள் தண்டனை வழங்கினார். அதாவது இருபது

இருபது ஆண்டுகள் என்ற கணக்கிலே மொத்தம் 40 ஆண்டுகாலச் சிறைத் தண்டனையாகும். 'இந்தியனாக இரு; இந்தியப் பொருள்களையே வாங்கு', 'இந்தியர்கள் எல்லாம் ஒன்று சேர்ந்தால் வெள்ளையனை வெளியேற்றி விடலாம்' என்று போதித்ததற்காக இத்தண்டனை.

இக்கொடுந்தண்டனையை எதிர்த்து சென்னை உயர்நீதிமன்றத்தில் மேல்முறையீடு செய்ய அது ஆறு ஆண்டு கால கடுந்தண்டனையாகக் குறைக்கப்பட்டது. 'தாயை வணங்குவோம்' என்ற முழக்கத்திற்குத் தனிமைச் சிறையா? தமிழகமே அழுதது! ஆனால் சிதம்பரனார் கலங்கவில்லை.

அரைக்கால் சட்டை!
கைகளே இல்லாத காற்சட்டை!
தலைக்குக் குல்லாய்!

இந்த மூன்றையும் அணிந்திடின் முண்டமேயாகத் தோன்றுவதல்லாது, சொரூபம் தோன்றாது என்று வ.உ.சி.யவர்கள் வருணிக்கப்பட்ட சிறை உடை இதுதான்.

'காலிலே இரும்பு விலங்கு!
தாகம் தணிக்கத் தண்ணீர்க் கலயம்!
உண்ணுவதற்குக் கேழ்வரகுக் கூழ்!
அதை ஊற்றுவதற்கோர் மண்சட்டி!'

இவை - செல்வச் செழிப்பிலே வளர்ந்து பாரத மாதாவிற்குத் தொண்டாற்ற வந்த பைந்தமிழனுக்குப் பாராண்ட பரங்கியர் அளித்த பரிசுகள்.

கோவைச் சிறையில் சிதம்பரனார் பட்ட கொடுமைகள் கொஞ்ச நஞ்சமல்ல; சணல் கிழிக்கும்

இயந்திரத்தைச் சுற்றினார். மாட்டுக்குப் பதிலாக எண்ணெய்ச் செக்கினை நுகத்தடியைக் கையிலேந்தி பகலெல்லாம் இழுத்த பரிதாபம்! அந்த நேரத்திலும் பாரதத் தேவியின் ஆலயத்தை வலம் வருவதாகவே அகமகிழ்ந்தார் அவர். இச்சேதிகேட்ட பாரதியோ மனம் நொந்து,

'மேலோர்கள் வெஞ்சிறையில்
வீழ்ந்து கிடப்பதுவும்
நூலோர்கள் செக்கடியில்
நோவதும் காண்கிலையோ?'

என்று கலங்கினார். ஆனால் சிதம்பரனாரோ,

'என் மனமும் என் உடம்பும் என் சுகமும் என் அறமும்
என் மனையும் என் மகவும் என் பொருளும் என்னலமும்
குன்றிடினும் யான் குன்றேன்; கூற்றுவனே வந்தாலும்
வென்றிடுவேன் காலால் மிதித்து'

என்று நெஞ்சுரத்தோடு வீரப்பண் பாடினார். அந்தத் தனிமைத் தண்டனையிலும் அவருக்குத் துணையாய் இருந்தது தமிழ்தான். இலக்கியம் அவரது இடுக்கண் போக்கி இதமளித்தது.

சிதம்பரனாரின் சீரிய தமிழ்த்தொண்டு

சிதம்பரனார் சிறையில் இருந்தபொழுது ஜேம்ஸ் ஆலன் எழுதிய நூலை 'மனம் போல வாழ்வு' என்று மொழிபெயர்த்தார்.

'எந்நிலைமைநீ அடைய எண்ணுவையோ நின்னுள்ளுள்
அந்நிலைமை நீயடைவாய் அப்பொழுதே!'

என்று நம்பிக்கையளிக்கும் நல்ல கருத்துக்கள் பொதிந்த நூலிது.

1917-இல், திருக்குறள் மணக்குடவர் உரையை பதிப்பித்து வெளியிட்டார்.

அகமே புறம்

அறத்தை வலியுறுத்தும் ஒரு பாடலுடன் தொடங்கும் இந்நூல், ஜேம்ஸ் ஆலனின் சிந்தனைகளின் தொகுப்பாகும். அறம் பற்றிய வ.உ.சி. எழுதிய பாடல் வருமாறு:

'அறத்தைக் காணா அறிவே மரமாம்;
அறத்தைப் பிழைத்த அறிவே மிருகம்;
அறத்தைப் புரியும் அறிவே மனிதன்
அறத்தைக் காக்கும் அறிவே கடவுள்'

வ.உ.சி. எழுதிய ஆன்மிகப் புரட்சிநூல் 'மெய்யறம்' ஆகும். 'திருப்பொய்கையார் இன்னிலை' என்னும் நூல் 1930-இல் பதிப்பிக்கப்பட்டது. இவை தவிர 'சாந்திக்கு மார்க்கம்', 'வலிமைக்கு மார்க்கம்' போன்ற நூல்களும் வெளியாயின.

தொல்காப்பியம் - இளம்பூரணர் பதிப்பு

மொழிக்கும் வாழ்க்கைக்கும் இலக்கணம் கண்ட தொல்காப்பியத்தின் எழுத்ததிகாரப் பதவுரைகளை வெளியிட்டார்.

'உயர்திணை, அஃறிணை என்னும் தமிழ் இலக்கணப் பாகுபாடு ஆரியம் முதலியவற்றில் இல்லை. நிலத்தின் பாகுபாடுகளையும், அவற்றின் உரிப்பொருள்,

கருப் பொருள்களையும் அவற்றின் மக்களது ஒழுக்கங் களையும் கூறுவது தமிழ் இலக்கணம் ஒன்றே.'

இந்நூல் எழுத்ததிகாரச் சொல்லதிகாரச் சூத்திரங் களைக் கற்போர், நன்னூலாகியவற்றைப் புன்னூலாகியன வாகக் காண்பரென்பது திண்ணம்.

இவ்வாறு நுணித்தறிந்து தீட்டும் சிதம்பரனாரின் நுழை புலத்துக்கு இந்நூலின் பதிப்புரை ஓர் ஒப்பற்ற உரைகல்!

சிவஞானபோத உரை

தமிழ்த் தத்துவச் சிந்தனையின் வெளிப்பாடு. உலகத் தத்துவச் சிந்தனையின் உயர் சிகரம் சைவசித்தாந்தம்! இதன் ஒப்பற்ற சாத்திரம் சிவஞான போதம். வ.உ.சி. எழுதிய செந்தமிழ் உரையுடன் இது 1935-இல் பதிப்பிக்கப்பட்டது.

சமய ஒற்றுமைக்கு மட்டுமல்லாமல் ஆத்திகர் - நாத்திகர் ஒற்றுமைக்கும் இந்நூல் பாலம் அமைக்கிறது.

'நாத்திகரது இயற்கையைத்தான் ஆத்திகர் கடவு ளென்று கூறுகின்றனரென்று நாத்திகரும், ஆத்திகரது கடவுளைத்தான் நாத்திகர் இயற்கை என்று கூறுகின்ற ரென்று ஆத்திகரும் கொள்வரேல் இவ்விரண்டிற்கும் வேற்றுமையில்லை.'

இது சிதம்பரனாரின் சீரிய கருத்து.

மெய்யறிவு

சிறைக் கோட்டத்தை அறக் கோட்டமாக்கிய மணிமேகலையைப் போன்று கண்ணனூர்ச் சிறையில்

இருந்தபொழுது அங்கிருந்த குற்றவாளிகளுக்கு அறிவுரைகள் கூறவும், அறம் உணர்த்தவும் எழுதப்பட்ட கவிதை நூலிது.

'விதிவிதியென்று வீணாகத் துன்பத்தில்
வீழ்கிறார். விதியை விதிக்கும்
தலைவன் தானேதான்; விதியை
விதிக்கும் தலைவன் வேறு இல்லை'

'அருள் என்றால் எவ்வுயிரிடமும் அன்பு பாராட்டு தல், அறிஞரோடு நட்புகொள்ளல், அறிவிலார்க்கு அறிவு அளித்தல், கடவுளை நினைக்கும் ஞானிகளுக்கு உதவிகளைச் செய்தல்' என்னும் புதிய தத்துவத்தைக் கூறும் 'மெய்யறிவு' என்னும் இந்நூலில் காணப்படும் கவிதை.

'அருளென்ப தெவ்வுயிர்க்கு மன்பு பாராட்டல்
தெருளொன்றி நிற்பாரைச் சேர்தல் - மருளொன்றிக்
காய்வார்க்கு நல்லறிவு காட்டிடுதல் - மெய்ப்பொருளை
ஆய்வார்க் கனைத்து மளித்தல்'

போன்ற அரிய சிந்தனைகளைக் கொண்டது இந்நூல்.

இலக்கணம், இலக்கியம், மொழிபெயர்ப்பு, தத்துவம் போன்ற பலதுறைகளிலும் அவர் ஆற்றிய தொண்டு தமிழுக்கும், தமிழர்க்கும் பெருமை சேர்க்கக் கூடியதாகும்.

வாழ்வாங்கு வாழ்பவர்

வ.உ.சி. ஒரு தீவிரவாதிதான் என்றாலும் வன்முறை வழியை அவர் ஏற்றதே இல்லை. மணியாச்சி ரயில் நிலையத்தில் வாஞ்சிநாதன் அரக்கத்தனம் கொண்ட ஆஷ்

துரையைச் சுட்டுக் கொன்று தானும் தற்கொலை செய்துகொண்டார். இதைக் கேட்ட சிதம்பரனார் வாஞ்சியின் வீரத்தை வாழ்த்திய போதும், கொலைவழி கொடிய வழி என்றார். "ஆங்கில அதிகாரிகளைக் கொலை செய்வதால் அன்னியராட்சி அழிந்துவிடாது. கொடியவர்களாயினும் அவர்கள் உயிருக்குத் தீங்கு செய்யக்கூடாது என்பதே எனது கோட்பாடு" என்றார் வ.உ.சி.

இத்தகைய உயரிய பண்புமிக்க வ.உ.சி. 1912-ஆம் ஆண்டு டிசம்பர் திங்களில் விடுதலை செய்யப்பட்டார். அவரை வழிநெடுக நின்று கண்ணீருடன் சிறைச்சாலைக்கு அனுப்பிய மக்கள் யாவரும் தற்பொழுது வரவேற்க வரவில்லை. விடுதலை பெற்றும் தன்மைப்படுத்தப் பட்டார். நெல்லை மண்ணை மிதிக்க அரசு தடை விதித்திருந்தது. எனவே சென்னை வந்த வ.உ.சி. மயிலை, சிந்தாதிரிப்பேட்டை, பெரம்பூர் ஆகிய பகுதிகளில் அரிசி, நெய் வாணிபம் செய்து வாழ்ந்தார். வழக்கறிஞர் பட்டமும் பறிக்கப்பட்டிருந்ததால் வழக்காட வழியில்லை. வறுமையின் கோரப் பிடியில் சிக்கி வாடினார்.

அண்ணல் காந்தியடிகள் அவருக்கு நிதிதிரட்டி உதவினார். சிதம்பரனாரின் இந்த அவலநிலையைக் கண்டு பாரதியும், சிவாவும் துடித்துப்போனார்கள்.

வெள்ளையர்களை எதிர்த்துப் போராடிய வ.உ.சி.க்கு வெள்ளையர்களிலும் நல்லமனம் கொண்ட ஒருவரான **நீதிபதி வாலஸ்** என்பவர் வ.உ.சி.க்கு வழங்கப்பட்ட கடுங்காவல் தண்டனையைக் குறைக்க முயற்சித்ததோடு, அவரிடமிருந்து பறிக்கப்பட்ட 'வழக்கறிஞர்' பட்டத்தை யும் திருப்பித் தர பாடுபட்டார். அதன் பிறகே வ.உ.சி.

கோவில்பட்டியிலும், தூத்துக்குடியிலும் சிறிது காலம் வழக்கறிஞராகயிருந்தார். இதற்கு நன்றிக் கடனாக வ.உ.சி. தம் மைந்தர்களில் ஒருவருக்கு 'வாலேஸ்வரன்' என்று பெயர் சூட்டினார்.

கப்பல் கம்பெனி தொடங்க உதவிய சி.த. ஆறுமுகம் பிள்ளையின் பெயரை ஒரு மகனுக்கும், கோவை சிறையில் வாடியபோது அவ்வப்போது உதவிய கோவைக் கிழார் வழக்கறிஞர் சி.கே. சுப்பிரமணிய முதலியாரின் பெயரை மற்றொரு மகனுக்கும், தம் தமிழாசிரியர் நெல்லை ஞானசிகாமணி முதலியார் பெயரை தம் மகளுக்கு 'ஞானவல்லி' என்றும், சிறையில் இருந்த பொழுதும், அதற்குப் பிறகும் உதவிய தென்னாப்பிரிக்க நாட்டில் இருந்த தஞ்சை தில்லையாடி வேதியப் பிள்ளையின் பெயரை 'வேதவல்லி' என்று மற்றொரு மகளுக்கும் பெயரிட்டு நன்றி மறவாப் பண்புக்கு இலக்கணமாய்த் திகழ்ந்தார்.

'சகஜானந்தா' என்ற கீழ்ச்சாதியைச் சேர்ந்தவரை தம் வீட்டில் வளர்த்துத் தீண்டாமை ஒழிப்பிற்கு உதாரணமாகவும், விருதுநகர் ராமையா தேசிகன் என்ற ஒடுக்கப்பட்ட இனத்தைச் சேர்ந்த பார்வையற்ற ஒருவரை அழைத்துவந்து ஆதரவளித்ததும் அவரது மனிதநேயப் பண்புகளைக் காட்டும் பாச உணர்வுகளாகும்.

அரசியல் சதுரங்கச் சண்டையில் சத்தியமும், அகிம்சையும் அவமானப் படுத்தப்பட்டது. ஏற்கனவே கடுங்காவல் தண்டனையில் உடல் நலிவற்றிருந்த வ.உ.சி. காங்கிரஸில் இருந்தாலும் கடைசி நாட்களில் அரசியலிலிருந்து விலகியே இருந்தார்.

வறுமையும், நோயும் அவரைச் சிதைத்தன. 1935-இல் படுத்த படுக்கையானார். 'இறப்பதற்கு முன்பு சுதந் திரத்தைக் காணலாம் என்று மகிழ்ச்சியாகக் காத்திருந் தேன். அந்த வாய்ப்பு எனக்குக் கிட்டவில்லையே' என்று ஏங்கியபடியே மரணப்படுக்கையில் இருந்தார். பாரதியாரின்,

'என்று தணியும் இந்த சுதந்திரதாகம்
என்று மடியும் எங்கள் அடிமையின் மோகம்'

என்ற பாடலைப் பாடச்சொல்லி, அதைக் கேட்டுக் கொண்டே அவரது ஆவி பிரிந்தது.

வ.உ.சி.யின் புகழுடல் 18.11.1936-இல் மறைந்த போதிலும், சுதந்திரக் கனவு நனவாகியது.

9.2.1949-இல் தூத்துக்குடி துறைமுகத்தில், வ.உ.சி. கப்பலை மிதக்கவிட்டு மூதறிஞர் இராஜாஜி ஆற்றிய உரையில்,

'ஸ்ரீ சிதம்பரம் பிள்ளையவர்களுடன் நெருங்கிப் பழகும் பாக்கியம் எனக்குக் கிடைத்திருந்தது. இன்று நாம் தொடங்கும் காரியத்திற்கு அந்த ஆத்மாவின் ஆசியைப் பெறுவோமாக! கப்பல் அவருடைய திருப்பெயர் பூண்டு விளங்குகிறது. ஸ்ரீ சிதம்பரம் பிள்ளை ஆனந்தக் கண்ணீர் ததும்பும் தம் பெரிய கண்களை அகலவிரித்து இந்த விழாவையும் என்னையும் பார்த்துக் கொண்டிருப்பது போல் எனக்குத் தோன்றுகிறது'' என்று புகழாரம் சூட்டி மகிழ்ந்தார்.

தென்னாட்டுத் திலகர் என்று போற்றப்பட்ட வ.உ.சி. நூற்றாண்டு விழா 1972-இல் கொண்டாடப்பட்டது.

விடுதலை பெற்ற வெள்ளி விழா ஆண்டும் அதுதான். அன்றைய பிரதமர் திருமதி இந்திராகாந்தி அவர்களால் வ.உ.சி. உருவம் பொறித்த அஞ்சல் தலை வெளியிடப் பட்டது. தூத்துக்குடி துறைமுகத்தில் அவரது சிலையும், ஒரு பகுதிக்கு அவரது பெயரும் சூட்டப்பட்டது.

சென்னை அரசினர் தோட்டம் காந்தி நிலையத்தில், வ.உ.சி.யின் தியாகத்தைப் போற்றும் வகையில் அவர் இழுத்த செக்கு கொண்டுவந்து வைக்கப்பெற்று அது இன்றும் நினைவுச் சின்னமாய் விளங்குகிறது.

புரட்சித்தலைவர் எம்.ஜி.ஆர். முதலமைச்சராக இருந்தபொழுது திருமந்திர நகர் என்று வ.உ.சி.யால் அழைக்கப்பட்ட தூத்துக்குடியைத் தலைநகராகக் கொண்டு 1986-ஆம் ஆண்டு வ.உ.சி. அவர்கள் பெயரில் வ.உ.சி. மாவட்டத்தை உருவாக்கினார். தற்பொழுது அது தூத்துக்குடி மாவட்டமாக அழைக்கப்படுகிறது.

'வ.உ.சிதம்பரனாரே எனது அரசியல் குரு' என்று தந்தை பெரியாரும், 'வரலாறுகளின் வழிகாட்டி' என்று முன்னாள் குடியரசுத் தலைவர் டாக்டர் இராஜேந்திரப் பிரசாத்தும், 'தொண்டுக்கே பிறந்த தூயவர்' என்று டாக்டர் மு.வ.வும், இப்படி எல்லாத் தலைவர்களும் பாராட்டிய வ.உ.சி.யின் பெரும் புகழும், தியாகமும் தமிழ் மக்களின் உள்ளத்தில் என்றும் ஒளியேற்றும். அப்பெருமகனாரின் பொருளாதாரப் பார்வையும், மொழி உணர்வையும் நாம் நினைவில் கொண்டு உழைத்தால் வளமான தமிழகத்தை, இந்தியாவை உருவாக்கலாம் என்பதில் ஐயமில்லை. கப்பலோட்டிய தமிழன், தியாக தீபம் வ.உ. சிதம்பரனாரின் சீரிய தொண்டினை வணங்கிப் போற்றுவோமாக!

வ.உ. சிதம்பரனார் அவர்கள் மொத்தம் 13 நூல்களை படைத்துள்ளார். அவற்றுள் உரைநூல்கள் ஒன்பதும், மொழிபெயர்ப்பு நூல்கள் நான்கும் ஆகும்.

உரைநூல்கள் : 1) சுயசரிதை, 2) பாடல் திரட்டு, 3) அரசியல் பெருஞ்சொல், 4) வ.உ.சி. கண்ட பாரதி, 5) மெய்யறிவு, 6) மெய்யறம், 7) அறத்துப்பால் - மணக்குடவர் உரை, 8) இன்னிலை (திருப்பொய்கையார்) உரை, 9) சிவஞானபோதம் உரை.

மொழிபெயர்ப்பு நூல்கள் : 1) அகமே புறம், 2) மனம்போல வாழ்வு, 3) வலிமைக்கு மார்க்கம், 4) சாந்திக்கு மார்க்கம்.

■■

பயன்பட்ட நூல்:

சிலம்புச் செல்வர் ம.பொ.சி. எழுதிய 'விடுதலைப் போரில் தமிழகம்', கவிஞர் இளந்தேவன் எழுதிய 'வ.உ. சிதம்பரனார் வரலாறு' - தமிழக அரசு வெளியீடு.

7

தமிழ் நாடகத் தந்தை பம்மல் சம்பந்த முதலியார் (1873 - 1964)

'நல்லொழுக்கத்தை நனிவிரித்து உரைத்தலும்
நல்லொழுக்க முளார் நன்மை எய்தலும்
தீயொழுக்கத்தின் தீமையைச் செப்பலும்
தீயொழுக்க முளார் தீதுற்று அழிதலும்
தீயர்தம் தீமையைச் சிறப்பித்து உரைப்பினும்
செம்மையோர் அதனைச் சினந்து உரையாடலும்
ஆகிய நாற்பொருளினுள் அறத்தின் பால்வாம்'

- பரிதிமாற்கலைஞன் (நாடக இயல்)

இயல், இசை, நாடகம் என்னும் முத்தமிழில் மூன்றாம் தமிழாம் நாடகத்துறை நலிவுற்றுக் கிடந்த பொழுது அதற்குத் தம்முடைய தன்னலமற்ற உழைப்பால் புத்துயிரூட்டி புதுமையைப் புகுத்தி பட்டிதொட்டி யெல்லாம் பரவிக்கிடந்த கூத்துக்கலைக்கு இணையாக மேடை நாடகங்களுக்கு ஒரு மேன்மையை உண்டாக் கியவர்தான் நாடகத் தந்தை என நற்றமிழ்ச் சான்றோர்களால் போற்றப்பெற்ற பம்மல் சம்பந்த முதலியார் ஆவார்.

வழக்கறிஞராய் இருந்த காலத்திலும், பின் நீதிபதியாகப் பதவி உயர்வு பெற்ற காலத்திலும் நீதித்துறையைக் காட்டிலும் நாடகத் துறையின்பால் நாட்டம்கொண்டு இறுதி மூச்சுவரை அதற்காகப் பாடுபட்டார். ஆங்கில அரசு 1927-இல் 'ராவ் பகதூர்' பட்டத்தையும், இந்திய அரசு 1959-இல் 'பத்மபூஷண்' விருதினையும் வழங்கி இவரைப் பாராட்டியுள்ளதன் மூலமும் இவரது அருந்தொண்டினை நாம் அறிய முடிகிறது.

சமூக நாடகங்கள், வரலாற்று நாடகங்கள், நகைச்சுவை நாடகங்கள், புராண இதிகாச நாடகங்கள், மொழிபெயர்ப்பு நாடகங்கள் என அவர் எழுதிக் குவித்தவை ஏராளம். அவற்றுள் அவரே சுயமாக எழுதியவை 30, மொழிபெயர்ப்பு 30, என அச்சில் வந்தவை மட்டும் 94 நாடகங்களாகும். நாடக எழுத்தாள ராக மட்டுமல்லாமல், நடிகராகவும், இயக்குநராகவும் செயல்பட்டுள்ளார். சுமார் 91 வயதுவரை வாழ்ந்த சம்பந்தனார் ஏறத்தாழ எழுபது ஆண்டுகளுக்கு மேலாக நாடக வளர்ச்சிக்கு அரும்பணி ஆற்றியுள்ளார்.

பிறப்பும் - கல்வியும்

1.2.1873-இல் பல்லாவரம் அருகில் உள்ள பம்மல் எனும் கிராமத்தில் விஜயரங்க முதலியார் - மாணிக்கம் அம்மாள் இவர்களின் புதல்வராகப் பிறந்தவர்தான் சம்பந்த முதலியார்.

சம்பந்த முதலியாருக்கு முறைப்படி வைத்த பெயர் திருஞானசம்பந்தன். காலப்போக்கில் 'சம்பந்தம்' ஆக மாறி பின் பம்மல் சம்பந்த முதலியார் என்ற பெயரே நிலைத்துவிட்டது.

திண்ணைப் பள்ளிக்கூடத்தில் தம் படிப்பைத் தொடங்கிய சம்பந்தம், சென்னை பிராட்வே 'பிரிப்ரேடரி' பள்ளியிலும், கீழ்ப்பாக்கம் 'கோவிந்த நாயுடு பிரைமரி பள்ளி'யிலும் பயின்றார். 1896-ஆம் ஆண்டு சட்டத்தேர்வில் வெற்றி பெற்று உயர்நீதிமன்ற வழக்கறிஞரானார். வழக்கறிஞராகப் புகழ்பெற்ற சம்பந்தனார், சிறுவழக்கு நீதிபதியாகவும் நியமிக்கப்பட்டு பிரதம மாகாண நீதிபதியாகவும் பதவி உயர்வு பெற்றார்.

நாடகத் தமிழ்ப்பணி

கல்லூரியில் படித்துக்கொண்டிருந்த காலத்திலேயே நகர்ப்புற மக்களிடம், குறிப்பாக படித்தவர்களிடம் நாடக உணர்வு மெல்ல மெல்லக் குறைந்து வருவதை உணர்ந்த சம்பந்தம், தமிழ் நாடகத்துறை நசிந்து போய்விடக் கூடாதென்ற நல்ல எண்ணத்தில், 'சுகுண விலாச சபை' என்றொரு அமைப்பை 1891-ஆம் ஆண்டு, தன்னுடைய பதினெட்டாம் வயதில் உருவாக்கினார். அதே ஆண்டு 'புஷ்பவல்லி' என்ற நாடகத்தை எழுதி அரங்கேற்றம் செய்தார். அதுதான் அவர் எழுதிய முதல் நாடகம்.

தொடக்கக் காலத்தில் காளிதாசரின் நாடகங்கள், ஷேக்ஸ்பியரின் நாடகங்கள் மற்றும் பிற மொழி தழுவிய நாடகங்களையே படைத்தார். சாகுந்தலம், மாளவிகாக்னி மித்ரம், ஹர்ஷவர்த்தனரின் இரத்தினாவளி முதலியன வட மொழியிலிருந்து உருவாக்கம் பெற்றவை. ஷேக்ஸ்பியர், மோலியர் ஆகியோரது நாடகங்களிலிருந்து 'அமலாதித்தன்', 'மகபதி', 'விரும்பியவாறே' முதலிய தமிழாக்க நாடகங்கள் உருவாயின.

பம்மல் சம்பந்த முதலியார் வாழ்ந்த காலத்தில் 'தமிழ் நாடகத் தலைமை ஆசிரியர்' என அழைக்கப்பட்ட

சங்கரதாஸ் சுவாமிகள், பேரறிஞர் பரிதிமாற்கலைஞர், நாடகச் செம்மல் கிருஷ்ணசாமிபாவலர் போன்றோர் நாடகக் கலையார்வம் கொண்டு அதனை வளர்த்து வந்தார்கள். எனினும் அவர்கள் பின்பற்றிய முறையும், நாடக மொழிநடையும் வெவ்வேறு வகைகளில் அமைந்திருந்தன.

தமிழகத்தின் கிராமப்புறங்களில் தெருக்கூத்துகள் பிரசித்தமானது. அவை பெரும்பாலும் பாமரர் நடையிலேயே இருக்கும். சங்கரதாஸ் சுவாமிகளின் நாடகங்கள் பெரும்பாலும் பாமரர் நடையிலேயே அமைந்திருக்கும். ஆனால் பரிதிமாற்கலைஞர் நடையோ பண்டிதர் நடையில் இருக்கும். கிருஷ்ணசாமிப் பாவலரின் நாடகங்கள் எளிய நடையில் இருக்கும், தேசிய உணர்வை ஊட்டும் வகையில் அமைந்திருக்கும். சம்பந்த முதலியாரின் நாடகங்களோ கற்றவர், கல்லாதவர் ஆகியோரின் இயல்பான உரையாடல் நடையிலே சிந்தனையைத் தூண்டும் கருத்துக்களோடு இருக்கும். அதனால் ஏனையோரது நாடகங்களைவிட சம்பந்தனார் நாடகத்திற்கே அதிக செல்வாக்கு இருந்தது.

வழக்கறிஞராக இருந்த காலத்திலும், நீதிபதியாக பதவி உயர்வு பெற்ற காலத்திலும் அவர் நாடகங்களில் தம் எழுத்தாற்றலை மட்டும் காட்டவில்லை. மேடையில் நாடகங்களில் தோன்றி நடித்துத் தன் நடிப்பாற்றலையும் காட்டினார். நடிப்புக்கலை என்பது அவரது உணர்வோடு ஒன்றியிருந்ததால் அதில் அவர் வெற்றிபெற முடிந்தது. இளமைக் காலங்களில் முக்கியப் பாத்திரங்கள் வேடமேற்கு நடித்த அவர், முதுமைக் காலங்களில் துணைப் பாத்திரங்களை ஏற்று நடித்தார். உதாரணமாக, 1895-இல் பிரபலமாயிருந்த 'மனோகரா' நாடகத்தில்

இளவரசன் மனோகரனாக நடித்த சம்பந்த முதலியார், பின்னாளில் மனோகரனின் தந்தை புருஷோத்தமன் பாத்திரத்தில் நடித்தார். தமிழ் மக்களின் பேராதரவைப் பெற்ற இந்நாடகம், 'மனோகரா' என்ற பெயரில் திரைப்படமாக வெளிவந்து வெற்றிநடை போட்டது.

நாடக நடிகர்கள், கூத்தாடிகள் என்றால் சமூக அமைப்பில் மதிப்பற்றவர்களாக, மரியாதை குறைந்தவர்களாகக் கருதப்பட்ட காலத்தில் அவர்களுக்கென்றே ஒரு தனி மரியாதையையும், அந்தஸ்தையும் உருவாக்கித் தந்தவர் சம்பந்தனார் என்றால் அது மிகையில்லை. அதே நேரத்தில் மொழிநடையில் ஒரு மறுமலர்ச்சியை ஏற்படுத்தி நாடகத் தமிழுக்குத் தனி சிம்மாசனம் அமைத்துத் தந்தார்.

இன்பியல் நாடகங்களே அறிமுகமாயிருந்த நாட்களில், முதன்முதலாக 1896-இல் 'இரு நண்பர்கள்' என்னும் துன்பியல் நாடகத்தை அறிமுகப்படுத்தி புதிய உத்தியை தமிழ் நாடகத்துறைக்கு கொண்டுவந்தார். 1910-இல் எழுதிய முதல் சமூக நாடகமான 'பொன்விலங்கு' சம்பந்தனாரின் திறமைக்குப் பரிசை வாங்கித் தந்தது. வாழ்க்கை வரலாற்று நாடகமான 'புத்த அவதாரம்', புராண நாடகங்களான 'சிறுதொண்டர்', 'மார்க்கண்டேயன்', 'காலவரிஷி', 'கொடையாளி கர்ணன்' போன்றவை குறிப்பிடத்தக்கவை. அங்கதச் சுவைமிகுந்த 'சபாபதி நாடகங்கள்', 'சதிசக்தி' போன்றவையும் அவர் வகுத்த புதிய உத்தியே.

'பாட்டும் பரதமும் பண்புள்ள நாடகமும், நாட்டுக்கு நல்ல பயன் அளிக்கும்' என்பர் ஆன்றோர். நாடகம் என்பதற்கு பலர் பலவிதமான விளக்கங்களைத் தந்துள்ளனர்.

நாடு-அகம்=நாடகம்; நாட்டை அகத்தில் கொண்டது நாடகம். அதாவது நாட்டின் சென்ற காலத்தையும், நிகழ்காலத்தையும், வருங்காலத்தையும் தன் அகத்தே காட்டுவதால் நாடகம் எனப் பெயர்பெற்றது. நாடு - அகம்; அதாவது அகம் - நாடு - உன்னுள் நோக்கு - உன்னை உணர் என்று பலவிதமாகப் பொருள் கூறுவர் அறிஞர்.

இப்படி எந்த வகையில் பொருள் கொண்டாலும் அதன் நிலைப்பாடுகள் மாறாமல் நாடகங்களை எழுதியவர்தான் பம்மலார்.

எது நல்ல நாடகம், என்பதற்கு தமிழ்த்தென்றல் திரு.வி.க. அவர்கள் ஒரு விளக்கத்தினை கூறினார்கள். அதாவது,

‘பலவிதமான மனோதத்துவ நிலைகளை வாழ்க்கையில் பல சந்தர்ப்பங்களில் நிகழக்கூடிய மனப் போராட்டத்தின் வெற்றி தோல்விகளை சீரிய நடிப்பின் மூலம் சித்தரித்துக் காட்டுவது; கலைச் சிறப்புகள் நிறைந்த கருத்தோவியமாகக் காட்சிகளை அமைப்பது; பார்ப்பவர்கள் புலன்களெல்லாம் ஒடுங்கித் தம்மை மறந்த நிலையில் ரசிக்குமாறு கதையை எழுதுவது, இம்மூன்று சிறப்புகளும் ஒரு நல்ல நாடகத்திற்கு வேண்டும்.’

மேற்கூறிய மூன்று அம்சங்களையும் தம் நாடகங்களில் கடைபிடித்தவர் சம்பந்தனார். அவர் ஒரு சிறந்த நாடகாசிரியர். அவரே பல மேடை நாடகங்களை நடத்தியிருக்கிறார். அவரே ஒரு நடிகரும்கூட. ஆகவே, எழுத்து - இயக்கம் - நடிப்பு என்ற மூன்றிலும் சிறந்து விளங்கி, தமிழ் மக்களிடையே புதிய எழுச்சியை உருவாக்கி நாடகக் கலைக்காகத் தம் வாழ்நாளையே

அர்ப்பணித்துக் கொண்ட அவரை 'தமிழ் நாடகத் தந்தை' என்று தமிழுலகம் அழைத்ததில் வியப்பொன்றுமில்லை.

நல்ல நூல்கள் படைத்த நாடகத் தந்தை

நடிகராய், இயக்குநராய், நாடகாசிரியராய் மட்டு மின்றி நல்ல தமிழ் நூல்களை எழுதிய தமிழறிஞராகவும் விளங்கினார் சம்பந்தனார். நாட்டு மக்களுக்குப் பயன்படும் வகையில், 'காலக் குறிப்புகள்', 'ஆலயங்கள்', 'விழாக்கள்', 'நல்வாழ்வு' ஆகியவற்றைப் படைத்தளித்தார். தமது வாழ்க்கை வரலாற்றை 'நாடக மேடை நினைவுகள்' எனும் தொடராய் ஆறு பாகங்கள் எழுதினார்.

'தமிழ் நாடக வரலாறு', 'பேசும்பட அனுபவங்கள்', 'நடிப்புக் கலை', 'நாடக நடிகர்கள்' என நாடகத்துறையின் பல்வேறு அங்கங்கள் பற்றிய நூல்கள் அவரது இதய வெளிப்பாடுகளை, எழுத்தாற்றலை எடுத்தியம்புகின்றன வாக உள்ளன.

கண் பார்வை குன்றி, உடல்நலங்கெட்ட நிலையிலும், தமிழர் தம் நலனுக்காக, தாம் சொல்லச் சொல்ல பேரக் குழந்தைகளை எழுதிடச் செய்து, நூல்களை உருவாக்கினார். அவ்வாறு அவர் சொல்ல, மற்றவர்கள் எழுத உருவான நூல்கள் 'இல்லறமும் துறவறமும்', 'சபாபதி', 'முதலியாரும் பேசும் படமும்', 'நீண்ட ஆயுளும் தேக ஆரோக்கியமும்', 'தமிழ் அன்னை பிறந்து வளர்ந்த கதை', 'பல்வகைப் பூங்கொத்து' போன்றவையாகும்.

நாடகத்துறைக்கு அரும்பணியாற்றிய நாடகச் செம்மல் சம்பந்தனாரைப் பெருமைப்படுத்தும் வகையில் இந்திய அரசு 1959-இல் குடியரசு விழாவில், 'பத்மபூஷண்'

விருதளித்து கௌரவித்தது. சென்னை நாடகசங்கம், சென்னை சங்கீத நாடக சபா போன்ற கலை இலக்கிய அமைப்புகள் பலவும் அப்பெருமகனுக்குச் சிறப்புச் செய்து மகிழ்ந்தன.

'நாடகத் தமிழ்' பிறர் எழுதாவிட்டால் என்ன? நான் எழுதிக் காட்டுகிறேன் பாருங்கள் என்று 17 வயதில் தம் நண்பர்களிடம் சவால்விட்டு, அதைப் போலவே எழுதிக்காட்டி, அவர்களிடமும், தொடர்ந்து பொது மக்களிடமும் பெரும் வரவேற்பைப் பெற்று நலிந்து கொண்டிருந்த நாடகத் தமிழைத் தலைநிமிரச் செய்த பம்மல் சம்பந்த முதலியார் 1964-ஆம் ஆண்டு, செப்டம்பர் 24-ஆம் தேதி (24.9.1964) தனது 91-ஆவது வயதில் காலமானார். நாடக இலக்கியத்தின் தந்தையாக, முன்னோடிகளில் ஒருவராக விளங்கும் அப்பெருமகனாரின் திருப்பாதங்களை வணங்கி, வாழ்த்தி, போற்றுவோமாக!

■■

8

மூதறிஞர் இராஜாஜி
(1878 - 1972)

‘அன்னை அடிமை நிலைபோக்கி
அறப்போர் வெற்றித் தளபதியாய்
மன்னுங் காந்தியடிகளுக்கு
வலக்கையாக நின்றுதவிய
சென்னை மக்கள் புகழ் வளர்த்த
சேலம் செல்வா! ராஜகோபாலா!
இன்னமும் நீ பல்லாண்டிவ் வுலகில்
இனிது வாழ்க! வாழ்கவே!’

- கவிமணி தேசிக விநாயகம் பிள்ளை

‘இந்தியாவில் உள்ள ஒரு சில அறிஞர்களிடம் மட்டுமே எந்தவிதமான சிக்கலான பிரச்சினையோ, திட்டம் பற்றியோ விவாதிக்க விரும்புவேன். அதில் மூதறிஞர் இராஜாஜி முதன்மையானவர். இராஜாஜியோடு நிகழ்த்திய உரையாடல்களுக்குப் பிறகு அவரோடு கருத்து ஒற்றுமை காணாவிட்டாலும், அவரோடு உரையாடி யதனால் எனக்கு நன்மையே விளையும்; அந்தக் கலந்துரையாடல் அவரோடு சில சமயங்களில் ஒத்துப்போகவும் வைத்துவிடும். அறிவுக்கூர்மையுள்ள

அந்த அறிவாளி ஒழுக்கத்தின் சிகரமாக, தியாகத்தின் சுடராகத் திகழ்கிறார். மூதறிஞர், இந்தியாவுக்குக் கிடைத்துள்ள விலைமதிப்பில்லாத பொக்கிஷம்' என்று அன்றைய பாரதப் பிரதமர் ஜவகர்லால் நேரு அவர்களால் புகழாரம் சூட்டப் பெற்றவர்தான் மூதறிஞர் இராஜாஜி.

"இராஜாஜி ஒரு தீர்க்கதரிசி. வருங்காலத்தை உணர்ந்து அதற்கேற்ற முறையில் நம்முடைய சமுதாயத்தை வகுக்க வேண்டும் என்கின்ற அடிப்படையில் பல கருத்துகளை அவர்கள் வெளியிட்டிருக்கிறார்கள். உதாரணமாக 1922-ஆம் வருடத்திலேயே அவர் சிறைச்சாலையில் இருக்கும்போது, அவருடைய தினசரி நாள் குறிப்புகளிலே ஒரு கருத்தைச் சுட்டிக் காட்டினார்கள். சுதந்திரம் வந்ததற்குப் பிறகு, இந்தியர்கள் அதிகாரத்தை ஏற்கும்போது, லஞ்ச, ஊழல் பரவி வரலாம் என்பதைக் கூறி, இதைத் தடுக்க ஆரம்ப முதலே நாம் கவனம் செலுத்த வேண்டும் என்று குறிப்பிட்டிருக்கிறார்கள். அன்று அவர் சொன்னது எவ்வளவு உண்மை என்பது இன்று நமக்குத் தெரிகின்றது. மகாத்மா காந்தியின் 'மனச்சாட்சிக் காவலர்' என்று அழைக்கப்பட்ட இராஜாஜியின் சிந்தனைகள், முக்கியமாக நம்முடைய இளம் தலைமுறையினர் தெரிந்துகொள்ள வேண்டியது மிகவும் அவசியம்' என்று அண்மைக்காலம் வரை நம்முடன் வாழ்ந்து அமரரான முன்னாள் மகாராட்டிர ஆளுநர் சி. சுப்பிரமணியம் அவர்கள் சுட்டிக் காட்டியிருப்பதையும் எண்ணிப் பார்த்தால், மூதறிஞர் என்ற சொல்லுக்கு அவர் எப்படி முன்னுதாரணமாக விளங்கியுள்ளார் என்பது தெளிவாகும்.

சக்கரவர்த்தித் திருமகனாகப் பிறந்து ஒரு சக்கரவர்த்தியாகவே அரசியலிலும், ஆன்மிகத்திலும்,

அன்றாட வாழ்க்கை நெறிமுறைகளிலும் வாழ்ந்து காட்டிய மாமேதை இராஜாஜி. அதிரலின்றி அவர் ஆற்றிய அருந்தமிழ்ப் பணிகளைப் பட்டியலிட்டால் அளவுகோல் போதாது. இந்திய தேசத்தையே ஆண்டது தொரப்பள்ளி என்னும் கிராமத்துத் தோன்றல் என்றால் அது பெரிய வரலாறுதானே!

மேற்கில் உதித்த ஆதவன்

மாதவம் செய்தவர்கட்கெல்லாம் ஆதவன் வந்து வரமளிப்பான்; ஆனால் ஆதவனே வந்து மகனாய்ப் பிறந்தால்! அப்படித்தான் ஓர் அதிசயப் பிறவியாய் தோன்றியிருக்க வேண்டும் இந்த மூதறிஞர். தமிழகத்தின் மேற்குப் பகுதியான அன்றைய சேலம் மாவட்டத்தில் 10.12.1878 அன்று நல்லான் சக்கரவர்த்தி ஐயங்கார் - சிங்காரம் அம்மையார் ஆகியோரின் இல்லறப் பயனாய்த் தொரப்பள்ளி என்னும் கிராமத்தில் பிறந்தவர்தான் இராஜாஜி. இவருக்குச் சூட்டப்பட்ட பெயர் இராஜகோபாலன். என்றாலும் செல்லமாக இராஜன் என்றே அழைப்பது வழக்கம். ஓசூர் முன்சீப் பதவி வகித்த சக்கரவர்த்தி ஐயங்காருக்குச் சம்பளம் ஐந்து ரூபாய்தான். அவர் மிகவும் சிக்கனப்பேர்வழி.

இராஜனுக்கு ஐந்து வயது ஆனபோது, கிராமத்துப் பள்ளிக்கூடத்தில் படிக்கச் செய்த சக்கரவர்த்தி ஐயங்கார் பின்னர் மேற்படிப்பு படிப்பதற்கு பெங்களூருக்கு அனுப்பி வைத்தார். தமிழ் இலக்கியத்திற்குத் தம் படைப்புகளால் இராஜாஜி என்ற பெயரில் பெருமை சேர்த்த இராஜன் அப்பொழுது தமிழ்த் தேர்வில் தேறாவிட்டாலும், பட்டதாரியானது குறிப்பிடத்தக்கது. இந்தத் தமிழ்த் தேர்வுத் தோல்வி சட்டக்கல்லூரி படிப்பின்போது மறுபடியும் தமிழ்த்தேர்வு எழுத

வேண்டிய நிர்ப்பந்தத்தைத் தந்தது. 1897-ஆம் ஆண்டு இராஜன் இந்தத் தேர்வில் தேர்ச்சியடைந்தார்.

இராஜாஜி சென்னையில் சட்டக்கல்லூரியில் சேர்ந்து சட்டப் படிப்பைப் படித்தார். அவர் பி.எல். படிக்கும்பொழுது மாணவர் விடுதி ஒன்றில் தங்கிப் படித்தார். அப்பொழுது சென்னைக்கு வந்திருந்த சுவாமி விவேகானந்தர், இராஜாஜி தங்கியிருந்த மாணவர் விடுதியில் தங்கியிருந்தார். விடுதியின் ஒவ்வோர் அறையிலும் தங்கியிருந்த மாணவர்களைக் கண்டு உரையாடி வந்த விவேகானந்தர் இராஜாஜியின் அறைக்கும் வந்தார். அந்த அறையின் உள்ளே காணப் பட்ட கண்ணன் படத்தைப் பார்த்த விவேகானந்தர் இராஜாஜியை நோக்கி, 'கண்ணன் வண்ணம் ஏன் நீலமாகக் காணப்படுகிறது' என்று வினவினார். அதற்குச் சிறிதும் தயங்காமல், 'வானமும் கடலும் எல்லையற்றவை. அவற்றின் நிறம் நீலம். கண்ணனும் எல்லையற்றவன். எங்கும் எப்பொழுதும் எல்லாமாய் இருப்பவன். எனவேதான் கண்ணனை நீலவண்ணத்தில் காட்டி யிருக்கிறார்கள்' என்று பதிலிறுத்தினார் இராஜாஜி. இதைக் கேட்டு மகிழ்ந்த வீரத்துறவி விவேகானந்தர், 'இந்த வாலிபர் எதிர்காலத்தில் ஓர் பேரறிஞராய் விளங்குவார்' என வாழ்த்திச் சென்றார். அந்த வாழ்த்து வலிமையானது என்பதால் பலித்தது. வண்ணச்சுடரென ஒளிர்ந்தது.

திருமணமும் தேச சேவையும்

சட்டப்படிப்பை முடித்த இராஜாஜி, சேலத்திற்கு வந்து வழக்கறிஞர் தொழிலைத் திறம்பட நடத்தினார். ஏறத்தாழ பதினெட்டு ஆண்டுகள் பிரபல வழக்கறிஞராய்

இருந்து பெருஞ்செல்வம் சேர்த்தார். பொதுநலத் தொண்டால் மக்களின் செல்வாக்கையும் பெற்றார்.

தமது அன்னையின் விருப்பப்படி ஹரிகதை விற்பன்னர் திருமலை சம்பங்கி ஐயங்காரின் திருமகள் மங்காவைத் திருமணம் செய்துகொண்டு அன்பும் அறனுமுடைய இல்வாழ்க்கையைப் பாங்குடனே நடத்திவந்தார். பொதுமக்களின் செல்வாக்கைப் பெற்றிருந்ததனால் சேலம் நகரவைத் தலைவரானார். அப்பொழுது தேச விடுதலைத் தீ நாடெங்கும் பரவி, இலட்சக்கணக்கான வாலிபர்களை தன்வசம் ஈர்த்துக் கொண்டிருந்தது. இராஜாஜி, காங்கிரஸ் பேரியக்கத்தில் தம்மை இணைத்துக்கொண்டு தீவிரமாகச் செயல்பட்டார். சேலத்திலிருந்து சென்னைக்குக் குடிபெயர்ந்தார்.

சென்னையில் இராஜாஜி வழக்கறிஞர் தொழிலை நடத்திக் கொண்டிருந்தபொழுது, காந்தியடிகள் சென்னைக்கு வருகை தந்தார். இராஜாஜியின் செயல்கள் காந்தியைக் கவர்ந்தது. காந்திஜியின்பால் ஏற்பட்ட பிணைப்பால் பெரும் வருவாயைக் கொடுக்கும் வக்கீல் தொழிலையும் கைவிட்டுவிட்டு, வெள்ளைக்காரர்களின் ஆட்சிக்கு எதிராகக் குரல் கொடுக்கத் தொடங்கினார். காந்தியடிகளின் ஒத்துழையாமை இயக்கத்தில் துணிந்து இறங்கினார். இந்த ஒத்துழையாமை இயக்கத்தின்போது மூன்று மாதச் சிறைத் தண்டனையும் ஏற்றார்.

வடஇந்தியாவில் சபர்மதி ஆசிரமம் நிறுவி காந்திஜி கிராம ராஜ்யத்துக்கு உதவியதுபோல, இராஜாஜி திருச்செங்கோட்டுக்கு அருகிலுள்ள புதுப்பாளையத்தில் காந்தி ஆசிரமம் நிறுவினார். இந்த இடத்தை நன்கொடையாக வழங்க முன்வந்தார் ரத்தின சபாபதி

கவுண்டர். பிரபல இலக்கிய மேதை கவிதாயினி திருமதி செளந்தரா கைலாசத்தின் தாத்தா இவர்.

காந்தி ஆசிரமத்தை நிறுவிய ராஜாஜி, கதர், மதுவிலக்கு, தீண்டாமை ஒழிப்பு ஆகிய நிர்மாணப் பணிகளில் ஈடுபட்டு ஒரு முனிவரைப் போல் வாழ்ந்தார்.

பேராசிரியர் கல்கி திருச்செங்கோடு காந்தி ஆசிரமத்தைப் பற்றிக் குறிப்பிடுகையில், **''என்னை ஆளாக்கிய ஆசிரமம் இது. விமோசனம் பத்திரிகையின் இரண்டாவது இதழிலிருந்து நானே பொறுப்பை எடுத்துக் கொண்டேன். இராஜாஜியின் கருத்துக்களையொட்டி மதுவிலக்குப் பிரசாரக் கட்டுரைகள், குறிப்புகள் முதலிய வற்றையும் எழுதிவந்தேன்''** என்கிறார். திருச்செங் கோட்டிலுள்ள காந்தி ஆசிரமம் இன்றும் கிராமங்களின் புனர் வாழ்வுக்குச் சேவை செய்து ராஜாஜியின் புகழை மங்காமல் காப்பாற்றி வருகிறது.

காந்திஜி தண்டி யாத்திரை மேற்கொண்டு உப்புப் போர் நடத்தியதைப் போல் தமிழ்நாட்டில் வேதாரண்யத் தில் உப்பு சத்யாக்கிரகத்துக்காகத் திருச்சியிலிருந்து 1930-ஆம் ஆண்டு ஏப்ரல் 13-ஆம் தேதி தொண்டர் படையுடன் இராஜாஜி சென்றார். உப்பு சத்தியாக்கிரகக் கிளர்ச்சியின்போதும் அவருக்குச் சிறைத் தண்டனை கிடைத்தது. காங்கிரஸ் பேரியக்கத்தின் கோரிக்கைகளுக் கும், காந்தியடிகளின் அறைகூவல்களுக்கும் உள்ளார்ந்து உடன்பட்டு மூதறிஞர் இராஜாஜி பலமுறை சிறை செல்ல நேர்ந்தது. சிறைக்குச் செல்லும் போதெல்லாம் தன்னுடன் திருக்குறள், திருவாசகம், திவ்வியப்பிரபந்தம், தாயுமானவர் பாடல், பட்டினத்தார் பாடல் போன்ற நன்நூல்களையெல்லாம் தன்னுடன் எடுத்துச் செல்வார்.

சிறைக்குள் இருந்த காலக்கட்டத்தில்கூட நாட்டு மக்களுக்கு தேச உணர்வையும், தமிழ் உணர்வையும் ஊட்டுவதைத் தலையாய கடமையாகக் கொண்டிருந்தார் இராஜாஜி.

வேலூர் சிறையில் இருந்தபொழுது கிரேக்க ஞானி சாக்ரடீஸ் பற்றிய நூலொன்றை எழுதினார். இராஜாஜி எழுதிய 'ஸோக்ரதர்' என்னும் நூலே தமிழில் அவர் எழுதிய முதல் நூலாகும். சிறைச்சாலையில் அவர் பெற்ற அனுபவங்களைக் கொண்டு, 'சக்கரவர்த்தி ஸ்ரீ ராஜகோபாலாச்சாரியாரின் சிறைவாசம்' என்னும் நூல் வெளியிடப்பட்டது.

பெல்லாரி சிறையில் அரசியல் கைதிகளுக்குக் கடுமையான வேலைகள் கொடுக்கப்பட்டன. அவற்றுள் ஒன்று கம்பளி நூல் பிரித்தலாகும். அந்தக் கம்பளியில் மாமிசத் துண்டம், ரத்தம் அடை அடையாக அப்பி யிருக்கும். அரசியல் கைதிகள் அவற்றைப் பிரிக்கும்போது அருவருப்படைந்தனர். அதன் துர்நாற்றம் அவர்களைப் பாதித்தது.

சோமசுந்தரம் என்னும் தொண்டர் ஒருவர் இராஜாஜியை அணுகி, 'கம்பளி நூல் நூற்பது மிகக் கஷ்டமாகவும், துன்பமாகவும், அருவருப்பாகவும் இருக்கிறது. எனவே வேறு வேலை வாங்கித் தரும்படி' வேண்டினார்.

'நாம் கஷ்டப்படத்தானே ஜெயிலுக்கு வந்திருக் கிறோம். கஷ்டப்படாமலிருக்கச் சுலபமான வழி இருக் கிறது. நாங்கள் சத்தியாக்கிரகத்தில் சேரவில்லை என்று கால் கடுதாசியில் எழுதிச் சர்க்காருக்கு அனுப்பிவிட்டால் சிரமம் நீங்கிவிடும்!' என்றார் இராஜாஜி.

சத்தியாக்கிரகிகள் தங்கள் தவற்றை உணர்ந்து பழையபடி அந்த அவலமான வேலையைச் செய்து வந்தனர். இதற்குள் இந்தச் செய்தி மேலதிகாரிகளுக்குத் தெரியவே அவர்கள் அரசியல் கைதிகளுக்கு வேறு வேலைகளைக் கொடுத்தனர். துன்பத்தையும் இன்பமாகப் பாவிக்கும் இயல்பு சத்தியாகிரகிகளுக்கு மட்டுமே சாத்தியப்படும் என்பதற்கு இது ஓர் எடுத்துக்காட்டு.

தமிழக மேடைகளில் ஆங்கிலத்திலேயே உரையாற்றும் பழக்கம் கொண்டிருந்த தமிழ்நாட்டுத் தலைவர்கள் சிலரை, தமிழில் பேசும்படி செய்த பெருமை இராஜாஜிக்கு உண்டு. அவர் ஆங்கிலத்தில் திறமை யோடும், நயத்தோடும் சரளமாகப் பேசக்கூடியவர்தான் என்றாலும், மேடைப் பேச்சுக்களில் தமிழ்மொழிக்கே முன்னுரிமை அளித்தார்.

1937-ஆம் ஆண்டு இந்தியாவில் நடந்த தேர்தலில் பல இடங்களில் காங்கிரஸ் அமோக வெற்றி பெற்றது. தமிழகத்தில் சென்னை மாகாணத்தின் பிரதமராக இராஜாஜி பதவி ஏற்றார். தமது பதவிக்காலத்தில் இராஜாஜி எளிய வாழ்க்கை வாழ்ந்து அரசியல்வாதி களுக்கு வழிகாட்டியாக விளங்கினார். 'என் நம்பிக்கை உங்களிடம் மையப்பட்டிருப்பது உங்களுக்குத் தெரியும்' என்று மகாத்மா காந்தி தந்தி அனுப்பினார். இராஜாஜியை 'தம் மனசாட்சியின் காவலர்' என்று மகாத்மாவே போற்றினார்.

தமிழ்த்தொண்டு

அமைச்சர் பொறுப்பில் இருந்த இராஜாஜி ஒருமுறை கல்கத்தா சென்றிருந்தபோது வங்கக்கவி இரவீந்திரநாத் தாகூரின் சாந்தி நிகேதனுக்குச் சென்றிருந்தார். அங்குள்ள

நூல் நிலையத்தில் தமிழ் நூல்கள் இடம்பெறாமலிருந்தது அவருக்குப் பெரும் அதிர்ச்சியாக இருந்தது. அவர் டெல்லிக்குத் திரும்பியதும், இராஜா சர் அண்ணாமலை செட்டியாருக்கு சாந்தி நிகேதனில் உள்ள நிலைமையை விளக்கி ஒரு கடிதம் எழுதி அந்நூலகத்தில் தமிழ் நூல்களை இடம்பெறச் செய்வதற்கு ஏற்பாடு செய்யும் படி கேட்டுக்கொண்டார். உடனே அண்ணாமலை செட்டியார் ஏராளமான நூல்களைத் திரட்டி ரசிகமணி டி.கே.சி., பேராசிரியர் கல்கி, தமிழ்ப்பண்ணை சின்ன அண்ணாமலை போன்றவர்களிடம் அளித்து சாந்தி நிகேதனில் தமிழ் நூலகம் அமையச் செய்தார்.

1947-இல், மேற்கு வங்க ஆளுநராகப் பொறுப்பேற்ற இராஜாஜி, விசுவபாரதி (சாந்திநிகேதன்) பல்கலைக் கழகத்தின் வேந்தரானார். அப்பொழுது அங்கு தமிழ் நூலகம் சிறப்புற இயங்குவதுகண்டு அகமிக மகிழ்ந்தார்.

'ஸோக்ரதர்', 'கண்ணன் காட்டிய வழி', 'குடிகெடுக்கும் கள்', 'மார்க்கஸ் அரேலியர் உபதேச மொழிகள்', 'இராஜாஜி குட்டிக்கதைகள்', 'உபநிஷதப் பலகணி', 'திருக்குறள் ஆங்கில மொழிபெயர்ப்பு', 'சிசுபாலன்', 'தாவரங்களின் இல்லறம்', 'தமிழில் வருமா அபேதவாதம்' போன்றவை அந்தக் காலக் கட்டங்களில் வெளிவந்தன.

இந்தியாவுக்குக் குடியரசுப் பிரகடனத்தைச் செய்யும் பாக்கியம் கவர்னர் ஜெனரலாக இருந்த இராஜாஜிக்கே 26.1.1950-இல் வாய்த்தது. சுதந்திரப் போராட்டத்தில் இராஜாஜியின் சேவைகளை எண்ணி அந்த முக்கிய பிரகடனம் செய்யும் பொறுப்பை இராஜாஜிக்கே வழங்கினார் பண்டித நேரு.

1950-இல் இராஜேந்திர பிரசாத் இந்திய நாட்டின் முதல் குடியரசுத் தலைவரானதால், இராஜாஜி சென்னைக்குத் திரும்பிவர நேர்ந்தது.

சென்னை வந்த இராஜாஜியை 'கல்கி' அவர்கள் மிகச் சரியாகப் பயன்படுத்திக் கொண்டு பயனுள்ள இலக்கியங்களைத் தம் இதழில் படைத்துத் தருமாறு வேண்டினார். கல்கியில் இராஜாஜி எழுதிய 'வியாசர் விருந்து', 'சக்கரவர்த்தித் திருமகன்' ஆகிய இரண்டு தொடர்களும் நூல்களாக வந்தன. பின் அவை மக்களுக்குப் புரியக்கூடிய பழக்கமான பெயர்களிலேயே, 'மகாபாரதம்', 'இராமாயனம்' என்று வெளியிடப்பட்டன. மூதறிஞர் இராஜாஜி எழுதிய 'இராமாயண'த்திற்கு 'சாகித்ய அகடமி' பரிசளித்துப் பெருமைப்படுத்தியது.

மெய்யுணர்வை வெளிப்படுத்தும் வகையில் 'திருமூலர் தவமொழி', 'முதல் மூவர்', 'கைவிளக்கு', 'ஆத்ம சிந்தனை' போன்ற நூல்களை எழுதியருளினார் மூதறிஞர்.

'எவன் பிறரிடம் நெறிதவறி நடக்கிறானோ, அவன் தனக்கே கேடு விளைவித்துக் கொள்கிறான். எவன் பிறருக்கு அநீதி செய்கிறானோ, அவன் தன் சுபாவத்தைத் தீமையாக்கிக் கொண்டு தனக்கே அநீதி செய்து கொள்கிறான்.'

'பசுவைப் பாதுகாக்கச் சொல்வது பாலுக்காக அல்ல; குதிரை பசு இவற்றை வைத்திருக்கும் வீட்டில் குழந்தை களின் சுபாவமே வேறு; வாடகை வண்டியில் ஏறி, விலைக்குப் பால் வாங்கும் வீட்டுக் குழந்தைகள் சுபாவம் வேறு.''

"அரசியல் தகப்பனாரைப் போன்றது. தர்மம் தாயாரைப் போன்றது. இரண்டும் இணைந்து இருந்தால்தான் நல்லறம்.''

"எல்லா வித்தையையும் சாமர்த்தியமாகச் செய்யக் குரங்குக்குக் கற்றுக் கொடுத்துவிடலாம். நாகரிகச் சீமான்போல் அது சூட்டும்கோட்டும் போட்டு டர்பன் கட்டிக்கொண்டு சீமான் செய்கிற எல்லாம் செய்யும்படி நாம் பழக்கிவிடலாம். ஆனாலும் அது குரங்குதான். நடவடிக்கையில் அது என்ன நாகரிகம் செய்தாலும், உள்ளத்தில் நாகரிகத்தை உணராததுதான். வெளியிலே செய்கிற காரியத்துக்கும், அதை மெய்யாலுமே உள்ளேயிருந்து தோற்றுவிக்க வேண்டிய உள்ளத்துக்கு இருக்கவேண்டிய இணைப்பும் ஐக்கியமும் அதனிடம் இல்லை. நான் இந்தக் காரியங்களைச் செய்யக் கற்றுக் கொண்டிருக்கிறேன் என்று காட்டவே அவற்றைக் குரங்கு செய்கிறது. காரியத்துக்கு மூலமான மனத்தின் உணர்ச்சி இல்லாமலே அதுவும் ஒரு கட்டாயத்தின் மேல் குரங்காட்டிக்காகச் செய்கிறது.'' இப்படி ஏராளமான சிந்தனைகளை அவரது படைப்புகளிலிருந்து எடுத்துக் காட்டலாம்.

தேசியக்கவி பாரதிக்கு 'கல்கி' முயற்சியால் எட்டையபுரத்தில் மணிமண்டபம் உருவானபோது அதற்கு அடிக்கல்நாட்டி, பின் திறந்துவைக்கும் பாக்கியம் பெற்றவர் இராஜாஜி. இதைப்போலவே, 9.2.1949-இல் தூத்துக்குடி துறைமுகத்தில் வ.உ.சி. கப்பலை மிதக்கவிட்ட பெருமையும் பெற்றவர்.

வாதத்திறமையால் வழக்கறிஞராகி, சமூக சேவையால் நகரவைத் தலைவராகி, மக்கள் தொண்டால்

மாநில பிரதமராகி, தேசநேச அக்கறையால் இந்தியத் திருநாட்டின் கவர்னர் ஜெனரலாகி, மெய்ஞ்ஞானம் பெற்ற முனிவராய் வாழ்ந்து, இறுதி நாட்களில் தவறுகளைத் தட்டிக்கேட்க சுதந்திராக் கட்சி என்னும் கட்சியையும் உருவாக்கிய மூதறிஞர் இராஜாஜி, சுமார் முக்கால் நூற்றாண்டுகாலம் இம்மக்களுக்காகப் பாடுபட்டார். 25.12.1972 அன்று தன்னுடைய தொண்ணூற்று நான்காம் வயதில் ஏசுபெருமான் அவதரித்த தினத்தில் இவ்வுலகை விட்டு மறைந்தார்.

'மாநிலம் பயனுற வாழ்வதற்கே' வாழ்ந்த சிந்தைத் திறமும், செயல்திறமும் கொண்ட, தீர்க்கதரிசி மூதறிஞர் இராஜாஜி அவர்களுக்கு, சென்னை கிண்டி காந்தி மண்டபம் அருகே நினைவாலயம் அமைத்து சிறப்பித்தது அன்றைய தமிழக அரசு.

தமிழ் மண்ணில் பிறந்து, தாய்நாட்டின் தலைமைப் பொறுப்பை ஏற்குமளவிற்கு உயர்ந்த உத்தமர், அரசியல் ஞானி, ஆன்மிக ராஜகுரு, இராஜாஜியின் அயராத உழைப்பைப் போற்றி, அவர் மலரடி வணங்கி வாழ்த்துவோமாக!

9

சிவக்கவிமணி
சி.கே. சுப்பிரமணிய முதலியார்
(1878 - 1961)

'என்றும் இன்பம் பெருகும் இயல்பினால்
ஒன்று காதலித்து உள்ளமும் ஓங்கிட
மன்று ளாரடி யாரவர் வான்புகழ்
நின்ற தெங்கும் நிலவி உலகெலாம்'

- பெரிய புராணம்

'உலகெலாம்' எனத் தொடங்கி, 'உலகெலாம்' என முடியும் சேக்கிழார் பெருமான் எழுதிய செஞ்சொற் காப்பியம் 'திருத்தொண்டர் புராணம்.' பெரியபுராணம் என்றே தற்பொழுதுஅழைக்கப்படுகிறது. 'உலகெலாம்' என்று தொடங்கும் பெரியபுராணத்தின் முதல் அடிக்கு பக்திச்சுவை சொட்டச் சொட்ட சுந்தரத் தமிழில், இன்னிசையுடன் விளக்கமளித்து இம்மண்ணில் மனிதநேய ஒளியைப் பரவச் செய்தவர் வடலூர் வள்ளல் இராமலிங்க அடிகள்.

ஆழியைத் தன்னுள் அடக்கிய அருட்சுழியில் பிறந்து அண்ணாமலையில் அமர்ந்த ஆன்மஞானி பகவான்

ரமணருக்கு ஆன்ம விழிப்பை இளம்வயதிலேயே ஏற்படச் செய்தது தெய்வத் திருமகன் சேக்கிழார் அருளிய பெரியபுராணமே.

'திருநெறிய தமிழ்' என்றும், 'தெய்வத் தமிழ்' என்றும் போற்றப்படும் பெரியபுராணம் இராமலிங்க அடிகளை யும், ரமணரையும் ஈர்த்ததுபோல சின்னஞ் சிறு வயதிலேயே அதன்பால் நாட்டம்கொண்டு பிற்காலத்தில், 'சேக்கிழார் திருக்கூட்டம்' என்றோர் அமைப்பை உருவாக்கித் திருத்தொண்டர்கள் வரலாற்றை மக்கள் செவிமடுத்துப் பயனுற வேண்டும் என்று பக்தி இலக்கியப் பணியைச் செய்தவர்தான் கோவையில் வாழ்ந்த வழக்கறிஞர் சிவக்கவிமணி சி.கே. சுப்பிரமணிய முதலியார்.

கருவிலே திருவுடையார்

கொங்குநாட்டைச் சேர்ந்த கோவை மாநகரில் மங்காப் புகழுடன் முதன்மையாளராய்த் திகழ்ந்தவர்தான் தமிழ்ப்புலமை மிக்க கந்தசாமி முதலியார். முதன்மை யாளர் என்ற பொருளில்தான் 'முதலியார்' என்ற பட்டம் தொண்டை மண்டலத்தில் வாழ்ந்த வேளாளப் பெருமக்களுக்கு அரசர்களால் அளிக்கப்பெற்றது. முதலியார் பட்டம் பெற்றவர்கள் மன்னர்களுக்கு முடிசூட்டும் உரிமையை பெற்றிருந்திருக்கின்றனர். எனவே முதலியார்களை 'கொண்டை கட்டிகள்' என்றும் கூறுவதுண்டு என்பார்கள். வழக்கறிஞர் கந்தசாமியும் முதலியார் வகுப்பைச் சார்ந்தவராதலால் இயல்பாகவே அவருக்கென்று ஒரு பாரம்பரியப் பெருமை உண்டு. சைவ சமயத்தில் ஈடுபாடு கொண்ட கந்தசாமி முதலியார், தன்னுடைய இல்லத்திலேயே 'சைவப் பிரசங்க சாலை'

என்னும் ஓர் ஆன்மிக அமைப்பை உருவாக்கி, வாரத்தில் ஒருநாள் சைவ சமயச் சொற்பொழிவாற்றி, செவிச்சுவை நுகரவரும் மாந்தர்க்கு வயிற்றுக்கும் உணவளித்து மகிழ்வார். அத்தகைய பெருமகனாருக்குத் துணைவியாக அமைந்தர் வடிவம்மை.

கந்தசாமி முதலியார் - வடிவம்மை ஆகிய இருவரின் இல்லறப் பயனாய் 20.2.1878-இல் பிறந்தவர்தான் சுப்பிரமணியன். தமிழ் மொழியும், சைவநெறியும் தழைத்துச் செழித்த குடும்பத்தில் பிறந்ததனால் சிறுவயதிலேயே மொழிப்புலமையும், முறையான கல்வியறிவும் காணப்பட்டது. தமது தந்தையார் இல்லத்தில் நிகழ்த்தும் பேருரைகளை மிக ஆவலுடன் கேட்டு மகிழ்வார். சுப்பிரமணியனின் ஆர்வத்தை அறிந்த அவரது தந்தையார் அவரை நன்றாகப் படிக்க வைத்தார். உயர்நிலைக் கல்வி பெறும்பொழுது கந்தசாமி முதலியார் மரணமடைந்ததால், சுப்பிரமணியன் தனது தாயாரின் அரவணைப்பில்தான் வளர்ந்தார்.

தந்தையின் கனவுகளை நனவாக்க வேண்டும் என்ற இலட்சியத்தோடு, பெரும் புலவர் திருச்சிற்றம்பலம் பிள்ளையிடம் சென்று சேர்ந்து தமிழை முறையாகப் பயிலத் தொடங்கினார். இலக்கண, இலக்கியச் செறிவு பெற்றார். பிறகு சென்னையில் தங்கி இளங்கலைத் தேர்வு எழுதி மாநிலத்திலேயே முதன்மை பெற்றார். தமிழில் மாநிலத் திலேயே முதல் மதிப்பெண் பெற்றுத் தங்கப் பதக்கமும் பெற்றார்.

மொழிபெயர்ப்பில், மாணவராக இருந்தபொழுதே ஓர் அரிய சாதனை செய்தமைக்காக ரூ. 120/- சிறப்புப் பரிசும் வழங்கப்பட்டது. அதாவது ஆறடிகள் கொண்ட

ஓர் ஆங்கிலக் கவிதையை தமிழ்க் கவிதையாக வழங்க வேண்டும் என்பதுதான் மொழிபெயர்ப்பிற்கான நோக்கம்.

மாணவர் சுப்பிரமணியனோ அதனை எட்டடிகள் கொண்ட ஓர் இனிய 'ஆசிரியப்பா'வாக மொழி பெயர்த்துத் தம் ஆசிரியர்களையே 'பா'வால் திணறடித்து விட்டார். உரைநடையில் எழுதுகின்றபொழுதே, மூலக்கவிதையின் உணர்ச்சியை, கருவை, கற்பனையை, ஒட்டுமொத்தமான உள்ளீட்டை மொழிபெயர்க்க முடியாது. அப்படிப்பட்ட நிலையில், மற்ற மாணவர்கள் திணறிக் கொண்டிருக்க, சுப்பிரமணியனோ மூலத்தின் தன்மை மாறாமல் முழுமையாக இனிமையாக எட்டடிக் கவிதையை எழுதித் தேர்வாளரின் கவனத்தைக் கவர்ந்துவிட்டார்.

கவிதையைத் திரும்பத் திரும்ப படித்துச் சுவைத்த தேர்வாளர் வியந்துபோனார். மாணவரின் ஆற்றலைப் பாராட்டி கவிதையின் ஒவ்வொரு அடிக்கும் ரூ. 15/- வீதம் பரிசு வழங்கலாம் என்று பரிந்துரை செய்தார். அப்பொழுது பவுன் ஒன்று ரூபாய் பதினைந்துதான் விலையாம். மாணவர் சி.கே. சுப்பிரமணியம் மொழிபெயர்த்த எட்டடிக் கவிதைக்கு ரூ. 120/- பரிசாக வழங்கப்பட்டது.

மாணவப் பருவத்திலேயே அவ்வளவு தொகையை ஒரு எட்டடிக் கவிதைக்காகப் பரிசாகப் பெற்ற சி.கே. சுப்பிரமணியம், அந்தத் தொகையைக் கொண்டு, பெறுதற்கரிய பெரும் பரிசொன்றைப் பெறுவதற்குக் காரணமாய் அமைந்த தமக்குத் தமிழறிவைப் போதித்த திருச்சிற்றம்பலம்பிள்ளை எழுதிவைத்த 'மாணிக்கவாசகர்' எனும் அரியநூலை அச்சிட்டு வெளியிட்டார்.

தினைத்துணை அளவு உதவியையும் பனைத் துணையாய்க் கொண்டு பாங்குடன் செயல்பட்ட சி.கே. சுப்பிரமணியனின் செய்நன்றியறியும், குணத்தையும், தமிழேட்டை வெளியிட்ட உணர்வையும் தமிழுலகமே வரவேற்றுப் போற்றியது.

நன்றி பாராட்டும் குணமுடைய சி.கே. சுப்பிரமணிய முதலியாரே பின்னாளில் நன்றியின் சின்னமாக விளங்கினார் என்பதை வரலாறு நமக்கு உணர்த்துகிறது.

கோவை சிறைச்சாலையில், கப்பலோட்டிய தமிழன் வழக்கறிஞர் வ.உ. சிதம்பரனார் செக்கிழுத்தும், கல்லுடைத்தும் பல்வேறு கொடுமைகளுக்குள்ளானபோது அதை அம்பலப்படுத்தி நீதிமன்ற விசாரணைக்கு கொண்டு வந்தவர். அவருக்கு அவ்வப்போது அருமருந்தாய் விளங்கி, ஆறுதல் தந்தவர் சி.கே. சுப்பிரமணியம். சிறையில் தாம் வாடியபோது உதவிய சி.கே. சுப்பிரமணியத்தின் நினைவாகத்தான் வ.உ.சி. தமது புதல்வர்களில் ஒருவருக்கு சுப்பிரமணியன் என்று பெயரிட்டும், மகளுக்கு இவரது மனைவி மீனாட்சி பெயரையும் சூட்டி, தன் நன்றியினைக் காட்டியுள்ளார். அப்படிப்பட்ட சிறப்புடைய சி.கே.சு. இளங்கலை படிப்பு முடித்து, சட்டம் பயின்று வழக்கறிஞராகக் கோவைக்கு வந்தார்.

சைவ இலக்கியப் பணி

கோவையில் புகழ்பெற்ற வழக்கறிஞராய் விளங்கிய சி.கே. சுப்பிரமணிய முதலியாருடன் மற்றொரு வழக்கறிஞரும், நண்பரானார். அவர்தான் பன்மொழிச் சுரங்கம், கோவைக் கிழார் என்று அன்புடன்

அழைக்கப்பட்ட சி.எம். இராமச்சந்திரன் செட்டியார். இவ்விரு பெருமக்களும் இணைந்து கோவை நகரில், செந்தமிழ் மணமும், சிவநெறி மணமும் கமழ்ந்திட, தூங்கிக் கிடந்த சைவத்தமிழைத் தட்டியெழுப்பி புத்துயிரூட்டினர். தம் தந்தை கந்தசாமி முதலியார் ஏற்கனவே உருவாக்கியிருந்த ‘சைவப்பிரசங்க சாலை’யை மீண்டும் தழைக்கச் செய்தார்.

தேவாரப் பாடசாலை ஒன்றை நிறுவியதோடு, ‘சேக்கிழார் திருக்கூட்டம்’ என்ற அமைப்பையும் உருவாக்கித் திருத்தொண்டர் புராணத்தைத் தொடர் சொற்பொழிவு செய்து மக்கள் பயனுறச் செய்தார். தவிரவும், தமிழ்த்துறையிலும், சமயத்திலும் புகழ்பெற்ற சான்றோர் பலரைக் கோவைக்கு அழைத்து அவர்கள் வாயிலாகவும் உரை நிகழ்த்தச் செய்தார். வாரச் சொற்பொழிவுகள், மாணவர்களுக்குத் தமிழ்த்தேர்வு நடத்திப் பரிசளித்தல், நூல் நிலையங்கள் நிறுவுதல், தமிழ் விழாக்கள், திருமுறை விழாக்கள் நடத்துதல் ஆகியவற்றில் நாளும் ஈடுபட்டுச் சைவமும், தமிழும் தழைத்தோங்கச் செய்தார்.

தமிழகத்தில் உள்ள திருக்கோயில்களின் பெருமைகளை அவற்றின் கலையம்சங்களை, வரலாற்றுப் பின்னணிகளை மக்கள் அறிந்துகொள்ள வேண்டும் என்னும் நோக்கில், ‘திருக்கோயில் பயணத்திட்டம்’ ஒன்றை வகுத்துத் தாமே தலைமை ஏற்று, கோவை மக்களைத் தமிழ்நாட்டின் திருக்கோயில்களுக்கு அழைத்துச் சென்றார். உரைவளத்தோடு அவருக்கு எழுத்துவளமும் கைகூடி வந்தது. சொல்லும், எழுத்தும் அவரைப் பொருள் பொதிந்த திருமகனாய் வலம் வரச் செய்தது.

சென்னைப் பல்கலைக் கழகத்தில் அவர் ஆற்றிய 'சேக்கிழார்' பற்றிய பேருரை, பின்னாளில் நூல் வடிவம் பெற்று ஆய்வுப் பதிவாக விளங்கியது. 'மாணிக்கவாசகர் அல்லது நீத்தார் பெருமை', 'திருத்தொண்டர் புராண விரிவு' ஆகிய இரு திருநூல்களும் அவரது உழைப்பில் விளைந்த இலக்கியச் செல்வங்களாகும்.

ஆயிரம் பிறை கண்டவர்

சிவக்கவி மணியாய்த் திகழ்ந்த சி.கே.எஸ். அவரது முதல் மனைவி மறைந்தவுடன் அவ்வம்மையாரின் தங்கையையே இரண்டாம் மனைவியாக ஏற்றுக் கொண்டார். அவரது அறுபதாம் ஆண்டு நிறைவு விழா 1938-ஆம் ஆண்டில் நடைபெற்றது.

இரவென்றும் பகலென்றும் பாராது அயராது படித்துக்கொண்டே, எழுதிக்கொண்டே இருப்பார். முதுமை வந்தபோதும் அயர்வை விரட்டி ஆர்வத்துடன் எழுதுவார். அவர் படிப்பதற்கோ, எழுதுவதற்கோ கண்ணாடி அணிந்ததே இல்லை. இரவு நேரங்களில் எண்ணெய் விளக்குகளையே பயன்படுத்துவார். எழுதுகிறபோதுகூட இறகு எழுதுகோலைத்தான் பெரிதும் பயன்படுத்துவார். அறிவியல் வளர்ந்து, மின்சாரமும், ஊற்றுப்பேனாவும் வந்த காலத்திலும், எண்ணெய் விளக்கையும், இறகு எழுதுகோலையுமே அப்பெருமகனார் பயன்படுத்தி வந்துள்ளார்.

சைவஞானப்பழமாய் விளங்கிய அப்பெருமகனார் தம்முடைய அறுபதாம் ஆண்டு நிறைவு விழாவிற்குப் பிறகு இல்லறம் நீங்கி துறவறம் பூண்டார். இல்லற வாழ்க்கையில் ஈடுபட்டிருந்த காலத்திலும் ஏறக்குறைய ஒரு ஞானத்துறவியாய் விளங்கிய அவரைப்பற்றி சைவ

மடாலயங்கள் யாவும் நன்கறியும். அவரது இறைப் பணியைப் பாராட்டாத திருமடங்களே இல்லை யெனலாம். அத்தகு பெருமை வாய்ந்த சிவக்கவிமணி சி.கே. சுப்பிரமணிய முதலியார் மதுரை திருஞான சம்பந்தர் திருமடத்துத் தலைவரை அணுகி துறவுகொள்ள விரும்புவதாகக் கூறினார். அந்தத் திருமடத்துத் தலைவரும் சிவத்திருக்கவிமணியின் வேண்டுகோளை ஏற்று துறவு நெறி வழங்கி, 'சம்பந்த சரணாலயத் தம்பிரான்' என்னும் அபிடேகப் பெயர் சூட்டி பாலித்தார்.

சுமார் 83 ஆண்டுகள் வாழ்ந்து, ஆயிரம் பிறை கண்ட அப்பெருமகனார் 1961-ஆம் ஆண்டு ஜனவரி 24-ஆம் நாள் (24.1.1961) சமாதியடைந்தார். அச் சிவநெறிச் செல்வரின் திருமேனியைத் திருப்பேரூர் பட்டி விநாயகர் திருக்கோயிலின் பின்புறத்தில் குகைக்கோயில் அமைத்து வழிபட்டனர். வழிபாட்டுக்குரிய அந்தத் திருத்தொண்டர் வாழ்ந்த திசைநோக்கித் தொழுது அவர் மலர்ப்பாதம் போற்றுவோமாக!

■ ■

துணை நூல் : குன்றக்குடி பெரிய பெருமாள் எழுதிய 'தமிழ் வளர்த்த நல்லறிஞர்கள்'

10

நாவலர் சோமசுந்தர பாரதியார் (1879 - 1959)

‘நல்லதமிழ் நங்கைவளம் நாடுதுநாம் நாடி
நானிலத்து மேன்மொழிகள் நல்குபல நலமும்
எல்லையறு மெழிலிளையாட் கணிந்து மகிழ்ந் தேத்தி
என்றுமிசை வளர்க்கு வம்பல் லாண்டுநிதம் பாடி!’

- நாவலர் சோமசுந்தர பாரதியார்

‘தமிழனுக்கு உண்டாகியுள்ள தமிழறியாமையாகிய நோயால், சன்னி பிறந்து தக்கபடி, ‘தமிழன்’ என்ற உணர்ச்சி மருந்தைச் செலுத்திச் சிகிச்சை செய்யாவிடின், தமிழ்ப்பான்மை தளர்ந்து சோர்ந்து, தமிழன் என்னும் தகுதிப்பாட்டில் செத்துமடிவான் என்பது நிச்சயம். இவ்வாறு தமிழன் வீழ்ச்சி குறித்து வந்திருக்கும் நிலையை மாற்றுவது அருமையன்று. இவனுக்கு வந்திருக்கும் மூளைக் கொதிப்பு (சன்னி) நலந்தராத கலப்பு மொழிக் கலையுணவாலாகிய விஷத்தைப் போக்குதல் வேண்டும். இவனுக்கு எளிதில் செரிக்கக்கூடிய மென்மையான உணவுகளை கொடுப்பது போலத் தற்காலத் தமிழன் விரைவில் சிரமமின்றி தெளிவாய் அறிந்துகொள்ளக் கூடிய எளிய நூல்களாகிய தமிழ் உணவு தந்து,

தனித்தமிழனாக்க வேண்டும்' எனத் தமிழனுக்கு நேர்ந்த வீழ்ச்சி குறித்து அதைப் போக்கும் வழிமுறைகளை வகுத்துத் தந்தவர் இக்கால நக்கீரராக வாழ்ந்த சோமசுந்தர பாரதியார்.

அண்ணல் காந்தியடிகளைத் தென் தமிழகத்திற்கு முதன்முதலாக வரவழைத்தவர்; கப்பலோட்டிய தமிழர் வ.உ. சிதம்பரனாரோடு சேர்ந்து விடுதலை முழக்கமிட்டு அவர் தோற்றுவித்த கப்பல் கம்பெனியின் செயலராளராக இருந்தவர். 'நாடு-மொழி-இனம்' இம்மூன்றனுக்கும் பாடுபட்டு, தம் குடும்பத்திலிருந்து ஏழு பேரைச் சிறைக்கு அனுப்பி, இந்திய விடுதலை வரலாற்றிலேயே தமக்கென தனியிடத்தை ஏற்படுத்திக் கொண்ட தனித்தமிழர், நாவலர் சோமசுந்தர பாரதியார்.

பிறப்பும் - கல்வியும்

நெல்லை மாவட்டம் எட்டையபுரத்தில் 28.7.1879-இல் எட்டப்ப பிள்ளை - முத்தம்மாள் இவ்விருவரின் இல்லறப் பயனாய்த் தோன்றியவரே நாவலர் சோமசுந்தர பாரதியார்.

தம் குலத்தில் பேரும் புகழும் கொண்ட 'சைவ சித்தாந்த சண்டமாருதம்' சூளை சோமசுந்தர நாயகரைப் போல், தம்முடைய மகனும் பிற்காலத்தில் விளங்க வேண்டும் என்று எண்ணிய எட்டப் பிள்ளை, 'சோம சுந்தரம்' எனப் பிள்ளைக்குப் பெயர் சூட்டினார். இப்பெயருக்கு முன் 'சத்யானந்த' எனும் அடைமொழியும் சேர்ந்து, 'சத்தியானந்த சோமசுந்தரம்' என்றாயிற்று. இவருக்குப் பின் முத்துலக்குமி, கமலாம்பாள், ஞானாம்பாள் என்னும் மூன்று பெண்மணிகள் பிறந்தனர். பிற்காலத்தில் 'பாரதியார்' பட்டம் பெற்றதிலிருந்து

'ச.சோ. பாரதியார்' என்றும், 'நாவலர்' என்னும் பட்டம் பெற்றதிலிருந்து 'நாவலர் பாரதியார்' என்றும் அழைக்கப் பட்டார்.

தமது *13*-ஆம் வயதுவரை அரண்மனையிலேயே வளர்ந்த நாவலர் பாரதியார், பிறந்த ஊரில் தொடக்கக் கல்வியும், பின் திருநெல்வேலியில் உள்ள சர்ச் மிஷன் உயர்நிலைப் பள்ளியில் பள்ளிக் கல்வியும், அப்பள்ளி யோடு இணைந்திருந்த கல்லூரியில் இடைக்கலை கல்வியும் (FA) பெற்றார். சென்னை கிறித்துவக் கல்லூரியில் பி.ஏ. பட்டம் பெற்று, பின்னர் சட்டக் கல்லூரியில் பயின்று வழக்கறிஞர் தகுதியும் பெற்றார். வழக்கறிஞராக இருக்கும்பொழுதே *1913*-இல், தமிழ் எம்.ஏ. தேர்வு எழுதி வெற்றி பெற்றார்.

தேசியக்கவி சுப்பிரமணிய பாரதியும் இவரும் ஒரே ஊரில் பிறந்து, ஒன்றாகவே கல்வி பயின்று நண்பர்களாக வளர்ந்தவர்கள். அவர்கள் இருவரும் நெல்லையில் படித்த காலத்தில் வெண்பாப் புனையும் போட்டியில் பங்குகொண்டு பலரது பாராட்டையும் பெற்றனர். கிறித்தவக் கல்லூரியில் பயின்றபோது, பரிதிமாற் கலைஞரும், கோபாலாச்சாரியாரும், மறைமலை அடிகளாரும் அவருக்கு ஆசிரியராக வாய்த்திருந்தனர்.

இல்லற வாழ்க்கை

1894-ஆம் ஆண்டு, தனது *15*-ஆவது வயதில் நாவலர் மீனாட்சி என்னும் பெண்மணியை 'திருவிடை மருதூர்த் திருத்தாண்டகப் பதிகம்' ஓத, சைவ திருமுறைப்படி, தமிழ்த்திருமணம் செய்துகொண்டார். இவ்விருவருக்கும் பிறந்த மக்கள் மூவர். மூத்தவர் டாக்டர் இராசாம் பாரதி *30.3.1898*-இல் பிறந்தார். இரண்டாம் மகன்

இலக்குமிரதன் பாரதி எம்.ஏ., பி.எல்., (16.2.1903)இல் பிறந்தார். மூன்றாவதாக 13.10.1905-இல் பிறந்தவர் பாரதியாரின் மகள் இலக்குமிபாரதி.

மீனாட்சி அம்மையார் நோய்வாய்பட்டதனால், நாவலர் பாரதியார், வசுமதி என்னும் பெண்மணியை 1.12.1927-இல் இரண்டாம் திருமணம் செய்துகொண்டார். இதன்பின் நோயுற்றிருந்த முதல் மனைவி மீனாட்சி அம்மையார் இயற்கை எய்தினார்.

இரண்டாவது மனைவி மூலம், இரண்டு பெண்மக்கள் பிறந்தனர். மூத்தவர் மீனாட்சி 28.2.1929-இல் பிறந்தார். இரண்டாவது பெண் லலிதா அம்மையார். (மருத்துவர் லலிதா காமேஸ்வரன்).

வழக்கறிஞர் பணி

சட்டப்படிப்பு முடிந்ததும், தானே தன்னிச்சையாக வழக்கறிஞர் தொழிலை மேற்கொண்டார். தூத்துக்குடியில் 1905 முதல் 1920 வரையிலும், மதுரையில் 1920 முதல் 1933 வரையிலும் வழக்கறிஞராகப் பணியாற்றி பெரும் பொருள் ஈட்டினார்.

புதுமையான வழக்குகள்

அந்நாளில் கள்ளுக்கடை மறியலில் ஈடுபட்ட காங்கிரஸ் தொண்டர் என். சோமயாசுலு என்பவர் மீது அரசு வழக்குத் தொடர, அவர் தமக்காக வாதாட வீரர் வ.உ. சிதம்பரனாரை அணுகினார். ஆனால் வ.உ.சி.யோ வாதிட வல்ல வழக்கறிஞர் நாவலர் பாரதியார்தான் என்று கூறி பாரதியாரை அணுகும்படி கூறிவிட்டார். கோவில்பட்டியில் நடந்த இவ்வழக்கில் நாவலர் பாரதியாரின் வாதம் வென்றது.

திருச்செந்தூர் திருமுருகன் கோயிலுக்குள் அக்காலத்தில் சில எண்ணெய் வியாபாரிகள் நுழையக் கூடாதென்ற நிலை இருந்தது. இதனை எதிர்த்து உயர்நீதிமன்றம் வரை சென்று வெற்றிக்காக வாதாடி அவர்கட்கு வெற்றி தேடித் தந்தார்.

செட்டிநாட்டில் 'பீமகவி' என்ற தமிழ்ப்புலவருக்கும், 'பண்டிதமணி' மு. கதிரேசஞ் செட்டியாருக்குமிடையே கருத்து வேறுபாடு இருந்தது. பீமகவியின் சொற்பொழிவு ஒன்றில் குற்றங்கள் உள்ளன என்று கண்டு அவற்றை 'வித்தியா பானு' என்ற இதழில் வெளியிடச் செய்தார்.

இதனைக் கண்டு பண்டிதமணி மீது வழக்குத் தொடர்ந்தார் பீமகவி. பண்டிதமணியும் நாவலரும் நெருங்கிய நண்பர்கள். ஆதலின், தம் நண்பருக்காக வாதாடி, வெற்றி வாங்கித் தந்தார் நாவலர் பாரதியார்.

மற்றொரு சமயம், மறைமலை அடிகளாரின் மாணவர்களில் ஒருவரான நாகை சொ. கோபால கிருஷ்ணன் என்பவர், 'ஸ்ரீலஸ்ரீ சுவாமி வேதாசலம் (மறைமலையடிகளார்) அவர்களின் பெருமையும், நாட்டுக்கோட்டைச் செட்டியார்களின் சிறுமையும்' என்னும் நூல் ஒன்றை எழுதி வெளியிட்டார். அதில் சே.ரா. கந்தசாமிக் கவிராயர், பொ. முத்தைய பிள்ளை, பண்டிதமணி மு. கதிரேசஞ் செட்டியார் போன்றவர்கள் பற்றியும் தாக்கி எழுதப்பட்டிருந்தது. அடிகளாரின் தூண்டுலால்தான் இஃது எழுதப்பட்டிருக்கும் என்று முடிவு செய்து நாவலர் மூலம் வழக்கறிவிப்பு அறிக்கை ஒன்று அடிகளாருக்கு அனுப்பப்பட்டது. அந்த நூலுக்கும் தமக்கும் தொடர்பில்லை என்று அடிகளார் கூறி அந்த மூவரையும் அமைதிப்படுத்தும்படி எழுதியிருந்தார். நாவலரோ நீதிமன்றம் செல்லாதிருக்க அடிகளாருக்குச் சில

கருத்துக்களைக் கூறினார். அடிகளார் நாவலரின் கருத்துக்களை ஏற்கவில்லை. எனவே 1915-இல், இதுகுறித்த வழக்கு சென்னையில் தொடுக்கப்பட்டது. சாட்சி கூற வந்தவர்களில் தமிழ்த் தாத்தா உ.வே. சாமிநாத ஐயரும் ஒருவர். இவரின் அருமுயற்சியால் சமாதானம் உருவாகி வழக்குத் தள்ளுபடியாயிற்று.

'கப்பலோட்டிய தமிழன்' வ.உ. சிதம்பரனாருக்காக வழக்காடிய சிறந்த வழக்கறிஞர்களுள் நாவலரும் ஒருவர்.

நாவலர் நடத்திய வழக்குகள் பல மிகவும் புதுமை யானவை. தமிழிலக்கியத்தோடு தொடர்புடையவை.

பேராசிரியர் நாவலர்

மதுரையில் புகழ்பெற்ற வழக்கறிஞராக நாவலர் திகழ்ந்து கொண்டிருந்தபோது அண்ணாமலை அரசரின் வேண்டுகோளை ஏற்று, 1933-ஆம் ஆண்டு அண்ணாமலைப் பல்கலைக்கழகத்தில் தமிழ்த்துறைத் தலைமைப் பொறுப்பை ஏற்றுக்கொண்டார். நாவலர் பாரதியாரிடம் தமிழ் பயின்ற பலருள் டாக்டர் அ. சிதம்பரநாதச் செட்டியார், ச. ஆறுமுக முதலியார், க. வெள்ளைவாரணனார், அ.மு. பரமசிவானந்தம், பூ. ஆலாலசுந்தரஞ் செட்டியார், அ.ச. ஞானசம்பந்தன், ஆ. முத்துசிவன் இப்படிப் பலரைக் குறிப்பிட்டுச் சொல்லலாம். ஏறக்குறைய ஐந்து ஆண்டுகள் அருந்தொண்டாற்றினார். அவரது முயற்சியால்தான் அண்ணாமலைப் பல்கலைக் கழகத்தில் தமிழ் ஆராய்ச்சித் துறை தோன்றியது.

தேசியவாதி

தேசிய விடுதலைப் போரில் ஆர்வம் கொண்டவராய் இருந்ததனால் அந்த இயக்கத்தின் முன்னோடிகளாக

விளங்கிய வ.உ. சிதம்பரனாரோடு சேர்ந்து பணி யாற்றினார். வ.உ.சி. தொடங்கிய சுதேசி கப்பல் கழகத்தின் செயலாளராகவும் பொறுப்பை ஏற்றுத் திறம்பட நடத்தினார். அண்ணல் காந்தியடிகளை அக்காலத்தில் தூத்துக்குடி நகருக்கும், பின்னர் அண்ணாமலைப் பல்கலைக் கழகத்திற்கும் அழைத்த பெருமை அவருக்கு உண்டு.

ஆங்கிலேயரின் ஐயப் பட்டியலில் 1905 முதல் 1919 வரை இவர் பெயர் இடம் பெற்றிருந்தபோதிலும் எதையும் அஞ்சா நெஞ்சத்துடன் போராடும் குணங் கொண்டிருந்தார். இவரது குடும்பமே ஒரு தேசியக் குடும்பமாய் விளங்கியது.

தமிழ்த்தொண்டு

'பேச்சால், எழுத்தால், வாதத்திறமையால், தமிழ் ஆய்ந்த ஒரு நக்கீரராக வாழ்ந்து காட்டியவர் நாவலர் பாரதியார். இளம் வயதிலிருந்தே தமிழ்ப்பற்றும், கவிபுனையும் ஆற்றலும் கொண்டிருந்தார். அவரது நற்றமிழ்த் தொண்டு பல துறைகளிலும் பரவியுள்ளதை நாம் காண முடிகிறது. அவர் ஏராளமான ஆய்வுக் கட்டுரைகளும் எழுதியுள்ளார்.

'தொல்காப்பியப் பொருட்படலப் புத்துரை' அவரது நுண்மான் நுழைபுலத்திற்குச் சான்று. 'மாரிவாயில்' அவரியற்றிய சிறந்ததொரு கவிதை இலக்கியம். திருவள்ளுவர் சேரர் தாயமுறை, சேரர் பேரூர் ஆகிய ஆய்வு நூல்களைத் தமிழில் எழுதியதுடன், திறமான ஆங்கிலத்திலும் இயற்றியுள்ளார்.

தமிழக மாணவர்கள் இந்தியைக் கட்டாயம் படிக்க வேண்டும் என்னும் ஆணையை 1938-ஆம் ஆண்டு

அன்றைய முதல்வர் இராஜாஜி பிறப்பித்தபோது அதை மறைமலை அடிகள், தந்தை பெரியார் ஈ.வெ.ரா., பேரறிஞர் அண்ணா முதலானோருடன் இணைந்து நின்று, கட்டாய இந்தியைக் கைவிடச் செய்யும் கிளர்ச்சியும் செய்தார்.

'தமிழ்மறை கண்ட திருவள்ளுவரை, அவர் புகழ் பொறாது ஆரிய மறையோனைத் தந்தையாகவும், தாழ்குலப் பெண்ணைத் தாயாகவும் கற்பித்த மடமையைச் சாடியவர் நாவலர்.'

'தமிழ்மாட்சி உணர்த்தும் தொல்காப்பியனை ஆரியன் ஆக்கியதோடும் அமையாமல், அவரை இல்லா அகத்தியருக்குப் பொல்லா மாணாக்கராக்கிய புனைச் சுருட்டையும் பொடிபடச் செய்தவர் பாரதியார்.'

தமிழ்ப் பெரும்புலவர்கள் மட்டுமன்றி தமிழ்க் கடவுளர் வரலாறும் திரிந்து புதுவடிவம் பெறுவதற்கு ஆரிய புராணக் கலவையே காரணம் என்று கண்ட நாவலர் 'முருகன்' பற்றி கூறுவதாவது:

'தனிமுதற் கடவுளான தமிழ் முருகனை, ஆரிய தேவகுமாரனாக்கிச் சுப்பிரமணிய என்று தீட்சா நாமகரணச் சடங்கும் செய்து, தேவ சேனாதிபதிப் பதவியும், தெய்வயானைத் திருமணமும் தந்து பின், குறவள்ளிபால் அறம் திறம் பாடிக் கடவுட் காதலுடையானைக் கருகாமலோலன் ஆக்கிப் புதிய பெருந்திணைக் கோவைகளும், காமத்து மிகுதிற உலாக்கள், சிந்து கீர்த்தனைகளும் திருப்புகழ் முதலியன வும் பெருகின. இவ்வாறு கடவுளின் மணவாழ்வே களங்கத்திற்கும், காமத்திற்கும் இரையாக்கப்பட்டது' என்கிறார் நாவலர்.

தமிழில் பிறமொழிச் சொற்கள் கலப்பதைக் கைவிட்டு நற்றமிழ் நடையே மேற்கொள்ளப்பட வேண்டுமென்று விரும்பிய நாவலர் கூறுவதாவது:

'முன் அறியாத பொருள்களும், கருத்தும் எழுதுங்கால் நம் மொழியில் அறிவதற்குரிய புதிய சொற்களைப் படைத்தல் வேண்டும்.'

'பிறமொழிச் சொற்களை எடுத்தாளுகையில் தமிழ் எழுத்தியல்பு, மொழி மரபு எதுவும் பிறழவிடாமல் மாற்றி வழங்கலாம். மொழியியல் மரபோடு முழுதும் முரண் எழுத்தையும், சொல்லையும் புகுத்துதல் வழுவாகும். அப்படிச் செய்வது தமிழை வதைத்தொரு புதுமொழி படைப்பதாகும்.'

'மெய் முதலாத் தொடங்குவதும், தமிழில் இல்லா ஒலி இயல்புகளை உடையதுமான பிறமொழிச் சொற்களை அப்படியே கொண்டு வழங்குவதும் தமிழ் இயல்பையே மாற்றி விடுமாதலால் தவறாகும். அக்கேடு புகுத்தாமல் தமிழைப் பேண வேண்டும்.'

'சமயம், சாதி, கொள்கை, நடைமுறை முதலிய பல துறைகளிலும் பல வேறுபட்ட வகுப்புவாதங்களில் மெலிந்து வரும் தமிழ்ச் சமுதாயம் ஒற்றுமை பெற்று உய்வதற்கு உரிய ஒரு பெருந்துணையாய் உதவக் கூடியது நம் தாய்மொழியாகிய தமிழே ஆகும்' என்று 1937-ஆம் ஆண்டிலேயே முழக்கமிட்டவர் நாவலர்.

தமிழுக்குத் தனியாக ஒரு 'தமிழ்ப் பல்கலைக் கழகம்' ஏற்படுத்த வேண்டும் என்ற அவருடைய குறிக்கோள் தற்பொழுது செயல்வடிவம் பெற்றுள்ளது என்பதை எண்ணும்பொழுது அவருடைய தீர்க்கதரிசனம் நம்மை ஆச்சரியப்படுத்துகிறது.

பண்பாட்டுப் பெட்டகம்

தமிழினப் பற்றும், தன்மான உணர்வும், அஞ்சா நெஞ்சமும், நாவன்மையும், நாட்டுப்பற்றும் கொண்ட நாவலர் காலந் தவறாமையைக் கடைப்பிடிப்பவர். ஈகையும், செய்நன்றியறிவும் குணமும் கொண்டவர். சாதி, சமய வேறுபாடுகளைக் கடுமையாகச் சாடியவர். தமிழினப் பண்பாட்டிற்கு ஒத்துவராத அல்லது எதிரான தகவல்களையெல்லாம் இடைச்செருகல்கள் என்றோ அல்லது வேறு காரணங்கள் கூறியோ மறுத்து வந்தவர்.

அரிசனங்கள் கோயில் நுழைவுப் போராட்டத்தில் பங்குகொண்டவர். மதுரை மாவட்டத் தீண்டாமை எதிர்ப்பு இயக்கத்தின் தலைவராக இருந்தவர். தாழ்த்தப்பட்டோர் கல்வி அறிவு பெறவேண்டும் என்பதற்காக நெல்லை மாவட்டம், உசிலங்குளத்தில் 'எட்டப்பன் வித்தியாலயம்' என்ற பெயரில் தொடக்கப்பள்ளி ஒன்றை நிறுவியவர். அப்பள்ளி தொடங்கியபோது தமிழ்த்தாத்தா உ.வே. சாமிநாதய்யர்,

> 'மந்த்ரமா ளிகைஇளசை மன்னவர்செய் நன்றி
> மறவாமை விளங்க உசிலங்குளத்திற் சோம
> சுந்தரபா ரதியென்னும் தோன்றல்தமிழ் மொழிநூற்
> சுவையுணர்ந்து நவையறநல் லவைமகிழ
> உரைப்போன்
> இந்தநெடும் புவிபுகழ எட்டப்பன் வித்யா
> லயம் என்னும் பெயர்வைத்தே இயற்றுகலா சாலை
> சந்ததமும் தழைத்தோங்க நெல்லை அன வரத
> தானநா யகர் தாட்செந் தாமரைப் பணிவாம்.'

பாடிய வாழ்த்துப்பா மூலம் நாவலரின் சீரிய பண்பை உணர முடிகிறது.

எழுதிய நூல்களும் பெற்ற பட்டங்களும்

இளம் வயதிலேயே 'பாரதி' என்னும் பைந்தமிழ்ப் பட்டம் பெற்ற நாவலருக்கு, ஈழநாட்டுத் தமிழ்ப்புலவர் மன்றம் 'நாவலர்' என்னும் பட்டம் வழங்கிச் சிறப்பித்தது.

மதுரை திருவள்ளுவர் கழகம், *17.1.1954*-இல் 'கணக்காயர்' என்னும் கவின்மிகு பட்டம் வழங்கியது.

அண்ணாமலைப் பல்கலைக்கழகத்தின் வெள்ளிவிழாவின் போது *(9.2.1955)* 'டாக்டர்' பட்டம் வழங்கப்பட்டது.

சென்னைத் தமிழ் எழுத்தாளர் சங்கம் *22.6.1957*-இல் நாவலர் பாரதியாருக்கு கேடயம் வழங்கிச் சிறப்பித்தது.

நாவலர் பாரதியார் தமிழில், அழகு, ஆராய்ச்சி நூல்கள் (4 தொகுதி), சேரர் தாய முறை, சேரர் பேரூர், தமிழும் தமிழரும், தசரதன் குறையும் கைகேயி நிறையும், திருவள்ளுவர், தொல்காப்பியர் பொருட்படலப் புத்துரை, மங்கலக் குறிச்சிப் பொங்கல் நிகழ்ச்சி, மாரிவாயில் போன்ற பல நூல்கள் எழுதியுள்ளார். ஆங்கிலத்திலும் பல நூல்கள், கட்டுரைகள் எழுதியுள்ளார்.

இறவாப்புகழ்

அக்காலத்தில் நல்ல தமிழ்நடைக்கு மூன்று பேரைக் குறிப்பிடுவதுண்டு. அவர்கள் முறையே திரு.வி.க., மறைமலையடிகள், நாவலர் பாரதியார். "வடிவற்ற சொற்களால் மொழியியல் முடிவு பிழையாமல், திரிபற்ற தெளிவுடைய நடையைக் 'கட்டளைத் தமிழ்' (Standard Tamil) எனலாம். கட்டளை அல்லது நல்ல தமிழ்நடைக்கு

எளிதில் பொருள் விளங்கும் தெளிவு இன்றியமையாதது. எளிமையும், தெளிவும், எழுத்திலும், பேச்சிலும், எம்மொழி நடைக்கும் இனிமையும் எழிலும் என்றும் உதவும்" என்பது 'நல்ல தமிழ் நடை எது?' என்பதற்கு நாவலர் அளித்த விளக்கமாகும்.

எண்பது ஆண்டுகள் இம்மண்ணில் தமிழ் மணம் கமழச்செய்து வீறுநடை போட்ட நாவலர் பாரதியார் 14.12.1959-இல் இயற்கை எய்தினார். நாவலர் மறைந்தபோது தமிழகத்தின் எல்லா இதழ்களும் வேறுபாடின்றி புகழாரம் சூட்டிப் பெருமைப்படுத்தின. பாவேந்தர் பாரதிதாசன் 22.12.1959-இல் குயில் இதழில் பின்வருமாறு எழுதியுள்ளார்:

'தமிழரின் தனிப்பாசறை ஒரு தமிழ்ப் படைத் தலைவனை இழந்தது. தமிழர் தலைவரின் சிறிய பட்டியலிலிருந்து ஒரு பெரிய புள்ளி – சோமசுந்தர பாரதியார் பெயர் இப்போது இல்லை. நினைத்தாலே நெஞ்சம் கொதிக்கிறது. சாவுக்குப் பசி என்றால் நிறையக் கிடைக்கும் பதர்களை அள்ளித் தின்றிருக்கலாம்; காட்டிக் கொடுக்கும் கயவர்கள், தமிழ் என்று சொல்லிக்கொண்டு தமிழைக் குறைத்துப்பேசி வயிறு வளர்க்கும் பேடிகள் இல்லாமலா போய்விட்டார்கள்? புலவர்களையும், வீரர்களையும், தமிழ்ப் பற்றுள்ளாரையும் உண்டாக்கக் காரணமாய்த் திகழ்ந்த சோமசுந்தர பாரதியாரை, விதை நெல்லை அல்லவா விழுங்கி விட்டது சாவு!'

தேசியக்கவி பாரதி, கப்பலோட்டிய தமிழர் வ.உ.சி., அநவரத விநாயகம்பிள்ளை, அருணாசலக்கவிராயர், பண்டிதமணி கதிரேசச் செட்டியார், திரு.வி.

கல்யாணசுந்தரனார், உ.வே. சாமிநாதய்யர், டி.கே சிதம்பர முதலியார், மறைமலையடிகள், ரா.பி. சேதுப்பிள்ளை, ஞானியார் அடிகள், பா.வே. மாணிக்க நாயக்கர், பரிதிமாற்கலைஞர், விபுலானந்த அடிகள், வையாபுரிப்பிள்ளை போன்று சுமார் 52 அறிஞர்கள் இவர் காலத்தில் வாழ்ந்தவர்கள்.

தமிழ், தமிழர், தேசியம், தன்மானம் போன்ற உணர்வுகளைக் கொண்டு தனித்தமிழர் உயர்வுக்கு வழிகாட்டி, பண்பாட்டின் சிகரமாய் விளங்கிய நாவலர் ச. சோமசுந்தர பாரதியாரின் உணர்வுகளை நாமும் பெற்று அப்பேராசானின் பெருமைகளைப் போற்றுவோமாக!

■ ■

ஆதார நூல்கள் : *ச. சாம்பசிவனார் எழுதிய 'நாவலர் சோமசுந்தர பாரதியார்', பேராசிரியர் க. அன்பழகன் எழுதிய 'தமிழ்க்கடல் அலை ஓசை பரவும் தமிழ் மாட்சி'*

11

சிறுகதையின் முன்னோடி வ.வே.சு. ஐயர்
(1881 - 1925)

'இன்றைய சிறுகதை வளர்ச்சிக்கு வ.வே.சு. ஐயர்தான் சரியான வழிகாட்டி. அவருடைய நடைத்தெளிவு ஒருபுறம் இருக்க, கதாம்சம் பிறந்த மேனியுடனேயே காட்சியளிக்கிறது. வ.வே.சு. ஐயரின் அடிச்சுவட்டிலே சென்று, பின் மனதில் தெம்பு ஏற்பட்டபின், தனக்கென புது வழி ஏற்படுத்திக் கொண்டவர்கள்தான் இன்றைய கதாசிரியர்கள். வ.வே.சு. ஐயர்தான் இருபதாம் நூற்றாண்டின் சிறுகதை வளர்ச்சிக்கு மூலபுருஷர்.'

- தொ.மு.சி. ரகுநாதன்

'**வ**ரகனேரி வேங்கடேச சுப்பிரமணிய ஐயர் என்னும் வ.வே.சு. ஐயர் மண்ணுலகில் வாழ்ந்த காலம் நாற்பத்து நான்கு ஆண்டுகளே ஆகும். இந்தக் காலக் கட்டத்தை ஐந்து வகைகளாகப் பிரிக்கலாம். பிறந்து வளர்ந்து படித்துப் பட்டம் பெற்று திருச்சிராப்பள்ளியில் வாழ்ந்த காலம் இருபத்தைந்து ஆண்டுகள், லண்டனில்

முப்பது மாதங்கள், பாரிசில் ஆறு மாதங்கள், புதுச்சேரியில் பத்தாண்டுகள், சென்னை, சேரன்மாதேவியில் ஆறு ஆண்டுகள் என வீர விளக்கு வ.வே.சு. ஐயர் வாழ்க்கை வரலாற்றுக் காலகட்டத்தை வகுத்தறியலாம்.

1907-ஆம் ஆண்டு இறுதியில் இலண்டனில் வீர சாவர்க்கர் துணையுடன் மலர்ந்த வ.வே.சு. ஐயரின் அரசியல் பணிகள் 1925, ஜூன் 3 வரையில் பல்வேறு நிலைகளில் தியாக வாழ்க்கையின், போராட்ட வாழ்க்கையின் பொன்னேடுகளாக அமைந்தன. தனிநபர் 'பயங்கரவாதம்' என்னும் புரட்சிகர அரசியல் தளத்திலிருந்து, காந்தியடிகளின் அரசியல் தளம் வரையில் வ.வே.சு. ஐயர் மேற்கொண்ட அரசியல் பயணம் தனி ஆய்விற்குரியது என்பார் எழுத்தாளர் பெ.சு. மணி.

வாழ்க்கைக் குறிப்பு

திருச்சி வரகனேரியைச் சேர்ந்த வேங்கடேச ஐயருக்கும், சின்னாளப்பட்டி என்னும் ஊரைச் சேர்ந்த காமாட்சியம்மைக்கும் 2.4.1881-இல் பிறந்தவர்தான் வ.வே.சு. என்று அன்புடன் அழைக்கப்படும் வரகனேரி வேங்கடேச சுப்பிரமணிய ஐயர். வ.வே.சு. திருச்சி செயிண்ட் ஜோசப் கல்லூரியில் பயின்றார். தம் பன்னிரண்டாம் வயதில் மெட்ரிகுலேஷன் தேறி, பதினாறாம் வயதில் பி.ஏ. பட்டத் தேர்வில் மாகாணத்திலேயே முதலாவதாகத் தேர்ச்சியடைந்தார்.

கல்லூரியில் படிக்குங்காலத்திலேயே அத்தை மகள் பாக்கியலட்சுமி அம்மையாரைத் திருமணம் செய்து கொண்டார். சென்னையில் வந்து சட்டம் பயின்றார். வழக்கறிஞர் பட்டம் பெற்றதும் பத்தொன்பதாம் வயதில், திருச்சி திரும்பி வழக்கறிஞர் தொழிலை மேற்

கொண்டார். இவரது மைத்துனர் உதவியால் ரங்கூனுக்குப் படிக்கச் சென்றவர் 1907-இல் இலண்டன் சென்றார். இலண்டனில் பாரிஸ்டர் கல்வியைப் பயின்று கொண்டிருந்தபோது தேசிய இயக்கவாதிகளுடன் தொடர்பு ஏற்படவே, இந்திய தேசிய இயக்கத்தில் தன்னையும் அர்ப்பணித்துக் கொண்டார்.

விநாயக தாமோதர சாவர்க்கர், சியாம் கிருஷ்ணவர்மா, விபின் சந்தர்பால், லாலா ஹரிதயாள், மேடம் காமா போன்ற தீவிர தேசிய இயக்கவாதி களுடன் நெருங்கிப் பழகினார். 1908-இல், இலண்ட னுக்கு அண்ணல் காந்தியடிகள் வந்தபோது அவரைச் சந்தித்தார். இலண்டனில் இருந்துகொண்டே தமிழகத்தில் (புதுவையில்) பாரதியார் நடத்திவந்த பத்திரிகைக்கு எழுச்சியூட்டும் கட்டுரைகளையும் எழுதிவந்தார். இலண்டனில் புரட்சிகர இளைஞர்கள் பலருடன் சேர்ந்து துப்பாக்கி சுடும் பயிற்சியைப் பெற்று, பலருக்குப் பயிற்சியும் அளித்தார்.

கர்ஸன் வைலியைச் சுட்டுக்கொன்ற மதன் லால் திங்க்ராவும், பின்னாளில் திருநெல்வேலி கலெக்டர் ஆஷ் துரையைச் சுட்டுக்கொன்ற வாஞ்சிநாதனும் வ.வே.சு. ஐயரிடம் துப்பாக்கி சுடும் பயிற்சியைப் பெற்றவர்கள் என்பது குறிப்பிடத்தக்கதாகும்.

பாரிஸ்டர் தேர்வு பெற்று பட்டமளிப்பு விழாவில், வ.வே.சு. 'ராஜவிசுவாசப் பிரமாணம்' எடுக்க மறுத்தார். அதனால் ஆத்திரமடைந்த ஆங்கிலேயர் அரசு அவரைக் கைது செய்ய ஆணையிட்டது. இதைக் கேள்வியுற்ற சாவர்க்கர் வ.வே.சு.வைச் சந்தித்து எப்படியாவது இந்தியாவிற்கு தப்பிச் சென்றுவிடும்படி வலியுறுத்தினார். அவ்வாறே வ.வே.சு.வும் சீக்கியர் போல வேடம்பூண்டு

பிரான்சு, கொழும்பு வழியாக 9.10.1910-இல் புதுச்சேரி வந்தடைந்தார். வ.வே.சு.வின் வாழ்வில் வீரதீர சாகசங்களை ஏற்படுத்தியது இப்பயணம்.

புதுச்சேரியில் மண்டயம் ஸ்ரீநிவாசாச்சாரியார், அரவிந்தகோஷ், மகாகவிபாரதியார் போன்றவர்களின் தொடர்பு கிட்டவே அவரது தேசிய இயக்கப் பணிகளும், தமிழ்ப்பணிகளும் சுறுசுறுப்படையத் தொடங்கின. 'இந்தியா' இதழில் தொடர்ந்து பல கட்டுரைகளை எழுதிவந்தார். திருக்குறளை ஆங்கிலத்தில் மொழி பெயர்த்தார். கம்பராமாயணப் பாலகாண்டம் பகுதியை பதம்பிரித்து பதிப்பு செய்தார்.

முதல் உலகப்போரின்போது வ.வே.சு. ஐயரை நாடு கடத்த ஆங்கில அரசு முயற்சித்தது. ஆனால், புதுவையிலிருந்த அப்போதைய பிரெஞ்சு அரசு மறுத்துவிட்டதால் வ.வே.சு. புதுவையிலேயே தங்கிவிட்டார். அப்போது மகாத்மா காந்தியை இரண்டாவது முறையாகச் சந்திக்கும் வாய்ப்பு கிட்டியது. முதல் உலகப்போர் முடிந்ததும் இந்தியாவிற்கு அதாவது தமிழக எல்லைக்குள் வ.வே.சு. வர அனுமதிக்கப்பட்டார்.

தமிழ்த்தென்றல் திரு.வி.க. அவர்கள் 'தேசபக்தன்' இதழ் ஆசிரியர் பொறுப்பிலிருந்து விலகிவிட்டதால் அப்பொறுப்பினை ஏற்கும் வாய்ப்பு வ.வே.சு.க்கு கிடைத்தது. தேசபக்தன் இதழில் அவர் எழுதாத ஓர் எழுச்சிக் கட்டுரையைக் காட்டி பிரிட்டிஷ் அரசு அவரைக் கைது செய்து பெல்லாரி சிறைக்கு அனுப்பியது.

பெல்லாரி சிறையில் பூத்த செழுமை வாய்ந்த ஆங்கில நூலாக அமைந்ததுதான் 'கம்பராமாயண ஆராய்ச்சி.' சிறிது கால சிறைவாசத்திற்குப்பின்

திருநெல்வேலி மாவட்டம், சேரன்மாதேவி சென்றார். அங்கு மாணவர்களுக்குத் தொழிற்கல்வியும் அளிக்கும் வசதிகளைச் செய்தார். 'தமிழ்க் குருகுலம்', 'பரத்வாஜ் ஆசிரமம்' போன்றவற்றை தொடங்கி தேசத் தொண்டோடு, தமிழ்த் தொண்டும் செய்தார்.

விடுதலை உணர்வுக்கு தீவிர உரம் இட்டு புரட்சியாளர்களை உருவாக்கிய வ.வே.சு. தம் குருகுல மாணவர்களுடன் சுற்றுலா சென்றபோது 3.6.1925 அன்று அம்பாசமுத்திரம் அருவியில் கால்வழுக்கி விழுந்து அவரும், அவரது மகளும் பரிதாபமாக மரணமடைந்தனர். வ.வே.சு. ஐயருக்கு கிருஷ்ணமூர்த்தி என்றொரு மகன் இருக்கிறார்.

இலக்கியவாதியாகவும், தீவிர அரசியல்வாதியாகவும் விளங்கிய வ.வே.சு. ஐயரின் கம்பீரமான தோற்றம் பற்றித் தமிழ்க்கடல் ராய சொக்கலிங்கனார் (ராய சொ) குறிப்பிடுவதாவது:

'வ.வே.சு. ஐயர் கம்பீரமான தோற்றம் உடையவர். மார்பை எட்டிப்பார்க்கும் அழகான கருப்பு தாடி;; அன்பு ஒழுகும் கண்கள்; மூலை செருகிக் கட்டப்பட்ட முரட்டுக்கதர்; மேலே உடம்பு முழுவதும் போர்த்தப் பட்ட ஓர் ஆடை; நெற்றியில் பிறைச் சந்திரக்குறி; குளிர்ந்த பார்வை; உண்மை முனிவரின் தோற்றம்; நிமிர்ந்த நடை ஒரு தனி அழகு கொண்டது; நடப்பதற்கு நடையென்று பெயர்; ஒழுக்கத்திற்கும் தமிழில் நடையென்று பெயர். இரண்டிலும் சாலச்சிறந்தவர் வ.வே.சு. ஐயர்.

தேசத்திற்காகத் துப்பாக்கியை ஏந்திய வ.வே.சு., தமிழுக்காக எழுதுகோலைப் பிடித்தார். சண்டமாருதமாய்

இருந்த ஐயர், காந்தியின் சக்தியால் மந்த மாருதமானார். துப்பாக்கியைத் தூக்கி எறிந்தாரே தவிர, தமிழ் எழுதுகோலை விடவேயில்லை. தமிழகத்தில் தமது சமகால அரசியல் தலைவர்களிடம் இல்லாத தனிப்பெரும் சிறப்பு அவருக்கு உண்டென்றால் அது சங்க இலக்கியப் புலமைதான். வரலாறுகளை வைத்துக்கொள்ளத் தெரியாத தமக்கு, அவர் குறுந்தொகையிலும், கலித்தொகையிலும் மொழிபெயர்த்து வைத்திருந்த செய்யுட்களை பாதுகாத்து வைத்துக்கொள்ளவும் தெரியாமல் போய்விட்டது.

தமிழ்மொழி - இலக்கியப் பணிகள்

தமிழின் வரலாற்றில் முன்னோடியான சில இலக்கியக் கொள்கைகளுக்கு மூல நாயகராக விளங்கியவர் வ.வே.சு. சிறுகதையின் முன்னோடியாகவும், திறனாய்வுத்துறையின் ஆணிவேராகவும் மொழி பெயர்ப்புத் துறையின் உந்து சக்தியாகவும் தமிழ் மொழிக்குப் புதுப்புது அலங்காரம் செய்து பூரித்துப் போனவர்.

தமிழ்மொழி மூலம்தான் கல்வி கற்க வேண்டும் என்பதை பின்வருமாறு வலியுறுத்துகின்றார் வ.வே.சு. ஐயர்.

'தமிழ் மொழிக் கல்வியை கைவிட்டுவிட்டு, ஆங்கிலத்தைக் கைப்பற்றுவதா? உலகத்தில் சிரிப் பார்கள். எந்த ஜாதியாராவது தங்கள் பாஷையைவிட்டு விட்டு வேறு பாஷையை சுயமாக்கிக் கொண்டிருப்பதாக நாம் கண்டதுமில்லை, கேட்டதுமில்லை. தாய்ப்பாலுடன் கூட கல்லாத பாஷையில் ஒருவன் உலகம் மெச்சும்படியான காவியங்கள் எழுதுவேன்னென்கிறது அறியாமை.'

வ.வே.சு. சங்க இலக்கியப் புலமையுடன் திருக்குறளி லும் புலமை பெற்றிருந்தார். கட்டுரைகள் பலவற்றுள் திருக்குறட்பாக்களை விளக்கியும், மேற்கோள்களாகப் பயன்படுத்தியுள்ளார். திருக்குறளை அவர் ஆங்கிலத்தில் மொழிபெயர்த்துள்ளார். அவரது சங்க இலக்கியப் பற்றினைப் பற்றி அவரே கூறும் சொற்கள் மூலம் நாம் அறிய முடிகிறது. அவர் கூறியதாவது:

'பதிற்றுப்பத்து, கலித்தொகை, புறநானூறு... முதலிய இன்சுவை நிரம்பிய பாடல்கள் எத்தனைமுறை படித்தாலும் தெவிட்டாது. 'பாலபாரதி' எனும் தமது அரிய தமிழ் இலக்கிய மாத இதழில், 'ராஜகோபாலன் கடிதங்கள்' என்னும் தலைப்பில் எழுதிய கடிதம் ஒன்றில் அகநானூறு, பட்டினப்பாலையில் இருந்து விரிவாக எடுத்துக் காட்டியுள்ளார்.

'பால பாரதி' என்று தம்முடைய இதழுக்குப் பெயர் அமைத்தது குறித்து 1924 அக்டோபரில், முதல் இதழ் தலையங்கத்தில் அவர் எழுதியுள்ளது.

'வெண்டாமரையில் வீற்றிருக்கும் எம்பிராட்டியின் பெயரை இப்பத்திரிகைக்கு வைத்துள்ளோம்.......

எம்பிராட்டிக்கு ஆயிரம் ஆயிரம் நாமங்கள் இருக்கையில்,

'பாரதி' என்று பெயரை ஏன் தெரிந்து கொண்டோ மென்றால், அத்திருநாமம் எமது நண்பரும், இன்றைக்கு இருபது வருஷங்களுக்கு முன் தமிழ்நாட்டுக்குப் புத்துயிர் அளிக்க முயன்ற புண்யாத்மாக்களில் ஓர் பிரமுகருமான காலஞ்சென்ற சி. சுப்பிரமண்ய பாரதியின் ஞாபகம் இம்மாஸிகையைப் படிக்கும் அனைவர் மனதிலும்

என்றும் அழியாமல் பசுமையாக இருந்து வரவேண்டும் என்றேயாகும்.

அத்துடன் வ.வே.சு. ஐயர் தமது 'பால பாரதி'யில் கரிகால் பெருவளத்தான், இராஜேந்திரசோழன் முதலானோர் வரலாற்றைப் பல எழுத்தாளர்கள் எழுத வேண்டும் என்றும் வேண்டிக் குறிப்பிட்டிருந்தார். வரலாறு அறியாத மக்கள் வகையுடன் வாழ முடியாது என்பது அவரது நம்பிக்கை.

'ஜனங்கள் கவிதைக்குப் பறந்து கொண்டிருக்கிறார்கள்', 'மனிதனின் இந்தத் தாகத்தை ஆற்றுவதற்கு நல்ல கவிஞர் முன்னுக்கு வரவேண்டும்', 'கவியானவன் உழைத்து உழைத்துத் தன்னுடைய வாக்கில் நல்ல சொல் நயத்தைத் தேடிக்கொள்வது அத்தியாவசியம்' என்றெல்லாம் எழுதியுள்ள அவருடைய 'காவிய உத்தியானம்' என்னும் இலக்கியச் செறிவுமிக்க கட்டுரையில் உலக இலக்கியங்களைப் பட்டியலிட்டு அவற்றின் சிறப்புகளை இலக்கிய நயத்துடன் எடுத்துரைக்கின்றார். அவருடைய கட்டுரையில் ஒரு பகுதியில் தெவிட்டாத இன்பம் பயக்கும் நூல்களாகக் குறிப்பிடப் பெறுபவை.

இராமாயணம், மகாபாரதம், சிலப்பதிகாரம், மணிமேகலை, இலியாத், ஓதூசி, ஏனையட், ஷாஹநாமா, லூசியத், எருசலேம் மீட்டகாதை, சுவர்க்க நஷ்டகாவியம் (Paradise Lost), அரிஸ்டாட்டலின் அவலச்சுவை (Tragedy), கட்டுரைகள், சாகுந்தலம், மாலதி-மாதவம், உத்தரராம சரிதம், மிருச்சகடிகை, கிரேக்க அறிஞர்கள் எஸ்கூலன், ஸோபோகிளஸ், யூரிபெதன், பிரெஞ்சு அறிஞர்கள் கோர்னேயி, ராசீன், இத்தாலி அறிஞருள் கால்தெரன்,

ஜெர்மானிய அறிஞருள் கதே, ஷில்லர், ஆங்கில அறிஞருள் பிளெட்சர், ஷேக்ஸ்பியர் போன்றோர் படைப்புகள், காளிதாசன், பவபூதி, திருவள்ளுவர், பேகன், மோலியர் இப்படி பட்டியல் நீளுகிறது.

தமிழக வரலாற்றுச் சிறப்பையும், தமிழர் நாகரிகத்தையும் எண்ணி இறுமாந்தவர் வ.வே.சு. ஒரு கட்டுரையில் (சுதேசமித்திரன் வருஷ அனுபந்த மலர்),

'சேர, சோழ, பாண்டியர்கள் காலத்திலும், பல்லவ அரசர் காலத்திலும் விஜய நகரத்து ராயர்கள் தென்தேசத்தில் ஏகாதிபத்தியம் வகித்த காலத்திலும், தமிழறிவானது லௌகீக விஷயங்களிலாகட்டும், அத்தியாத்ம விஷயங்களிலாகட்டும் கம்பீரமான வேலைகள் செய்திருக்கிறது. மதுரைச் சங்கத்தின் பழைமையைப் பற்றிச் சொல்லவே வேண்டாம்.'

'தமிழில் புதிய நடைகளும், புதிய கவிதைகளும், புதிய துறைகளும், அவைகளுக்கேற்ப புதிய இலக்கணங்களும் வேண்டும்' எனக் குறிப்பிட்டு தமிழில் மறுமலர்ச்சி ஏற்பட வேண்டும் என அவாவியவர் வ.வே.சு.

திருக்குறள் மொழிபெயர்ப்பு

1914-இல் முதல் உலகப்போர் தொடங்கியபோது புதுச்சேரியில் வாழ்ந்த சுதேசிகள் மீது ஆங்கில அரசு வழக்குகளைப் பதிவு செய்து அல்ஜீயர்ஸ் நாட்டிற்குக் கடத்திவிடுவதென்று திட்டமிட்டபோது வ.வே.சு. ஐயர் திருக்குறளை ஆங்கிலத்தில் மொழிபெயர்க்கத் தொடங்கி யிருந்தார். ஐந்தே மாதங்களில் இதைச் செய்தார்.

'திருவள்ளுவரையும், கம்பரையும் தமது வழிபடு தெய்வங்களாகவே வ.வே.சு. ஐயர் கொண்டாடி வந்தாரென்று சொல்லலாம்' என அமரர் வெ. சாமிநாத சர்மா குறிப்பிட்டுள்ளார். அந்த வகையில் திருக்குறள் மீது பற்று கொண்டிருந்த ஐயர் அதை 'The Kural of the maxims of Thiruvalluvar' எனும் பெயரில் சுப்ரமணிய சிவாவை பதிப்பாளராகக் கொண்டு வெளியிட்டிருந்தார். இம்மொழிபெயர்ப்பு நூலின் முதல் பதிப்பு *1915*-லும், *1925*-இல் இரண்டாம் பதிப்பும், *1961*-இல் நான்காம் பதிப்பும் வெளிவந்ததுள்ளன.

அறத்துப்பாலின் ஆன்மிகச் சிறப்பைப் பற்றித் தமது பதிப்பில் வ.வே.சு. ஐயர் கூறுவதாவது:

'திருக்குறள் முதற்பிரிவில், குறிப்பாக இரண்டாம் இயலில் உள்ள ஒவ்வொரு மூலக் கோட்பாட்டையும் பின்பற்றினால், அது இம்மையிலும் மறுமையிலும் துய்த்து மகிழத்தக்க, பேரின்பமான ஆத்ம போதத்தை அளிக்கவல்லது என்பதை மனதில் ஆழப்பதிய வைக்கிறது.'

வ.வே.சு. ஐயரின் ஆங்கிலப்புலமைப் பற்றி அவரது குறள் பற்றிய நடையினை எடுத்துக்காட்டலாம். அவர் கூறுவதாவது:

'And how like a master he plays on this tiny instrument! sparkling wit and humour, the painted statement, fancy irony, the naive question, the picturesque simile, there is not one of those and others of the thousand tricks of the born artist, that our author has not employed in this perfect master piece of art. But the abiding note in this varied symphony is the subliment.'

The Kural - Page xii - Amudha Nilayam, Madras.

வ.வே.சு. ஐயர் தமது பெல்லாரி சிறைவாசத்தின் போது வடித்த அரிய ஆராய்ச்சி நூலே 'Study of Kamban.' இது பிற்காலத்தில் 'Kamba Ramyana - A Study' என்னும் பெயரில் வெளிவந்தது. வ.வே.சு. ஐயரின் கம்பராமாயண மதிப்பீடும், விமர்சனமும்தான் பிற்காலத்தில் தமிழக விமர்சனப் போக்கிற்கு முன்னோடியாக அமைந்திருந்தது.

மொழிபெயர்ப்பு, விமர்சனம் போன்ற துறைகளில் வ.வே.சு. முன்னோடியாக இருந்தது போலவே படைப்பிலக்கியத்திலும் முன்னோடியாக விளங்கியவர் அவர்.

சிறுகதையின் முன்னோடி

பண்டைய தமிழர் பெருமையைப் பறைசாற்றுவதுடன், தமிழ் வளர்ச்சிக்கும் புதிய உத்திகளைப் புகுத்தியவர் வ.வே.சு. படைப்பிலக்கியத்தில் சிறுகதை வடிவம் மேல்நாட்டு இலக்கிய வடிவத்தோடு போட்டி போட்டுக்கொண்டு வளர்ச்சியடைந்து வருகிறது. இதற்கு முன்னோடியாக, 1917-இல் வெளிவந்த வ.வே.சு. ஐயரின் 'குளத்தங்கரை அரசமரம்', 'மங்கையர்க்கரசியின் காதல்', 'காங்கேயன்', 'கமலவிஜயம்', 'அழேன் மூக்கே' பிறகு எழுதப்பட்ட 'லைலா மஜ்னுன்', 'எதிரொலியாள்', 'அனார்கலி' போன்ற சிறுகதைகளைக் குறிப்பிடலாம்.

தற்காலச் சிறுகதையின் சிற்பியாகக் கருதப்படும் புதுமைப்பித்தன், வ.வே.சு.வின் சிறுகதைகள் பற்றிக் குறிப்பிடுகையில்,

'சிறுகதைக்குத் தமிழில் உருவும், உயிரும் கொடுத்தவர் அவர். இவரைச் 'சிறுகதைகளின் பிதா'

என்று ஆங்கில மரபையொட்டிக் குறிப்பிடலாம். குளத்தங்கரை அரசமரத்தை யார்தான் மறக்க முடியும்? அவருடைய லைலா மஜ்னுன், எதிரொலியாள், அழேன்ழக்கே முதலிய கதைகளில் அந்நியநாட்டு கதாபாத்திரங்கள் மிகவும் திறமையாகச் சித்தரிக்கப் பட்டிருக்கின்றன. அய்யரவர்களின் சிறுகதைகள் மிகவும் உயர்ந்த ரகத்தைச் சேர்ந்தவை' என்று பாராட்டியுள்ளார்.

சிறுகதைகள் மட்டுமன்றி 'நீக்ரோ மகான் புக்கர் வாஷிங்டன்', 'சந்திரகுப்த சக்ரவர்த்தி சரித்திரம்', 'குருகோவிந்தசிங்கன்' முதலிய சிறு சிறு நூல்களையும் படைத்துள்ளார்.

'இன்று தமிழ் இலக்கியத்தில் தோன்றியிருக்கும் ஒரு புது வேகத்துக்கு, ஒரு புது உயிர்ப்புக்கு அடிகோலியவர் வ.வே. சுப்ரமண்ய ஐயர் என்று சொன்னால் அது மிகையாகாது. ஆங்கிலம், பிரெஞ்சு, தமிழ், சமஸ்கிருதம், கிரீக்கு, லத்தீன் முதலிய பாஷை இலக்கியங்களையும், இலக்கிய உத்திகளையும், சுயப்பிரக்ஞையுடன், கலைஞனுடைய நோக்குடன் படித்து, அனுபவித்து, அறிந்த ஐயர் அவர்கள் தன் கதைகளுக்கு அற்புதமான உருவகம் கொடுக்க முயன்று வெற்றி பெற்றிருக்கிறார்' என்று திறனாய்வாளர் அமரர் க.நா. சுப்பிரமணியம் குறிப்பிட்டுள்ளதை நினைவில் கொள்ளவேண்டும்.

வழக்கறிஞர் பணியிலிருந்து விடுபட்டு தேசிய இயக்கப் பணியில் தீவிர ஈடுபாடு கொண்டு பின் அகிம்சை நெறியில் ஒடுங்கி, தமிழ்ப் பணிக்காகத் தம்மை அர்ப்பணித்துக்கொண்டு ஆங்கிலப் புலமையையும் அகிலத்திற்குப் பறைசாற்றிய வீரவிளக்கு வ.வே.சு. ஐயரின் தியாகங்களுக்குத் தலைவணங்கி அவரது பெருமைகளைப் போற்றுவோமாக!

ஆதார நூல்கள்

1. 'வ.வே.சு. ஐயர்' - கோ.செல்வம் எழுதி சாகித்ய அகாடமி வெளியிட்டது.

2. 'தமிழ் வளர்த்த நல்லறிஞர்கள்' - எழுதியவர் குன்றக்குடி பெரியபெருமாள்.

3. 'வ.வே.சு. ஐயர் தமிழ்ப்பணிகள்' - கட்டுரை - எழுதியவர், பெ.சு.மணி - அமுதசுரபி, 93 மலர்.

■■

12

இரசிகமணி டி.கே. சிதம்பரநாத முதலியார் (1882 - 1954)

'நம்முடைய வாழ்க்கையையும், பண்பாட்டையும் அடிக்கடி எழுதிப் பார்க்க வேண்டும். பழைய காரியங்கள் உயிரற்றவனவாய் நின்று இடையூறு செய்கின்றனவா என்று பார்க்க வேண்டும். வேண்டாதவைகளைக் களைந்து எறியக் கூசக்கூடாது. அப்போதுதான் வாழ்க்கை வளப்படும். வாழ்க்கையின் வேறு எந்தத் துறையில் இந்த விஷயமாகப் பேரம் பண்ணிக் கொண்டிருந்தாலும் கலை இலக்கியம் சம்பந்தமாகப் பேரம் பண்ணவே கூடாது.'

- டி.கே.சி. 'இதயஒலி' - பக். 161

'**வ.**வே.சு. அய்யருக்குப் பின்பு தமிழில் திறனாய்வுத் துறையை வளர்த்தவர்களில் குறிப்பிடத்தக்கவர்கள் வையாபுரிப் பிள்ளையும், டி.கே.சி.யும் ஆவார். வ.வே.சு. அய்யரின் 'கம்பராமாயண ரசனைக்கு' அடுத்து தமிழில் தோன்றிய திறனாய்வுநூல் டி.கே.சியின் 'இதயஒலி' என்று கருதுகிறார் டாக்டர் சி. பாலசுப்ரமணியன். டி.கே.சி., வையாபுரிப்பிள்ளை ஆகிய இவ்விருவருடைய திறனாய்வுப் பார்வையிலும் அழகியல் உணர்ச்சி உண்டு எனினும், இருவரின் திறனாய்வுப் போக்கும் வேறு

வேறானவை. வையாபுரிப்பிள்ளையின் திறனாய்வில் வரலாற்றுக் கண்ணோட்டம், கால ஆராய்ச்சி ஆகியவை சிறப்பான கூறுகள். டி.கே.சி.யின் திறனாய்வுப் போக்கில் அழகியல் சார்ந்த ரசனையே சிறப்பிடம் பெறுகிறது' என்கிறார் டி.கே.சி.யின் திறனாய்வுப் போக்குகளை ஆய்ந்த பேராசிரியர் ந. பாலமுருகன்.

'இரசிகமணி' என்று இலக்கிய வட்டத்தில் அன்புடன் அழைக்கப்படும் டி.கே. சிதம்பரநாத முதலியார் வழக்கறிஞராக இருந்துகொண்டே ஒரு வித்தியாசமான முறையில் தமிழ் வளர்ச்சிக்குப் பாடுபட்டுள்ளார். 'தமிழில் எல்லாம் உண்டு; தமிழின் கவிச்சுவைக்கு ஈடுமில்லை, இணையுமில்லை, தமிழால் அறிவியல் மட்டுமன்று, அனைத்து இயல்களையும் கற்க முடியும்' எனச் சான்றுகளுடன் நிறுவிய அப்பெருந்தகைக்கு அவர் பிறந்த நூறாவது ஆண்டில் விழா எடுத்து அரசே பெருமைப்படுத்தியது என்பதும் வரலாற்று உண்மையே.

தமிழ் இலக்கியம் மட்டுமின்றி, ஆடற்கலை, தமிழிசை போன்றவற்றிலும் தமது ரசிகத்தன்மையால் தமிழுக்கும், தமிழருக்கும் புத்துணர்ச்சியை உருவாக்கியவர் டி.கே.சி.

பிறப்பும் - வளர்ப்பும்

நெல்லை மாவட்டம் ந்த தமிழ்ச் செல்வர்கள் பலருள் பாரதிக்கும், டி.கே.சி.க்கும் ஓர் ஒற்றுமை உண்டு. ஆம்,அந்தத் தேசியக் கவியும், இந்த ரசிகமணியும் பிறந்தது 1882-ஆம் ஆண்டில்தான்.

7.8.1882-இல் தென்காசிக்கு அருகில் உள்ள களக்காடு எனும் ஊரில் தீத்தாரப்ப முதலியார் - மீனம்மாள்

அண்ணி இல்லறத்தின் இனிய பயனாகப் பிறந்தவர்தான் டி.கே.சி. இளம் வயதில் எழுத்தாணியையும், பனையோலையையும் கொண்டு திண்ணைப் பள்ளியில் பயிலத் தொடங்கினார். தனிப்பட்ட முறையில் ஆங்கிலக் கல்வியும் கற்றார். திருச்சிராப்பள்ளி தேசியக் கல்லூரியில் உயர்நிலைக் கல்வியைக் கற்று பின் 1905-இல் சென்னை கிறித்தவக் கல்லூரியில் மேற்படிப்பிற்காகச் சேர்ந்தார். கல்லூரியில் படிக்கிற காலத்திலேயே தமிழார்வம் மேலிட சங்க இலக்கியங்களைக் கற்று அவற்றின் சிறப்புகளைச் சகமாணவர்களிடம் எடுத்தியம்பும் திறன் கொண்டிருந்தார். கவிதைகளை எழுதும் பழக்கமும் அவரிடம் இருந்தது.

1908-ஆம் ஆண்டு, தமது மாமன் மகள் பிச்சம்மாள் அண்ணியைத் திருமணம் செய்துகொண்டார். டி.கே.சி. அவர்களின் இலக்கிய வட்டமும், வட்டத் தொட்டியும் பிரபலமாவதற்குப் பெருந்துணையாக அமைந்தவர் பிச்சம்மாள். 'செல் விருந்தோம்பி, வரு விருந்து பார்த்திருந்த, டி.கே.சி.க்கு மனைத்தக்க மாண்புடையவள் ஆகி, வளத்தக்க வாழ்க்கைத் துணையாக அவ்வம்மையார் விளங்கினார்.

வழக்கறிஞராய்த் தம்மைப் பதிவு செய்துகொண்ட டி.கே.சி. திருநெல்வேலியில் 1915 முதல் 1927 வரை அப்பணியை மேற்கொண்டார். வழக்கறிஞர் தொழிலில் அவர் தம் கட்சிக்காரருக்கு வாதாடியதைவிட, தமிழிலக்கிய வளர்ச்சிக்கு வாதாடியதுதான் அதிகம். வழக்கறிஞர் தொழிலில் நாட்டம் குறையத் தொடங்கி, தமிழினத்தின் வாட்டம்போக்கும் பணியில் தீவிரமாக ஈடுபட்டார்.

வட்டத் தொட்டி - வளர்த்த தமிழ்

'குற்றால முனிவர்', 'ரசிகமணி' என்று தமிழறிஞர்களால் மிகுந்த அன்போடும், வாஞ்சையோடும் அழைக்கப்பெற்ற டி.கே.சி. 1924-இல் தமிழ் இலக்கிய வரலாற்றில் சிறப்பிடம் பெறக்கூடிய 'வட்டதொட்டி' என்னும் இலக்கிய அமைப்பை உருவாக்கினார்.

திருநெல்வேலியின் வண்ணார்பேட்டையிலிருந்தது டி.கே.சி.யின் வீடு. வீட்டின் முன்கட்டு ஓர் அகலமான கூடம். அந்தக் கூடத்தின் மத்தியில் திறந்தவெளியுள்ள வட்ட வடிவமான ஒரு தொட்டிக்கட்டு. ஞாயிறுதோறும் மாலை ஐந்து மணிக்கெல்லாம் சங்கத்தினர் அந்தத் தொட்டிக்கட்டுக்குள் வந்து அமர்ந்துவிடுவார்கள். வட்டவடிவமான தொட்டிக்கட்டுக்குள் கம்பன் காவியம் முறையாகப் படிக்கப்படுவதால், அது 'வட்டத்தொட்டி' என்னும் பெயர் பெற்றது. இதன் தலைவர் டி.கே.சி. இந்த வட்டத் தொட்டிக்குள் வயது வித்தியாசமின்றி அனைவரும் பங்கேற்று அமரலாம், தமிழமுதம் பருகலாம். ரசிகமணி தமக்கே உரிய மிடுக்கோடு, கம்பன் காவிய ரசத்தை இசையோடு, நயத்தோடு வடித்துக் கொடுப்பார்.

தமிழ் இலக்கியத்தைச் சுவைப்பதற்காகவே 1924-இல் தொடங்கப்பட்ட வட்ட தொட்டி 1927-ஆம் ஆண்டு வரை செயல்பட்டது. அப்பொழுது டி.கே.சி. அவர்கள் சென்னை மேல்சபை உறுப்பினராகத் தேர்வு செய்யப்பட்டு அவரது பணி சென்னையை நோக்கித் திரும்பியது. மேலும் 1930 முதல் 1935 வரை சென்னை மாநில இந்து அறநிலையப் பாதுகாப்பு ஆணையராகவும் அவர் நியமிக்கப்பட்டதால் வட்டத்தொட்டி இலக்கிய நிகழ்வுகள் நடைபெறவில்லை. இந்து அறநிலையப்

இரசிகமணி டி.கே. சிதம்பரநாத முதலியார் 127

பாதுகாப்பு ஆணையராகப் பதவியேற்ற டி.கே.சி. திருக்கோயில்கள் தோறும் சென்று பழங்கலைகள் நசிந்துவிடா வண்ணம் நல்ல பல திட்டங்களைச் செயல்படுத்தினார்.

சென்னை மாநகரில் அவருக்குப் பணிக்கப்பட்டிருந்த அரசுப் பணிகளைச் செவ்வனே செய்து முடித்துவிட்டு மீண்டும் திருநெல்வேலி வந்து தங்கிய டி.கே.சி. 1935 முதல் விட்டுப்போன 'வட்டதொட்டி' இயக்கத்தை மீண்டும் செய்தார். புலவர்களும், பண்டிதர்களும் மட்டுமே அறிந்து விளக்கம் தரும் நிலையில் இருந்த தமிழ்க் கவிதை உலகில் புதுமை புகுத்தி, புலவர்கள் பாடிய பாடல்களில் பல வெறும் செய்யுட்களே, கவிதை அல்ல. கவிதை என்பது பண்டிதர் பாமரர் முதலிய அனைவரும் ரசிக்கும் வகையில் இருக்க வேண்டும். கவிதையை ரசிக்க ரசனை உள்ளம்தான் வேண்டும். பல சமயங்களில் புலமை இதற்குத் தடையாக இருக்கின்றது என்று கூறி ரசனையை ஓர் கலையாக்கி அதை அனைவருக்கும் புரியவைத்து, ஓர் ரசிகர் உலகத்தையே தமது வட்டத்தொட்டி மூலம் உருவாக்கினார் ரசிகமணி டி.கே.சி.

'தமிழின் சுவை அமிழ்தினும் இனிது. அதை அனுபவிக்கத்தான் ஆள் இல்லை' என்பது டி.கே.சி.யின் ஏக்கமாக இருந்தது. அவர் பல ஆண்டுகள் தொடர்ந்து நடத்திவந்த வட்டத் தொட்டிக்கு வருகைதந்த தமிழறிஞர்களுள் வெள்ளக்கால் வி.பி. சுப்பிரமணிய முதலியார், எஸ். வையாபுரிப்பிள்ளை, சொல்லின் செல்வர் ரா.பி. சேதுபிள்ளை, ஜே. சக்ரபாணி நம்பியார், பி.ஸ்ரீ. ஆச்சார்யா, அ. சீனிவாசராகவன், வித்துவான் கு. அருணாசலக் கவுண்டர், தொ.மு. பாஸ்கரத்

தொண்டைமான், நீதியரசர் எஸ். மகராஜன், ஆ. முத்துசிவன், மீ.ப. சோமு போன்ற பலர் தவறாமல் கலந்துகொள்வார்கள். மூதறிஞர் இராஜாஜி, கே. பாலசுப்பிரமணிய ஐயர், 'கல்கி' கிருஷ்ணமூர்த்தி, என். அப்புஸ்வாமி ஐயர் போன்றோர் அவ்வப்போது வருகைதந்து இலக்கிய இன்பம் பெறுவோராயினர். தமிழ்ச்சுரங்கத்தில் மண்டிக்கிடக்கும் வைர வளங்களையெல்லாம் அண்டியவர்களுக்கெல்லாம் அள்ளி அள்ளித் தந்த வள்ளலாய் விளங்கினார் ரசிகமணி.

'டி.கே.சி. அவர்கள் கவிதையை அணுகும் முறையே முற்றிலும் புதுமையானது. மண்பாண்டங்கள் வாங்குவோர் அவற்றைத் தட்டி தட்டிப் பார்த்து சத்தம் உள்ளவற்றையே வாங்குவதுபோல், ரசிகமணியும், தமிழ்ப் பாடல்களைத் தட்டி தட்டிப் பார்த்து சந்தம் அறிந்து இது கவிதை, இது கவிதை அல்ல என்று எடுத்துக்காட்டும் அற்புதத் திறன் படைத்தவர்.'

'கவிதைகளைத் தட்டிப் பார்ப்பதா, அதில் ஓசை வருமா என்று கேட்காதீர்கள். டி.கே.சி.க்கு கவிதைகளைத் தட்டிப் பார்க்கவும் தெரியும், அவற்றிலிருந்து ஓசையை எழுப்பவும் தெரியும். டி.கே.சி. அவர்களுடன் ஒரு நாளாவது பழகியவர்களுக்கு இது நன்கு விளங்கும்' என்று குறிப்பிடுகிறார் டி.கே.சி. அவர்களுடன் பழகிய கரூர் சுப. அருணாலம்.

தமிழ்ப் பணியும் - திறனாய்வும்

'தமிழ்ப் பாடல்களெல்லாம் நடனத்துக்கும், தாளத்துக்கும், இசைக்குமாக ஆதியில் ஆக்கப்பட்டன. அடி என்கிற வார்த்தையானது நடனத்திலிருந்து செய்யுள் பிறந்தது என்பதைக் காட்டும். ஆகவே நடனமும்

தாளமும் எந்தத் தமிழ்ச் செய்யுளுக்குப் பின்னும் இருக்கின்றன என்பதைத் தெரிந்துகொள்ள வேண்டுவது அவசியம்' என்று டி.கே.சி. கூறுகிறார். இங்கு கவிதை நடனத்துக்கும், இசைக்கும் உபயோகப்பட்ட பழந்தமிழ் மரபினை ஏற்றுக்கொண்டு கவிதையின் தாள இயல், இசை ஆகியவற்றை டி.கே.சி. வற்புறுத்துவதை உணரலாம்.

கவிதை பற்றிய டி.கே.சி.யின் கொள்கை மரபு வழிபட்ட தன்மையை உட்கொண்டது என பலரும் நிறுவியுள்ளனர். 'பொதுவாக எளிமை, உருவம், சந்தம், வேகம் இவை இந்த டி.கே.சி. அளவுகோல்களின் அடிப்படைகள். சற்றே கசப்பானது, நெருடலானது, அதீதமானது இவற்றை அவர் அவ்வளவாக ஏற்றுக் கொண்டதில்லை. மரபு பிறழாத ஆழத்தை ஏற்றுக் கொள்வார். மரபு பிறழ்ந்த புதுமைப்பித்தனது போன்ற ஆழத்தை ஏற்றுக்கொள்ள மாட்டார்' என்று க.நா. சுப்பிரமணியம் குறிப்பிடுவதும், 'பண்பாட்டு வளர்ச்சி நோக்கில் ரசனை முறைத் திறனாய்வை நடத்தியவர் டி.கே.சி.' என்று சி. கனகசபாபதி குறிப்பிடுவதும் டி.கே.சி. மரபு வழிப்பட்ட பார்வையை உடையவர் என்பதைக் காட்டுகின்றன.'

'ஆயிரம் வருஷத்திற்கு முன்னுள்ள மகாகவி ஒருவரின் இதயத்தை அறியக் கொடுத்து வைத்திருக்கிறது நமக்கு! நம்மைப்போல் ஆங்கிலேயரோ, இத்தாலியரோ, கிரேக்கரோ அவரவர் பாஷைகளிலுள்ள நூல்களை வாசிக்க முடியாதே. அதனால் தமிழர்களாகிய நாம் பாக்கியசாலிகள்' என்று பெருமைபடக் கூறிய டி.கே.சி.,

'உண்மையான கவி ஒன்று பாடப்படுமானால் கவிஞன் செய்த புண்ணியம் என்று மாத்திரம் சொல்லக்

கூடாது. அந்தப் பாஷையும், பாஷைக்குரிய மக்களுமே சேர்ந்து செய்த புண்ணியம் என்றுசொல்ல வேண்டும்.'

'கவிஞனுடைய மதிப்பை நிதானிப்பதற்குரிய உரைகல் அவன் உருவாக்கும் மனப்பான்மையே' என்ற எண்ணத்தை டி.கே.சி. கொண்டிருந்தார்.

'மகா கவியை அனுபவிப்பதற்கு கவித்துவமே இருக்க வேண்டும் ஒருவருக்கு. கவித்துவம் இருப்பவர்தான் உயர்ந்த உண்மையான கவிகளை அனுபவிக்கக் கூடும்' என்று கேட்போர் அல்லது படிப்போர் பற்றியும் கூறியுள்ளார்.

டி.கே.சி.யின் ரசனை முறைத் திறனாய்வுக்கு அனுபவமே அடிப்படை என்பதை பின்வரும் எடுத்துக்காட்டு மூலம் அறியலாம்.

'இடையர்கள் ஆட்டு மந்தைகளை ஒன்றன்பின் ஒன்றாக அவசரம் அவசரமாக யாகத்துக்கு வெருட்டிக்கொண்டு போகிறார்கள். கருணை வள்ளலான புத்தர் பெருமான் அதைக் காண்கிறார். இதயம் உருகிவிடுகிறது. இதயம் உருகுகிற நிகழ்ச்சி முதற் செய்யுளிலேயே வெளிவருகிறது.

'மந்தை பெரிய மந்தை' என்று சொல்லிவிட்டு,

'உணவின்றி வாடி மெலியும் மந்தை' என்றதும் சோகம் கசிய ஆரம்பித்துவிடுகிறது. அடுத்து வருகிற இரண்டாம் அடி.

'சிந்தை தளரும் மந்தை – நடக்கவும்
சீவன் இல்லாத மந்தை'

என்று முடியும்போது நமக்கே சிந்தை தளர்ந்த நடக்கச் சீவனற்றுப்போன உணர்ச்சி மேலிடுவதாகத் தோன்றுகிறது. மேற்கூறிய பகுதி மூலம் டி.கே.சி. தம் உணர்வையும், அனுபவத்தையும் அடிப்படையாகக் கொண்டு பாடலை அணுகியிருப்பது தெரிகிறது.

கம்ப இராமாயணத்தில் இடைச்செருகல்கள் உள்ளன என்று கூறி அதில் சில பாடல்களைக் களைந்தெடுத்த போது தமிழறிஞர்கள் பலர் எதிர்ப்புத் தெரிவித்தனர். என்றாலும் அப்பணியை அவர் தொடர்ந்து செய்து முடித்தார்.

'கம்பர் யார்?', 'இதய ஒலி', 'கம்பர் தரும் ராமாயணம்', 'அற்புத ரஸம்', 'கம்பராமாயணம்', 'முத்தொள்ளாயிரம் பதிப்பு' போன்ற பல நூல்களை அவர் தமிழுக்கு அளித்து விமர்சனத்துறையின் விடிவெள்ளியாய்த் திகழ்ந்தார்.

தமிழ்க் கவிதைகள் மட்டுமன்றி, நாட்டியக் கலை பற்றியும், தமிழிசை பற்றியும் தனது ரசனையை, ஈடுபாட்டை வெளிப்படுத்தியவர் ரசிகமணி. தமிழிசை பற்றிக் குறிப்பிடுகையில்,

'நம்முடைய இசைக்கலையானது உலகத்தில் எங்குமில்லாத சிறந்த கலை. அதை இதுவரை பாகவதர்கள் கெடுத்தது போதும். இப்போது நடமாடுகிற சங்கீதம் நம்முடைய உண்மை சங்கீதத்தின் போலி, கேலிக்கூத்து. அதை மீட்க வேண்டும். உண்மைச் சங்கீதம் தெய்விக சங்கீதமான தமிழிசைதான். அதனைப் போற்றாதவன் தமிழனே இல்லை. தமிழன் அல்லாதவனுக்கு இங்கே இடம் இல்லை' என்று ஏற்றங்கொடுத்து முழங்கினார். இசைக்குரிய பண்புகள்

பற்றியும் மதிப்பீடு செய்து, இசைபடப்பாடுதல் என்பதைத் தனிக் கலையாகவே அறிவித்தார்.

சிலப்பதிகாரத்தில் இடம்பெற்ற 'கடித இலக்கியக்' கலையை தன்னுடைய ரசனைக்கேற்ப பண்பாடு, சமயம், இசை, கலை ஆகியவற்றின் தனித்தன்மைகளை உணர்த்தும் வகையில் அவர் எழுதியுள்ள கடிதங்கள் யாவும் இலக்கியச் சிந்தனையைத் தூண்டும் நயமான படைப்புகளாகும். ஆங்கிலத்தில் Culture என்ற சொல்லிற்குப் 'பண்பாடு' என்ற பொருள் தந்தவர் இவர்தான் என்றும் கூறுவர்.

வழிகாட்டி

'வட்டத்தொட்டி' மூலம் ரசனையையும், திறனாய்வையும் மக்கள் மனத்தில் வளரச்செய்த ரசிகமணி 16.2.1954 அன்று இயற்கையோடு தன்னை இணைத்துக் கொண்டு தன் மண்ணுலகப் பயணத்தை முடித்துக் கொண்டார். தமிழ்க் கலைகள் அனைத்தையுமே அனுபவித்து ரசித்து அவற்றை எப்படி ரசிக்க வேண்டும் என்னும் உத்தியையும் வழிகாட்டிச் சென்ற வழக்கறிஞர், வண்ணத் தமிழ்க் களஞ்சியம் ரசிகமணி டி.கே.சி.யின் திறன் வியந்து வாழ்த்திப் போற்றுவோமாக!

■■

பயன்பட்ட நூல் : பேராசிரியர் ந. பாலமுருகன் எழுதிய 'டி.கே.சி.யின் திறனாய்வுப் போக்கு'

13

கரந்தைத் தமிழ்ச்சங்கம் தந்த
தமிழவேள் த.வே. உமாமகேசுவரன் பிள்ளை
(1883 - 1941)

'ஈதல் இசைபட வாழ்தல் அதுவல்லது
ஊதியம் இல்லை உயிர்க்கு.'

- *திருக்குறள் - 231*

தமிழ் மக்களாலேயே தமிழ் புறக்கணிக்கப்பட்டிருக் கிறது. கல்வி நிலையங்களிலும் தமிழ் மொழிக்கு ஏற்றமளிக்கப் பெறவில்லை. வழக்கிலும் பிறமொழிகளின் ஆதிக்கம் தலையோங்கி நின்றது. தமிழின் தனித் தன்மை யையும், செம்மையையும் பாதுகாக்கும் பொறுப்பை எடுத்துக்கொள்ள முன்வரவில்லை. முறையாகத் தமிழைக் கற்றுக்கொடுக்க சரியான பாடத்திட்டமோ, பயிற்சி நிறுவனமோ இல்லை. மதுரைத் தமிழ்ச் சங்கம் மட்டும் 'பிரவேசம்', 'பால பண்டிதம்' போன்று சில தேர்வுகளை நடத்திக் கொண்டிருக்கிறதே தவிர, அதனால் தரம்வாய்ந்த பாடங்களைக் கற்றுத்தர இயலவில்லை. இப்படிப் பல துறைகளிலும் தமிழுக்குரிய இடம் மறுக்கப்பட்டுவந்த காலக்கட்டம்தான் இருபதாம் நூற்றாண்டின் தொடக்கக் காலம். ஆண்ட தமிழினம்

இன்று அடிமைக்கோலம் பூண்டு வருகிறதே, தாய்த் தமிழ்மொழி இன்று தள்ளிவைக்கப்பட்டுள்ளதே என்று ஆதங்கம் கொண்டனர் பல தமிழ்ச் சான்றோர்கள்.

தமிழ்ச் சிந்தனைகளில் ஒன்றுபட்டு பரவலாக இருந்த அச்சான்றோர் பலர் ஒன்றுகூடி தமிழ்க்கல்வியை முறையோடு போதிக்கவும், பயிற்சி கொடுக்கவும் கல்வி நிறுவனம் ஒன்றைத் தொடங்க வேண்டும் என்று யோசித்துக் கொண்டிருந்தனர். அவ்வேளையில் 'யோசித்தே களைத்துவிட்டோம், நண்பர்களே செயலுக்கு வாருங்கள்' என்று பிரெஞ்சு கவி ஒருவர் கூறியதுபோல, செயலுக்கு வரத் தொடங்கினார் பிரபல வழக்கறிஞர் ஒருவர். அவர் தமிழின்பால் தீராத தாகங் கொண்டவர்.

'எழுதுங்கள், எழுதுங்கள், எழுதிக்கொண்டே இருங்கள். உங்கள் எழுத்துக்கள் தமிழர் நலத்தை உயர்த்த வந்த எழுத்துக்கள்... எழுதுங்கள்' என்று பேராசான் தி.வை. சதாசிவ பண்டாரத்தார் போன்றவர்களுக்கு அடிக்கடி கடிதமெழுதி உற்சாகப்படுத்தியவர்.

அந்தக் காலகட்டத்தில் தஞ்சை மன்னர் சரபோஜி அறநிலையத்தின் சார்பில் நடத்தப்பட்ட திருவையாற்றில் உள்ள ஒரு கல்லூரியில் 'சமஸ்கிருதமொழி' மட்டுமே கற்றுக்கொடுக்கப்பட்டது. இலவச உணவு, தங்குமிடம் கொண்ட அந்தக் கல்லூரியில் தமிழ்மொழியைக் கற்றுக்கொடுக்க அறக்கட்டளை விதிகளில் இடமில்லை என்று நிர்வாகம் கூறியபோது அதைப் பார்த்து, அவ்விதிகளைத் தமிழுக்குச் சாதகமாக, சாதுர்யமாக வாதாடி திருவையாற்றுக் கல்லூரியில் தமிழ்மொழிக்கு இடம் வாங்கித் தந்தவர். அவர்தான் தமிழுக்குக் களமும், வளமும் கண்ட தமிழவேள் உமாமகேசுவரனார்.

பிறப்பும் - வளர்ப்பும்

தமிழவேள் த.வே. உமாமகேசுவரம் பிள்ளை தஞ்சை கரந்தையில் வேம்பப்பிள்ளை - காமாட்சியம்மை தம்பதியினருக்கு *1883*-ஆம் ஆண்டு மே மாதம் *7*-ஆம் தேதி *(7.5.1883)* பிறந்தார். பி.ஏ. பட்டம் பெற்று, பின் தஞ்சை மாவட்ட ஆட்சியாளர் அலுவலகத்தில் சிறிது காலம் பணிபுரிந்தார். பிறகு பி.எல். பட்டம் பெற்று வழக்கறிஞராய்ப் பணியாற்றினார். அந்தக் காலத்தில் புகழ்பெற்ற வழக்கறிஞராகத் தஞ்சாவூரில் வாழ்ந்த தமிழறிஞரும், வழக்கறிஞருமான திரு. கே. சீனிவாசம் பிள்ளையிடம் இளம் வழக்கறிஞராகச் சேர்ந்து பணியாற்றிப் பின், தனித்துத் தொழில் நடத்தத் தொடங்கினார். சிறந்த வழக்கறிஞராகவும், சிறிது காலத்திற்குள் பிரபலமடைந்துவிட்டார்.

பொதுப்பணி

தமிழ் மீதும், தமிழர் மீதும் அக்கறை கொண்ட த.வே. உமாமகேசுவரன், *1917*-ஆம் ஆண்டில் 'தென்னிந்திய நல உரிமைச் சங்கம்' என்ற பெயரில் உருவான நீதிக்கட்சிக்கு தஞ்சை மாவட்டத்தில் மூன்று பெருந்தலைவர்களுள் ஒருவராக விளங்கினார். சர். ஏ.டி. பன்னீர்செல்வம், ஐ. குமாரசாமி பிள்ளை, த.வே. உமாமகேசுவரன் ஆகிய மூவரும் சொல்வன்மையோடும், செயல்திறனோடும் மிகச் சுறுசுறுப்பாக இயங்கி வந்தார். *1920*-இல் சென்னை உள்ளாட்சிக் கழகச் சட்டம் நடைமுறைக்கு வந்தபோது, தஞ்சை மாவட்டக் கழகத்தில் மக்களால் தேர்ந்தெடுக்கப்பெற்ற முதல் தலைவரானார் வழக்கறிஞர் உமாமகேசுவரன்.

'இந்திக்குத் தமிழென்ன தாழ்வு, இதை உணராத தமிழர்க்கு இனி என்ன வாழ்வு' என்று இந்தித் திணிப்பை எதிர்த்துத் தமிழகம் எங்கும் போர்க்குரல் ஒலித்தபோது இந்தித் திணிப்பை வன்மையாக எதிர்த்தவர் உமாமகேசுவரன். தமிழ்மொழியின் செம்மையையும், தமிழர் நலனைப் பேணவும் 'தமிழ்ப் பொழில்' என்னும் இதழையும் தொடங்கினார். தஞ்சை வட்டக் கழகத்தில் தலைவராக வீற்றிருந்தபோது சிற்றூர்களுக்கெல்லாம் சாலைகளை அமைத்துக் கொடுத்தும், கல்விச் சாலைகளை அமைத்துக் கொடுத்தும் பெருந்தொண்டாற்றியவர்.

'தொல்காப்பியம்', 'தெய்வச் சிலையார் உரையும்', 'யாழ்நூலும்' வெளிவரச் செய்தார். ஆங்கில மொழியிலும் பெரும்புலமை பெற்றிருந்த இவர் சிவப்பற்றாளர். சைவசமயக் கோட்பாட்டில் மிகுந்த ஈடுபாடு கொண்டிருந்தபோதும், மொழி, இன உணர்வு அடிப்படையில் அனைத்துப் பிரிவு மக்களின் மதிப்பிற்கும், மரியாதைக்கும் உரியவராக விளங்கினார். 'தமிழ்வேள்', என்று பாராட்டப்பெற்ற இவருக்கு அன்றைய அரசு 'ராவ்சாகிப்' பட்டம் கொடுத்துக் கௌரவித்தது.

கரந்தைத்தமிழ்ச் சங்கம்

அக்காலத்தில் பெரும் தமிழறிஞராய் இருந்த சென்னை கா. நமச்சிவாய முதலியாரைக் கொண்டு, பாடத் திட்டங்களை வரையறை செய்து, திருவையாற்று சமஸ்கிருதக் கல்லூரி, திருவையாற்று அரசுக் கல்லூரியாகிப் புலமை பெறும் தமிழ்ப் பட்டப்படிப்பைக் கற்றுக் கொடுக்கத் தொடங்கியது. இதற்கு அடித்தளம் அமைத்து அதிலிருந்து ஆயிரக்கணக்கான புலவர்களை உருவாக்கிய பெருமை தமிழவேள் உமாமகேசுவர னாரையே சேரும்.

உமாமகேசுவரனாரின் இளவல் வே. இராதா கிருஷ்ணப் பிள்ளை, சான்றோர் பலரது துணையுடன் கரந்தையில்கூடி 'தமிழ்ச் சங்கம்' ஒன்றை உருவாக்கினார். 'சங்கம் நிறுவிய துங்கன்' என அன்போடு அழைக்கப்பட்ட இராதாகிருஷ்ணப் பிள்ளை காலமாகிவிடவே, அதன் தலைமைப் பொறுப்பில் இருந்த உமாமகேசுவரன் கரந்தைத் தமிழ்ச் சங்கத்திற்குத் தம் வாழ்நாளின் பெரும்பகுதியை அர்ப்பணித்து, தமிழ் மொழியை ஞானகங்கையாகவும், ஞான காவிரியாகவும் பெருகச் செய்தார்.

'தமிழ் மரபையும், தூய்மையையும் பேணித் தனித் தமிழை வழக்கிற்குக் கொணர்தலையும், தமிழின் இசை நாடகப் பிரிவுகளைத் தக்க ஆங்கு வளர்த்தலையும், தமிழ்ப் பற்றினை வளர்ப்பதை'யும் குறிக்கோளாகக் கொண்டது கரந்தைத் தமிழ்ச் சங்கம்.

14.5.1911-இல் தமிழறிஞர் ந.மு. வேங்கடசாமி நாட்டார் அவர்கள் தலைமையில் கரந்தையில் தமிழ்ச்சங்கம் தொடங்கப்பட்டது. 'தொண்டு - தமிழ் - முன்னேற்றம்' இச்சங்கத்தின் கொள்கை. 'உலக மக்களிடையே தமிழின் பெருமைகளைக் கூறுவதுதான் இதன் நோக்கம். இத்தகைய பெருநோக்கோடு தொடங்கப்பட்ட சங்கத்தை உமாமகேசுவரனார் 1911 முதல் 1941 வரை அதாவது தன்னுடைய இறுதிநாள் வரை தமிழ்ச்சங்கத்தின் தலைவராக ஏறக்குறைய முப்பது ஆண்டுகள் பணியாற்றித் தமிழன்னைக்குத் தனி மகுடம் சூட்டினார்.

திருப்பாதிரிப்புலியூர் ஞானியார் அடிகளால், 'செந்தமிழ்ப் புரவலர்' என்னும் பட்டத்தையும் பெற்ற

தமிழவேள் உமாமகேசுவரனார் 1941-ஆம் ஆண்டு, வட இந்திய யாத்திரை சென்றிருந்தபோது அயோத்திக்கருகில் பைகாபாத் எனுமிடத்தில் (9.5.1941-இல்) காலமானார். புனித பொன்னி நதிக்கரையில் உதயமான தமிழவேள் உமாமகேசுவரரின் பூத உடல், சரயூ நதிக்கரையில் தகனம் செய்யப்பட்டு மறைவெய்தியது. இலக்கியத்தில் இடம்பெற்றுள்ள இவ்விரு நதிகளைப் போலவே, தமிழ் வரலாற்றில் தனக்கென ஓர் இடத்தைப் பெற்றுள்ள தமிழவேள் த.வே. உமாமகேசுவரன் பிள்ளையின் மலரடி வணங்கிப் போற்றுவோமாக!

■■

14

சட்டநூல் தமிழில் தந்த
கா. சுப்பிரமணிய பிள்ளை
(1888 - 1945)

'தமக்கு முன்னிருந்த பல புலவர்களின் கருத்து களைத் தொல்காப்பியர் தொகுத்து உரைத்தாராதலின், அவர் காலத்திற்கு முன்னேயே பல்வகைத் தமிழ் இலக்கியங்களும் தழைத்தோங்கியிருக்க வேண்டும். ஆதலால் அறிவு வளர்ச்சியில் எந்நாட்டினருக்கும் முன்னதாகத் தமிழர் சீருஞ்சிறப்பும் அடைந்தனர் என்பது போதரும்.'

- பேராசிரியர் கா.சு. பிள்ளை

தமிழ், தமிழர் தம் தொன்மையை வரலாற்று அடிப்படையில் நிறுவி, தாழ்ந்துகிடக்கும் தமிழினம் தன்மான உணர்ச்சி பெறவும், வடமொழியின் மேலாதிக்கம் என்பது நமது தாழ்வு மனப்பான்மையால் ஏற்பட்டதேயொழிய எந்தவிதத்திலும் தமிழ்மொழி வடமொழிக்குத் தாழ்ந்ததல்ல என்பதை ஆணித்தரமான தன் ஆய்வுகளால் எடுத்துரைத்தவர் பேராசிரியர் கா. சுப்பிரமணிய பிள்ளை.

பி.ஏ. பிள்ளை பெற்ற எம்.எல். பிள்ளை

திருநெல்வேலியில் வாழ்ந்த காந்திமதிநாதப் பிள்ளையை அந்நகரில் உள்ளோர் 'பி.ஏ. பிள்ளை' என்றே அழைப்பார்களாம். காரணம், அந்தக் காலத்தில் அந்நகரில் பி.ஏ. பட்டப் படிப்பைப் படித்தவராம். அதனால் அவருக்கு அப்படியொரு சிறப்புப் பெயர். இந்த பி.ஏ. பிள்ளைக்கும் (காந்திமதிநாதன்), மீனாட்சி அம்மையாருக்கும் 1888-ஆம் ஆண்டு நவம்பர் 5-ஆம்தேதி (5.11.1988) பிறந்தவர்தான் சுப்பிரமணியன்.

திண்ணைப் பள்ளிக்கூடத்திலிருந்து சட்டக்கல்வியில் முதுகலைப் பட்டம் பெறும் வரையில் படித்த வகுப்புகளில் எல்லாம் முதன்மையாகத் தேர்ச்சி பெற்றுவந்தார். 1905-ஆம் ஆண்டு மதுரை தமிழ்ச் சங்கம் நடத்திய தமிழ்த் தேர்வில் முதலிடம் பெற்ற சுப்பிரமணியன், 1908-ஆம் ஆண்டு நடைபெற்ற பல்கலைக் கழக எஃப்ஏ தேர்வில், மாநிலத்திலேயே முதல் மாணவராகத் தேறினார். சட்டப்படிப்பில் பி.எல். பட்டம் பெற்றவர்களே மிகச் சிலராக இருந்த காலத்தில் எம்.எல். பட்டத்தையும் பெற்ற முதல் மாணவராகத் திகழ்ந்தார். அதனால் அவரைப் பெருமைப்படுத்தும் வகையில் கா.சு. பிள்ளை என்பதற்குப் பதில், எம்.எல். பிள்ளை என்றே அழைத்தனர். இளநிலை பட்டம் பெற்ற தந்தையோ பி.ஏ. பிள்ளை; சட்டப்படிப்பில் முதுநிலைப் பட்டம் பெற்ற புதல்வரோ எம்.எல். பிள்ளை.

சட்டப் பணியும் - தமிழ்ப் பணியும்

சட்டப் படிப்பு முடிந்து சில ஆண்டுகள் சென்னை சட்டக் கல்லூரியில் பேராசிரியராக விளங்கியதுடன், அண்ணாமலைப் பல்கலைக் கழகத்தில் தமிழ்த்துறைத்

தலைமைப் பேராசிரியராகவும் திகழ்ந்தார். அண்ணாமலைப் பல்கலைக் கழகத்தில் அவரிடம் பயின்ற மாணவர்களுள் நாவலர் நெடுஞ்செழியனும், பேராசிரியர் அன்பழகனும் குறிப்பிடத்தக்கவர்கள்.

1920-ஆம் ஆண்டு கல்கத்தா பல்கலைக்கழகத்தில் 'குற்றவியல் சட்ட நெறிமுறைகள்' என்னும் தலைப்பில் தாகூர் சட்டச் சொற்பொழிவு நிகழ்த்தி, அப்பல்கலைக் கழகத்தின் பரிசும், பாராட்டையும் பெற்றார். 'தாகூர் சட்ட விரிவுரையாளர்' என்னும் விருதும் பெற்றார்.

சென்னை சட்டக் கல்லூரியில் 1919 முதல் 1927 வரை ஒன்பது ஆண்டுகள் பணியாற்றி 1929-இல், அண்ணாமலைப் பல்கலைக் கழகத்தில் தமிழ்ப் பேராசிரியராகப் பணியேற்றார். சிறிது காலம் பணியாற்றி அதிலிருந்து விடுபட்டவர் மீண்டும் 1940-இல் அண்ணாமலைப் பல்கலைக் கழகத்தில் பொறுப்பேற்றார்.

சைவசித்தாந்தத்தில் ஈடுபாடுமிக்கவராக விளங்கிய மையால் மெய்கண்ட சாத்திர மாநாடு, சமரச சன்மார்க்க மாநாடு போன்றவற்றில் தலைமையேற்று சைவசித்தாந்த நெறி தமிழையே மூலமாகக் கொண்டது என்பதை விளக்கி உரைகள் நிகழ்த்தினார்.

சென்னை மாகாணத் தமிழ்ச் சங்கம் தோன்றுவதற்கு மூலவராக விளங்கினார். கலைச்சொல் ஆக்கக் குழுக்களிலும் இடம்பெற்று, அப்பணி சிறக்க உதவியதுடன், தாம் எழுதிய கட்டுரைகள் வாயிலாகப் புதிய கலைச் சொற்கள் பலவற்றை உருவாக்கினார். 'சைவ சித்தாந்த சங்கம்', 'நண்பர்கள் சங்கம்', 'திருவள்ளுவர் கழகம்' போன்ற பல அமைப்புகளை உருவாக்கிய கா.சு. பிள்ளை, 1934 முதல் 1938 முடிய நான்கு ஆண்டுகள் தமிழ்ச் சங்கத்தின் தலைவராகவும் பதவி வகித்தார்.

படைத்த நூல்கள்

தனக்கென ஒரு வரலாற்றை வகைப்படுத்திக் கொள்ளாத தமிழரின் வருத்தத்தைப் போக்கும் வகையில் தெய்வத் தமிழ் மொழியின் இலக்கிய வரலாற்றை 'தமிழ் இலக்கிய வரலாறு' என்னும் தலைப்பில் இரு பாகங்களாக உருவாக்கினார்.

தமிழர்கள் சாதிமத வேற்றுமையைத் துறந்து, தாம் ஓர் இனமாக உணர்ந்து, ஒன்றுபட்டுத் தமிழ்மொழியின் பெருமையைக் காத்து, உரிமை உடையவர்களாய் வாழவேண்டும் என்னும் அவரது விழுமிய உணர்வினை விளக்கும் நூல்தான் 'தமிழர் சமயம்.'

தொல்காப்பியப் பொருளதிகாரக் கருத்து அல்லது பழந்தமிழர் நாகரிகம்; திருக்குறள் பொழிப்புரை; சேக்கிழார், தாயுமானவர், மணிவாசகர், சுந்தரர், திருநாவுக்கரசர், திருஞானசம்பந்தர் ஆகியோரின் தனித்தனி வரலாறுகள் நூல்களாக வந்தன.

தமிழக மக்கள் உலகின் பல்வேறு பகுதிகளிலுள்ள சான்றோர்களைப் பற்றியும் அறிந்துகொள்ள வேண்டும் என்ற ஆவலின் உந்துதலால், 'உலகப் பெருமக்கள்' என்னும் பெருநூல் ஒன்றையும் எழுதினார்.

'சிவப்பிரகாசம்', 'நீதிநெறி விளக்கம்' ஆகிய நூல்களை ஆங்கிலத்தில் மொழிபெயர்த்ததோடு, 'புறநானூற்றுப் பாடல்கள்' சிலவற்றையும் ஆங்கிலத்தில் மொழிபெயர்த்து, பரந்துபட்ட தமிழ்ச் சிந்தனையை உலகுக்கு உணர்த்தினார்.

அறிவியல் நூல்கள் வரிசையில் 'வானநூல்', 'உடல்நூல்' ஆகிய இரண்டினையும் எழுதினார்.

'நீதிகளைச் சுருக்கமான மொழிகளில் திட்பமாகக் கூறுஞ் சிறப்பு தமிழருக்கே உரியது. நீதி கூறும் மொழிகளுக்கு 'முதுமொழி' என்ற பெயர் தொல்காப்பியத்துள் அளிக்கப்பட்டது' என்று விளித்த கா.சு. பிள்ளை, சட்டத்துறையில் 'பொருள் சட்டம்', 'குற்றவியல் சட்டம்', 'பதிவுவிதி', 'இந்தியத் தண்டனைத் தொகுதி' முதலிய நூல்களைத் தமிழில் எழுதி வெளியிட்டார். ஆங்கில மொழியிலும் சட்டம் தொடர்பான பல கட்டுரைகளை வெளியிட்டுள்ளார்.

ஆன்மிகம் தொடர்பான தமிழர்களின் சைவசித்தாந்த மேன்மைகளை விளக்கும் வகையில், 'சைவ சித்தாந்தத்தின் இயற்கை தத்துவம்' (Metaphysics of the Saiva Siddhantha System), 'இந்து சமயங்களின் சுருக்க வரலாறு' (A short sketch of the Hindu Religion), 'தேவாரத்திலும் பழைய தெய்வப் பனுவல்களிலும் இயற்கை' (Nature in Thevaram and Ancient Tamil Scripture) போன்ற ஆங்கில நூல்களையும் படைத்தருளினார் பல்துறைப் புலமை கைவரப் பெற்ற பைந்தமிழ் அறிஞர் கா.சு. பிள்ளை.

'திருக்குறள்', 'திருவாசகம்', 'கந்தர் கலிவெண்பா', 'திருமுருகாற்றுப்படை', 'தனிப்பாடல் திரட்டு' போன்ற வற்றிற்கு உரைகள் எழுதி உரையாசிரியராகவும் விளங்கினார்.

தமிழர்கள் மாட்சிமையை எடுத்தியம்பும் 'செந்தமிழ்ச் செல்வி' இதழில் பல தரமான கட்டுரைகள் மூலம் தமிழர்களின் இதயத்தை, சிந்தனையை மறுமலர்ச்சி அடையச் செய்தார். பின்னர் 'மணிமாலை' எனும் மாத இதழின் ஆசிரியராக அருந்தமிழ்க் கட்டுரைகள் பலவும் படைத்துப் பத்திரிகைத் துறையிலும் தனி முத்திரை

பதித்துக் காட்டினார் தன்னேரிலாத் தமிழ்ப் பெருந்தகை!

வாழும் சிந்தனைகள்

தமிழர் தம் ஒற்றுமைக்காக தம் வாழ்நாளைச் செலவிட்ட கா.சு. பிள்ளை அவர்கள் 1945-ஆம் ஆண்டு ஏப்ரல் மாதம் 30-ஆம் தேதி (30.4.1945) தம்முடைய ஐம்பத்தேழாம் அகவையில் அகால மரணமடைந்தார். அவரது புகழுடல் சிந்தனைகளைச் சுமந்து தமிழ் மண்ணை வலம் வந்து கொண்டிருக்கிறது. படைப்பிலக் கியங்கள் பலவும் பரந்துபட்ட அவரது அறிவுச் செறிவை, ஆழ்ந்த ஆராய்ச்சி அறிவை, மொழிபெயர்க்கும் திறனை வெளிப்படுத்திக் கொண்டுதான் இருக்கின்றன.

நாமெல்லோரும் இந்துக்கள் - இந்து மதத்தினர் என்னும் தவறான எண்ணமும், இந்து சமயத்தின் மூலாதார மொழி வடமொழியே என்னுங் கருத்துமே தமிழர்கள் மீது சமக்கிருதம் ஆட்சி நடத்துவதற்குக் காரணமாக நிற்கின்றன. அந்த மாயை வடிவுகொண்ட முறையைப் பேராசிரியர் கா.சு. அவர்கள் விளக்கி யுரைப்பதாவது:

இந்து மதம் (ஹிந்து) என்ற பெயர் தமிழிலாவது வடமொழியிலாவது உள்ள பண்டை நூல்களில் இல்லை. உலகத்தில் மதங்களுக்குப் பெயர் வழிபடும் தெய்வத்தை வைத்தாவது, சமயத் தலைவன் (வழிகாட்டி) பெயரை வைத்தாவது, பிரமாண (சான்று) நூல்களைப் பொறுத்தாவது அமைவதேயன்றி, நாட்டு மக்களினத்தின் பெயரால் அமைவதில்லை. வழிபடும் கடவுள் சிவமாயின் அம்மதம் சைவமெனப்படும். தெய்வத்தின் பெயர் விட்ணு (திருமால்) ஆயின் அம்மதம் வைணவம்

எனப்படும். கிறித்தவம், புத்தம், சமணம் ஆகிய மதங்கள் சமயத் தலைவர்கள் பெயரால் ஏற்பட்டவை. சொராஸ்டிரர் மதமும், கன்பூசியசு மதமும் அத்தகையனவே. வைதிகம், சுமார்த்தம் என்னும் மதங்கள் வேதம், ஸ்மிருதி முதலிய வடமொழி நூல்களின் பெயர் பெற்றன. 'இந்து' என்ற சொல், கடவுள், ஆசிரியன் (வழிகாட்டி) சான்றுநூல் (பிரமாண நூல்) என்பனவற்றுள் எதன் பெயரையும் பெற்றதாகத் தெரியவில்லை.

'சிந்து' நதிக்கரையில் இருந்தவர்களைச் சிந்து, 'ஹிந்து' என்று பாரசீகரும், கிரேக்கரும் பெயரிட்டு அழைத்தனர். அந்தப் பெயரிலிருந்தே 'இந்தியா' என்ற பெயரும் ஏற்பட்டது. இந்தியாவில் தோன்றிய புத்தம், சமணம், வைதிகம், சுமார்த்தம், சைவம், வைணவம் முதலிய எல்லாச் சமயங்களையும் இந்து மதம் என்று கூறுதல் பொருந்தாது. இந்தியாவில் உள்ள பல சமயத்தவரையும் கிறித்தவர், முஸ்லிம்கள் உட்பட, இந்தியர்கள் என்று அழைப்பதே பொருந்தும்.

இப்படி ஏராளமான தெளிவுகளைத் தமிழர்க்கு உணர்த்திய கா.சு. பிள்ளை தமிழர் சமயக் கொள்கையில்,

'வைதிக; சார்பு வளருமுன்னர் தமிழர் கோயில்களின் சமய ஆசாரியார்கள் தமிழிலேயே பாடி இறைவனை வணங்கியது போலத் தமிழிலேயே பூசனை, துதிகள் எல்லாம் நடைபெறலே முறையாகும். கோயிற் பணத்தைப் பிறமொழிப் பாராயணத்துக்கும், பிற மொழியில் பூசனை முறைகள் கற்பிப்பதற்கும் செலவு செய்தல் கூடாது' என வலியுறுத்திக் கூறியுள்ளார்.

'ஆரியர் இந்நாட்டிற்கு (இந்தியா) வருவதற்கு மூவாயிரம் ஆண்டுகளுக்கு முன்பே தமிழர்

நாகரிகத்தோடு திகழ்ந்தனர் என்பது சரித்திர ஆசிரியர் முடிவு. தமிழ் நூல் முறைப்படி இடைச் சங்க காலமாகிய தொல்காப்பியர் காலத்தில்தான் வடக்கிருந்து வந்த ஆரியரின் தொடர்பு தமிழருக்கு ஏற்பட்டதாகும். தலைச்சங்க காலத்தில் (கடல்கொண்ட நாட்டில்) தமிழ் வளர்ச்சி அடைந்தபோது ஆரியத் தொடர்பு அறவே ஏற்படவில்லை.'

இப்படிப்பட்ட ஆராய்ச்சித்திறன், எண்ணத்தில் தெளிவு, மனத்தில் உறுதி, தமிழர் மேம்பாடு, குறிக்கோள் ஆகியவற்றால் மறைமலை அடிகள், பசுமலைசோமசுந்தர பாரதி, நா.மு. வேங்கடசாமி நாட்டார், பண்டிதமணி கதிரேசன் செட்டியார் போன்ற தமிழ் அறிஞர்களின் பெருமதிப்பைப் பெற்றிருந்த கா.சு. பிள்ளை அவர்கள் வழக்கறிஞர் பணிக்கு வராமலே சட்டப் பேராசிரியராக இருந்து, சட்ட நூல்கள் பலவற்றைத் தமிழுக்குத் தந்து தமிழர் விழிப்புணர்வு பெறவேண்டும் என்று இறுதிவரை அரும்பாடுபட்டார். அப்பேராசிரியர் பெருந்தகையின் பாதக்கமலங்களை வணங்கிப் போற்றுவோமாக!

■■

துணை நூல்கள் : பேராசிரியர் க. அன்பழகன் எழுதிய 'தமிழ்க்கடல் அலை ஓசை பரவும் தமிழர் மாட்சி',

குன்றக்குடி பெரிய பெருமாளின் 'தமிழ் வளர்த்த நல்லறிஞர்கள்'

15

கோவைக்கிழார் இராமச்சந்திரன் செட்டியார் (1888 - 1969)

'தீராப் பிணிதீர் – சீவாத் துமஞான
ஊராட் சியதான – ஓர்வாக் கருள்வாயே
பாரோர்க் கிறைசேயே – பாலாக் கிரிராசே
பேராற் பெரியோனே – பேரூர்ப் பெருமாளே'

- திருப்புகழ்

சங்க காலத்தில் 'அரிசில் கிழார்', 'ஆலத்தூர் கிழார்', 'கோவூர் கிழார்' எனப் பல புலவர் பெருமான்கள் வாழ்ந்ததாக இலக்கியங்கள் செப்புகின்றன. 'கிழார்' என்பது வேளாண் தொழில் செய்பவர்களின் மேன்மை யுடையவர்களுக்கு வழங்கப்படும் பட்டப் பெயராகும். 'அரிசில்', 'கோவூர்', 'ஆலத்தூர்' என்பனவெல்லாம் ஊரின் பெயர்கள். இந்த மரபையொட்டி கோவையில் வாழ்ந்த இராமச்சந்திரன் செட்டியாரை மக்கள் 'கோவைக் கிழார்' என்று மரியாதையுடன் அழைக்கலாயினர்.

ஏறக்குறைய எட்டு மொழிகளில் புலமைபெற்றிருந்த இராமச்சந்திரன் செட்டியார் 'கல்விப் பணியே கடவுள்

பணி', 'தமிழ்ப் பணி தலையாய சமயப்பணி' என்ற கொள்கையோடு வாழ்ந்தவர்.

இளமைப் பருவம்

கோயம்புத்தூரில் தேவாங்கர் சமூகத்தைச் சேர்ந்த மருதாசலம் செட்டியார் - கோனம்மாள் இருவருக்கும் 1888-ஆம் ஆண்டில் பிறந்தவர்தான் இராமச்சந்திரன் செட்டியார். நகரவைத் தொடக்கப் பள்ளி, லண்டன் மிஷன் பள்ளி இவற்றில் உயர்நிலைக் கல்வியும், சென்னை மாநிலக் கல்லூரியில் பி.ஏ. பட்டப்படிப்புக் கல்வியும் பெற்றார். பின்னர் 1912-ஆம் ஆண்டு சட்டப்படிப்பை முடித்து வழக்கறிஞராகும் தகுதி பெற்றார்.

தெலுங்கு தாய் மொழியாக இருந்தபோதிலும், இளம் வயதிலேயே தமிழ் மீது தனி ஆர்வம் இருந்ததால் பெரும்புலவர்கள் திருச்சிற்றம்பலம்பிள்ளை, சபாபதிப் பிள்ளை போன்றவர்களிடம் தமிழ் பயின்றார். சென்னையில் பயின்று கொண்டிருந்தபோது தமிழ்த்தாத்தா உ.வே.சா. போன்றவர்களிடம் தொடர்புகொண்டிருந்ததால் தமிழ்ப் பணி மீது நாட்டம் ஏற்பட்டது.

கோவைக் கிழார்

கோயம்புத்தூரில் வழக்கறிஞராகப் பணியாற்றிக் கொண்டிருந்த இராமச்சந்திரனுடைய கவனம் முழுவதும் தமிழின்பால் சென்றது. அதனால் தமிழ்த் தொண்டிலும், சமயத் தொண்டிலும் தன்னை அர்ப்பணித்துக் கொண்டார். அவர் இல்லாத இலக்கிய விழாவே இல்லையெனுமளவிற்கு அவரது ஈடுபாடு அமைந்திருந்தது. பொது மக்களிடையே அவருக்கு நல்ல செல்வாக்கும்,

மதிப்பும் இருந்ததால் அவர்கள் அவரைக் 'கோவைக் கிழார்' என்று அழைக்கத் தொடங்கினர்.

தமிழால் கோவைக்கிழாரும், கோவைக்கிழாரால் தமிழும் உயர்ந்தது. 1934-ஆம் ஆண்டு 'கொங்குமலர்' என்றோர் இதழ் கோவையிலிருந்து வெளியிடப்பட்டது. கோவைக்கிழார் அதன் ஆசிரியராகச் செயல்பட்டு அவ்விதழைக் கொங்கு நாட்டுப் பகுதியின் கலைக் களஞ்சியம் எனப் பாராட்டும் அளவிற்கு மிகவும் தரமான முறையில் அதைத் தயாரித்து வெளியிட்டார்.

1940-ஆம் ஆண்டு, இந்து அறநிலையத்துறை - ஆணையர் பொறுப்பை ஏற்றார். அவரது செயல்பாடு களுக்கு ஊக்கமும், ஆக்கமும் கொடுத்ததுஅப்பணி. சமயத்தின்பால் ஈடுபாடு கொண்டிருந்த அவர் திருக்கோயில்களின் வரலாற்றையும், கல்வெட்டுக்களைப் பற்றி ஆய்வு செய்து அவற்றின் பெருமைகளைத் தொகுப்பதையும் பெரும் பணியாகக் கொண்டிருந்தார். தமக்குக் கிடைத்த பணியைச் சரியாகப் பயன்படுத்தித் தன் தமிழ்ப்பணிக்கு உறுதுணையாக்கிக் கொண்டார்.

சென்னையிலிருந்து வெளிவந்த 'சித்தாந்தம்' என்னும் திங்கள் இதழுக்கு 1947 முதல் 1953 வரை ஆறு ஆண்டுகள் கோவைக்கிழார் ஆசிரியராகத் திகழ்ந்து இதழியல் பணியில் ஏற்றம் பெற்றார்.

திருப்பணியே தமிழ்ப்பணி

கோவைக் கிழாரின் பேரறிவையும், ஆற்றல்மிகு கட்டுரைகளையும் தமிழறிஞர்கள் பெரிதும் பாராட்டினர். 'சித்தாந்த' விளக்கங்கள் சிகரங்களாய் உயர்ந்துஅவரது சமயப் பிடிப்பைப் பறைசாற்றின. சென்னை மாநிலத்

தமிழ்ச் சங்கம் கோவைக்கிழாரின் சித்தாந்தப் பணிகளைப் பாராட்டி 'சித்தாந்தப் புலவர்' என்னும் சீரிய பட்டத்தை வழங்கிக் கௌரவித்தது.

தமிழ், தெலுங்கு, கன்னடம், மலையாளம், வடமொழி, ஆங்கிலம், உருது, இந்தி ஆகிய எட்டு மொழிகளிலும் புலமை பெற்று, பன்மொழிப் புலவராய்ப் பாங்குடன் சிறந்த கோவைக்கிழார் கல்வெட்டுத் துறையிலும் திட்பமும் நுட்பமும் பெற்றுத் திகழ்ந்தார். தமிழகக் கோயில்கள் மட்டுமன்றி வெளிமாநில கோயில்களுக்கும் சென்று கல்வெட்டுகளைப் படியெடுத்துப் புதிய புதிய செய்திகளையும், அரிய கல்வெட்டுகளையும் உலகுக்கு வெளிச்சம் போட்டுக் காட்டினார். 'சேக்கிழாரும் கல்வெட்டும்', 'நால்வர்களும் கல்வெட்டுகளும்', 'கல்லும் பேசுகிறது' போன்ற அரிய நூல்களைப் படைத்து ஒப்பற்ற கல்வெட்டாய்வாளர் என்பதை உணர்த்தினார்.

பன்மொழிச் சுரங்கமாய் இலக்கியச் செல்வங்களை வாரிவாரித் தம் கட்டுரைகள் மூலம் வழங்கிக் கொண்டிருந்த அவர் பல மொழிபெயர்ப்புக் கட்டுரைகளை வெளியிட்டார். பிற மொழிகளோடு ஒப்பிட்டு ஆய்வும் செய்துள்ளார். இந்து அறநிலையத்துறை ஆணையராக இருந்ததனால் சமயச் சொற்பொழிவுகள் நிகழ்த்தும் பெரும் வாய்ப்பையும் பெற்றார். ஈழநாட்டிற்கு சுமார் ஆறு முறை சென்றுவந்த அப்பெரியார் தமது பயண அனுபவத்தை மூன்று நூல்களாக உருவாக்கி வெளியிட்டுள்ளார். அவற்றுள் 'கடலின் கண் முத்து' என்னும் நூல் பிரபலமான ஒன்று. அவர் 'கொங்கு மலர்' இதழின் ஆசிரியராக இருந்த அனுபவங்களைக் கொண்டு படைத்தருளிய 'கொங்கு நாட்டு வரலாறு' என்னும் நூல்

தமிழ் வளர்ச்சிக் கழகப் பாராட்டையும், பரிசையும் பெற்ற அற்புதமான நூலாகும்.

சென்னை அரசாங்கக் கையெழுத்துப் புத்தகசாலையில் உறுப்பினராகப் பொறுப்பேற்று 'சோழன் பூர்வ பட்டயம்', 'கொங்கு தேச ராஜாக்கள்', 'பேரூர்க் கோவை' ஆகிய நூல்களைப் பதிப்பித்து வெளியிட்டு, பதிப்பகத்துறையிலும் ஒரு முத்திரை பதித்துக் கொண்டார். அதைப் போலவே தஞ்சை சரஸ்வதி மகால் நூலகத்தில் கோவைக்கிழார் உறுப்பினராக இருந்தபோது, 'இராமப்பய்யன் அம்மானை' எனும் அரிய நூலைப் பதிப்பித்தார். எழுத்தார்வம், இசையார்வம் இரண்டும் இணைந்த நிலையில் 'தமிழிசைக் கருவிகள்' என்னும் நூலினையும், அண்ணாமலைப் பல்கலைக் கழகத்தின் வாயிலாகப் பதிப்பித்து புகழடைந்தார்.

துறைதோறும் துறைதோறும் தமிழ்மொழியைச் செம்மைப்படுத்த வேண்டும் என்னும் உயரிய நோக்கில் செயல்பட்ட பெருந்தகை 'சி.எம்.ஆர்.' என்று அழைக்கப் பட்ட கோவைக்கிழார், கல்வித்துறையில் ஆற்றிய பணிகள் அனைத்துச் சமயத்தாராலும் பாராட்டப்பட்ட அரிய பணிகளாகும். கல்விக்குத் தொண்டு செய்வது கடவுளுக்குத் தொண்டு செய்வதுபோல என்று எண்ணி வாழ்ந்தவர். மயிலம் மடாலயம் தமிழ்க் கல்லூரி தொடங்க முனைந்தபோதும், தருமபுர ஆதீனம் தமிழ்க்கல்லூரி தொடங்க ஆர்வம் காட்டியபோதும் அவர்களுக்கு ஆதரவுக்கரம் நீட்டி, முனைப்புடன் செயல்பட்ட அதிசய மனிதர். தமிழ்ப்பணியை சைவசமயக் குரவர்கள்போன்று திருப்பணியாய் செய்ய முடியும் என்று செய்து காட்டியவர். அதனால்தான் திருமடங்கள் தமிழ்க்கல்லூரிகள் தொடங்குகின்றன என்ற

தகவலறிந்தாலே ஓடோடிச் சென்று உதவிகளைச் செய்தார். அங்கு அக்கல்லூரிகள் உருவாவதற்குக் காரணமே பெருந்தகை கோவைக்கிழார்தான் என்றால் அது மிகையில்லை. 'கல்விப் பணியே கடவுள் பணி' அதுவும் 'தமிழ்ப்பணி தலையாய சமயப்பணி' என்னும் பெருநோக்கில் தொண்டாற்றிய அத்திருமகனார் கோவை, பேரூரில் சாந்தலிங்க அடிகளார் தமிழ்க் கல்லூரி தோன்றுவதற்கும் பெருந்துணையாய் இருந்தார்.

தமிழ் மணம் கமழும் சோலை

தமிழ்க் கல்லூரிகள் தொடங்குவதற்குப் பெருந் துணை செய்த கோவைக்கிழார் பலரது வேண்டுகோளின் படி, உடல் தள்ளாடி நலிவுற்ற நிலையிலும் பேரூர் சாந்தலிங்கர் தமிழ்க் கல்லூரியின் தலைமைப் பொறுப்பை 1953-இல் ஏற்றார். அக்கல்லூரியின் மேன்மைக்குப் பாடுபட்டு, அங்கு தம்மிடமிருந்த ஏராளமான நூல்களை நன்கொடையாக வழங்கினார். அக்கல்லூரியின் பெருமை நாளுக்கு நாள் வளர்ந்தது.

தெலுங்கைத் தாய்மொழியாய்க் கொண்டு, தமிழார்வம் கொண்டு, தமிழ்ப் புலமை பெற்று, கல்வெட்டு, சைவசித்தாந்தம், மொழிபெயர்ப்பு, இதழியல், கல்வி என்னும் பல துறைகளில் வித்தகம் புரிந்த வழக்கறிஞராம் சி.எம். இராமச்சந்திரன் செட்டியார், தமது எண்பத்தோராம் அகவையில் 1969-ஆம் ஆண்டு இயற்கை எய்தினார். அப்பெருந்கையின் திருமேனி பேரூர் சாந்தலிங்க அடிகளார் தமிழ்க் கல்லூரித் தோப்பில் நல்லடக்கம் செய்யப்பெற்றது.

வையத்துள் வாழ்வாங்கு வாழ்ந்து வானுறையும் தெய்வமாய் கோவைக்கிழார் தொழுதேத்தும்

புகழ்பெற்றார். அவர் உறையும் சோலை மட்டுமன்று, எழில் கொஞ்சும் கோவையே தமிழ்மணம் கமழும் சோலையாய் மலர்ச்சி பெற்றுள்ளது. அந்தப் பன்மொழிப் பெட்டகம், கொங்குநாட்டு வித்தகர் கழல்தொழுது, வணங்கிப் போற்றுவோமாக!

■■

16

அறிவியல் தமிழ் வளர்த்த அறிஞர் பெ.நா. அப்புசுவாமி
(1891 - 1986)

'நான் எழுதிய கட்டுரைகள் இதுவரை ஐயாயிரத்துக்கும் மேலாக இருக்கும். தமிழிலும் ஆங்கிலத்திலுமான நூல்களை இந்தக் கணக்கில் சேர்க்கவில்லை. எத்தனையோ பல பத்திரிகைகளில் எழுதிக் குவித்துவிட்டேன். அத்தனை கட்டுரைகளும் குவியாமல் பரக்கச் சென்று நாடெங்கும் படிக்கப்பட்டு அறிவியலில் மக்களை ஈடுபடுத்தி அதன் நயங்களை அவர்களுக்கும் உணர்த்திவரச் சென்றிருக்குமானால் என் மகிழ்ச்சிக்கு அளவே இராது.'

- *அறிஞர் பெ.நா. அப்புசுவாமி*

'**தெ**ய்வங்களை வணங்கிப் புகழ்பவனைக் காட்டிலும் மக்களின் நலனையும், முன்னேற்றத்தையும் கருத்தில் கொண்டு உழைத்து வருபவனையே தெய்வங்கள் தங்களுக்கு உகந்த பக்தன் என்று கருதுகின்றன' என்னும் கருத்தை லீ ஹண்ட் (Leigh Hunt) என்னும் கவி தாம் எழுதிய 'அபுபென் ஆதெம்' (Abu Ben

Athem) என்னும் ஆங்கிலப் பாட்டில் சுட்டுகிறார். அந்தப் பாடல்தான் பெ.நா. அப்புசுவாமியின் சிந்தனைகளைத் தூண்டின என்று கூறும் அவர், அரசியல் துறையில் இறங்காமலும், மேடைகளின் மீதேறி முழங்காமலும், அமைதியாகவும், திறம்படவும், உண்மையான நாட்டுப் பற்றோடும், நாட்டின் முன்னேற்றத்துக்காக தன் இறுதி மூச்சுவரை உழைத்து வந்தவர். **'தமிழின் மேன்மையை உலகறியச் செய்ய வேண்டும் என்பதே பாரதியாரின் ஆசை. அளப்பரிய ஆர்வம்! அந்த ஆசையை, ஆர்வத்தை நிறைவு செய்வதே என் வேலை. அதைத்தான் தொடர்ந்து செய்துகொண்டிருக்கிறேன்'** என்று தொண்ணூற்றைந்து வயதுவரை தமிழ்த் தொண்டாற்றிய அறிவியல் தமிழின் முன்னோடிதான் அறிஞர் பெ.நா. அப்புசுவாமி.

இளமையும் கல்வியும்

பெருங்குளம் யக்ஞ நாராயணன் எனும் மருத்துவரின் புதல்வராக *31.12.1891*-இல் சென்னையில் பிறந்தார். *1904*-ஆம் ஆண்டு முதல் *1908*-ஆம் ஆண்டு வரை இந்து உயர்நிலைப் பள்ளியிலும், கல்லூரியிலும் பயின்றார். ஆய்வறிஞர் வையாபுரிப்பிள்ளை, பி.ஸ்ரீ. ஆச்சார்யா ஆகிய இருவரும் அவருடைய இணைபிரியா கல்லூரித் தோழர்கள். இளங்கலை பட்டத்தைச் சென்னை மாநிலக் கல்லூரியிலும், வழக்கறிஞர் பட்டத்தைச் சென்னைச் சட்டக் கல்லூரியிலும் பயின்று பெற்றார்.

'தம் வேலை வாழ்வினை வழக்குரைஞராகத் தொடங்கவேண்டும். நீதிமன்றங்களில் மூலநிலை (Original Side) வழக்குகளை எடுத்து நடத்தி வெற்றி பெறுவதற்குப் பொய் பேசாதிருக்கும் குணம் ஏற்ற துணையாகாது.

'யாமெய்யாக் கண்டவற்றுள் இல்லை எனைத்தோறும்
வாய்மையின் நல்ல பிற.'

என்னும் தமிழ்மறைக் கருத்து பெ.நா. அப்புசுவாமியின் உள்ளத்துள் சிறு பருவ முதலாக உறைந்து நின்ற ஒன்று. ஆதலின் பெரும் பொருள் ஈட்டும் வாய்ப்பினைத் துறந்து மூலநிலை வழக்குரைஞராதலைக் கைவிட்டு,

'எல்லா விளக்கும் விளக்கல்ல சான்றோர்க்குப்
பொய்யா விளக்கே விளக்கு.'

எனத் தெளிந்து துணிந்து சென்னை உயர்நீதிமன்றத்தில் மேன்முறையீட்டு நிலை (Appellate Side) வழக்குரைஞ ராகப் பணிசெய்து தமக்கும், தந்தைக்கும் பெருமை பெருக்கி, ஐம்பதாண்டுகட்கு மேல் போதுமான ஓய்வு பெற்றவர். (பெ.நா. அப்புசுவாமி நூற்றாண்டு விழா மலர், 1992, பக். 50 - ஆபிரகாம் அருளப்பன் கட்டுரை).

இத்தகைய பண்புவாய்ந்த பெ.நா. அப்புசுவாமி தமிழ்ப் பணியே தனக்கு உரிய பணி என்று அதில் மூழ்கினார்.

பள்ளிப் படிப்பில் முறையாகத் தமிழில் கற்காததனால் அவருக்கு வடமொழியும், ஆங்கிலமும்தான் கல்வி மொழிகளாக அமைந்தன. மாதவையரின் தூண்டுதலின் பேரில் கட்டுரைகள் எழுதத் தொடங்கிய போதுதான் தமிழ்மொழியைப் படிப்படியாகக் கற்றார். தமிழ்மொழியைக் கல்வி மொழியாகக் கற்காத பெ.நா.அ. பிற்காலத்தில் சங்க இலக்கியங்களின் அகநானூறு, புறநானூறு, கலித்தொகை, நற்றிணை, முல்லைப்பாட்டு, திருமுருகாற்றுப்படை போன்றவற்றிலிருந்து சுவைமிகு 120 பாடல்களைத் தெரிவு செய்து, தொகுத்து ஆங்கிலத்தில் 'Tamil Verse in Translation' என்று

வெளியிட்டார் என்றால் அவருடைய ஆற்றலை என்னென்றுரைப்பது!

அறிவியல் தமிழ்ப்பணி

அறம், பொருள், இன்பம் உரைக்கும் நம் தாய் மொழியை இயல், இசை, நாடகம் என முத்தமிழாகப் பாவிப்பது மரபு. வளர்ந்துவரும் அறிவியல் முன்னேற்றங் களைத் தமிழ் மொழியிலும், தமிழ்மொழியில் பல்லாயிரம் ஆண்டுகளுக்கு முன்பாகவே கூறப்பட்டுள்ள அறிவியல் கருத்துக்களை உலகிற்கு எடுத்துக்கூறவும் நான்காவதாக உருவானதுதான் 'அறிவியல் தமிழ்.' இந்த அறிவியல் தமிழின் முன்னோடி பெ.நா. அப்புசுவாமி என்றால் அது மிகையில்லை.

வாழ்வியல், இயற்பியல், வேதியியல், கணக்கியல், தாவரவியல், உயிரியல், உளவியல், புவியியல், மருந்தியல், பொருளியல், வானவியல் போன்ற அறிவியலின் பகுதிகளில் அடங்கியுள்ள பல செய்திகளை பொருண்மை யாக வைத்து எழுதப்பட்டவை பெ.நா.அ.வின் கட்டுரைகள். அவர் எழுதியுள்ள இலக்கியக் கட்டுரைகள் பலவும், சிறுவர்களுக்காக எழுதிய அறிவியல் கட்டுரைகள் பலவும் தனித்தனித் தொகுப்புகளாக வெளியிடக்கூடிய அளவிற்கு உள்ளன.

பெ.நா.அ.வின் முதல் கட்டுரை 'பிரபஞ்சத்தில் மனிதன் தனித்திருக்கிறானா?' என்ற அறிவியல் கட்டுரை யாகும். 1917-ஆம் ஆண்டு ஜூலை மாதம் சென்னை யிலிருந்து வெளிவந்த 'தமிழர் நேசன்' என்ற பத்திரிகையின் முதல் இதழில் இக்கட்டுரை இடம்பெற்றுள்ளது. தமிழ்நாட்டு மக்களுக்குத் தமிழ் மொழியின் வாயிலாக அறிவியல் அறிவைப் புகட்ட

வேண்டுமென நீதிபதி சதாசிவம், அ. மாதவையா, அ. ரங்கசாமி, சி.ஆர். சீனிவாசன், எஸ். பாவானந்தம் ஆகிய பேரறிஞர்கள் தொடங்கிய இதழ்தான் 'தமிழர் நேசன்.'

மேல்நாட்டுக் குழந்தைகளுக்கென உருவாக்கப் பெறும் நூல்களைப் போல தமிழ்க் குழந்தைகளுக்கும் நூல்களைக் கொண்டுவர வேண்டும் என்று விரும்பியவர். பேராசிரியர் ஜே.பி. மாணிக்கத்துடன் இணைந்து 1) வானொலியும் ஒலிபரப்பும், 2) எக்ஸ் கதிர்கள், 3) அணுவின் கதை, 4) வானத்தை அளப்போம், 5) பேராசிரியர் விஞ்ஞானம் பேசுகிறார் ஆகிய நூல்களை வெளியிட்டார்.

அறிவியல் செய்தியை எளிய தமிழில் எழுதுவது எப்படி? என்பதை (அணுவின் கதை என்னும் நூலில்) தெளிவாக விளக்கியுள்ளார்.

'மிகவும் நுட்பமான தத்துவங்களையும், கோட்பாடு களையும், கருவிகளையும், செயல்களையும் ஆதாரமாகக் கொண்டது அணுவின் கதை. அவ்விஷயங்களைத் தெளிவாகக் கூறுவதும் தெரிந்துகொள்ளுவதும் எளிதல்ல. ஆதலால் அவற்றைக் கூடியமட்டும் எளிதாக்குவதற்கு மூன்று வழிகளைக் கையாண்டிருக்கிறோம்.

முதலாவதாக சித்திரப் படங்களையும், விளக்கப் படங்களையும் தாராளமாக உபயோகித்திருக்கிறோம். இரண்டாவதாகப் படங்களையும், அவை குறிப்பிடும் விஷயங்களையும் விளக்குவதற்கு வருணனைகளையும், உவமைகளையும் ஏராளமாக உபயோகித்திருக்கிறோம். தினசரி வாழ்க்கையிலிருந்து பழமொழிகளிலிருந்தும், காவியங்கள், இதிகாசங்கள், புராணங்கள் முதலியவற் றிலிருந்தும் உவமைகள் முதலியவற்றைத் தேர்ந்

தெடுத்து வழங்கியிருக்கிறோம். மூன்றாவதாக, விஞ்ஞானத்தில் விசேஷப் பயிற்சி இல்லாதவர்களுக்கும், அப்பயிற்சி விட்டுப் போனவர்களுக்கும் படிப்பது எளிதாய் இருக்கும்பொருட்டு வேண்டிய இடங்களிலெல்லாம் முன்கூறிய விஷயங்களை அவ்வப்போது நினைவூட்டிக் கொண்டேபோயிருக்கும். அரசாங்கத்தார் சமீபத்தில் வெளியிட்டிருக்கும் விஞ்ஞானச் சொல் அட்டவணைகளிலுள்ள சொற்களையே இயன்றவரையில் உபயோகித்திருக்கிறோம். வேண்டிய இடங்களில் புதிய சொற்களையும் அமைத்திருக்கிறோம்.

மேற்கூறிய மூன்று வழிகளும் இன்றைய இளம் எழுத்தாளர்களுக்குக் கூறும் வழிமுறைகளாக நாம் எடுத்துக்கொள்ளலாம்.

பேராசிரியர் வையாபுரிப்பிள்ளையுடன் சேர்ந்து 'இலக்கியப் பூந்துணர்' எனத் தமிழ்ப்பாடநூல் வரிசை ஒன்றும் கொண்டுவந்தார்.

அறிவியல் நூல்கள்

அறிஞர் பெ.நா. அப்புசுவாமி முதன் முதலாக 1939-இல் 'அற்புத உலகம்' என்னும் அறிவியல் நூலை எழுதினார். ரயிலின் கதை (Technology), பூமியின் உள்ளே (Geology), இந்திய விஞ்ஞானிகள் (Biography), சர்வதேச விஞ்ஞானிகள், மூன்று சக்தி ஊற்றுக்கள், வாயு மண்டலத்தில் உள்ள வாயுக்கள், அற்புதச் சிறுபூச்சிகள் (Biology, Zoology), அணுமுதல் ரேடார் வரை, பயணம் அன்றும் இன்றும், பயணத்தின் கதை போன்றவை அவரது நூல்களாகும். இவற்றுள் 'மின்சாரத்தின் தந்தை', 'வானொலியும் ஒலிபரப்பும்', 'எக்ஸ் கதிர்கள்', 'அணுவின் கதை' ஆகியன பல்கலைக் கழகப் பரிசு பெற்றவை.

'வானத்தைப் பார்ப்போம்' யுனெஸ்கோ பரிசு பெற்ற நூலாகும். இந்நூல் தெலுங்கு, மலையாளம், கன்னடம் ஆகிய மூன்று மொழிகளிலும் மொழிபெயர்க்கப் பட்டுள்ளன.

மொழிபெயர்ப்புப் பணி

தமிழ், சமஸ்கிருதம், ஆங்கிலம் ஆகிய மூன்று மொழிகளிலும் புலமைபெற்றிருந்த பெ.நா. அப்புசுவாமி, இலக்கியம், அறிவியல் ஆகிய இரண்டு பிரிவுகளுக்கும் தன்னால் இயன்றவரையில் மொழிபெயர்த்துத் தமிழுக்கு வளம் சேர்த்தார். தொடக்கக் காலத்தில், ஆங்கில இலக்கியங்களைத் தமிழில் மொழிபெயர்ப்புச் செய்து கொண்டிருந்த அப்பெருந்தகை, போகப்போக தமிழின் இலக்கியச் செல்வங்களை ஆங்கிலமொழிக்குப் பெயர்க்க ஆர்வம் கொண்டிருந்தார். தமிழிலிருந்து ஆங்கிலத்திற்கு மொழிபெயர்த்த Tamil verse in Translation என்ற நூல் அவர் மொழிபெயர்ப்புப் புலமைக்குச் சான்றாகும்.

'சங்கப் பாடல்களுக்குரிய விளக்கங்கள் பலவற்றை ஊன்றிப் படித்தும், அவற்றுள் என் அறிவுக்குப் பட்டவரையில், எது பொருத்தமான சிறந்த பொருள் என்று ஆய்ந்தே நான், பெரும்பாலும் இந்த மொழிபெயர்ப்பைச் செய்திருக்கிறேன். ஆயினும் சிற்சில இடங்களில் அவர்கள் இட்ட கட்டுக்களை எல்லாம் அறுத்தெறிந்துவிட்டு பாடலை அமைத்த கவிவழங்கிய மொழிபெயர்ப்பை அமைத்திருக்கிறேன்.' (Tamil verse in Translation, P.N. Appuswami, உலகத்தமிழாராய்ச்சி நிறுவனம், சென்னை-113) என்று இம்மொழிபெயர்ப்பைப் பற்றிக் கூறியுள்ளார். இம்மொழிபெயர்ப்புகள் பிற மாநிலங்களிலிருந்து வெளியான இதழ்களிலும் பிரசுரமாயின.

அறிவியலை பொறுத்தவரையில், ‘விஞ்ஞானமும் விவேகமும்’, ‘இன்றைய விஞ்ஞானமும் நீங்களும்’, ‘அணுயுகம்’, ‘அணுசக்தியின் எதிர்காலம்’, ‘விஞ்ஞான மேதைகள்’, ‘அறிவியல் வரலாறு’, ‘காலயந்திரம்’, ‘அணு முதற்பாடம்’, ‘விண்வெளிப் பயணம்’, ‘ஏரோப்பிளேன்’, ‘டெலிபோனும் தந்தியும்’, ‘ராக்கெட்டும் துணைக் கோள்களும்’ போன்ற அறிவியல் நூல்களைத் தமிழில் வழங்கியுள்ளார்.

‘சித்திரக் கதைப்பாட்டு’ (மூன்று நூல்கள்), ‘பச்சை வைரம்’, ‘வங்க இலக்கிய வரலாறு’, ‘வசனமும் கவிதையும்’, ‘சுதந்திரத் தியாகிகள்’, ‘இந்தியாவின் கல்வித்துறைச் சீரமைப்பு’, ‘லிண்டன் ஜான்சன்’, ‘இந்திய அரசியல் அமைப்பு’ ஆகிய பிற துறைகளைச் சார்ந்த நூல்களையும் மொழிபெயர்த்து வழங்கியுள்ளார்.

மூச்சுள்ளவரை மொழித்தொண்டு

‘முத்தண்ணா’, ‘பேனா’, ‘பேராசிரியர் விஞ்ஞானம்’ என்ற புனை பெயரில் கலைமகள் இதழில் பல கதைகள், கட்டுரைகள் எழுதிய பெ.நா.அ., ‘இளம் விஞ்ஞானி’, ‘Junior Scientist’, ‘தியாக பூமி’ போன்ற இதழ்களிலும் ஏராளமான கட்டுரைகள் எழுதியுள்ளார். தவிர பல்வேறு தலைப்புகளில் சுமார் 150 வானொலி சொற்பொழிவுகள் ஒலிபரப்பாகியுள்ளன.

சென்னை வானொலி நிலைய கல்வி ஆலோசகராக வும், பகுதிநேர ஊழியராகவும் சுமார் 9 ஆண்டுகள் பணியாற்றியுள்ளார். இந்திய அரசியலமைப்பு சட்டநூல் மொழிபெயர்ப்புக் குழுவில் இடம்பெற்ற ஐவரில் ஒருவராக இருந்தார். சென்னை மாகாண அரசு சட்டக் கலைச் சொற்குழுவிலும், அறிவியல் கலைச்சொற் குழு

விலும், சென்னைப் பல்கலைக்கழகம் தொல்பொருளாய்வுக் கழகம், சமஸ்கிருத அகாதெமி ஆகியவற்றிலும் உறுப்பினராக இருந்து பணியாற்றியது குறிப்பிடத்தக்கது.

அறிஞர் பெ.நா.அ. தனது அலுவலக அறையில் ஒரு பெரிய நூலகத்தை வைத்துப் பாதுகாத்து வந்தார். இன்று கிடைக்காத பல அரிய நூல்கள் அதில் இடம் பெற்றுள்ளன. இவற்றுள் அறிவியல் நூல்களே மிகுதியாக உள்ளன. 'Fun with Electricity' முதல் 'Earth in Space' வரை எல்லா நூல்களும் உள்ளன. அவரது நூலகம் சிறந்த அறிவுக் களஞ்சியமாகவும், அறிவியல் களஞ்சியமாகவும் திகழ்கிறது.

அவரது அரும்பெரும் பணிகளைப் பாராட்டி சென்னைத் தமிழ் எழுத்தாளர் சங்கம், குழந்தை எழுத்தாளர் சங்கம், சென்னைப் பல்கலைக்கழகம், யுனெஸ்கோ அறிவியல் கழகம் போன்ற அமைப்புகள் பரிசுகள் வழங்கி பாராட்டியுள்ளன.

விடுதலைப் போராட்ட உணர்வுகள் மேலோங்கியிருந்த நாட்களில்கூட அவர் அரசியல் பக்கம் தன்னை நுழைத்துக் கொண்டதில்லை. அவர் ஒரு வித்தியாசமான தேசபக்தர் என்பதை தம்பி சீனிவாசன் அவர்கள் நயம்பட எடுத்துரைத்துள்ளார்.

'ஆங்கியேர் ஆட்சியை எதிர்த்து போராடியது மட்டுமா தேசபக்தி?

எதிர்காலச் சுதந்திரக் குடிமக்களுக்கு, ஏற்றதொரு நல்லறிவை ஊட்டி அறிவாற்றல் கொண்டவர்களாக உருவாக்கும் பணியில் ஓயாது உழைக்கும் செயலாக்கம் ஒரு வகையில் தேசபக்தி அல்லவா! வளர்ந்துவரும் அறிவியல் உலகத்தைப் புரிந்துகொள்ளவும், அறிந்து கொள்ளவும் மக்களைத் தம் நூல்களால் ஆற்றுப்படுத்திய

அறிஞர் பெருமகனார் அல்லவா பெ.நா. அப்புசுவாமி? விடுதலை பெற்ற நாட்டில், மக்களை அறிவியல் விவரம் அறிந்தவர்களாக விளங்கச் செய்யும்பணி, ஒரு வித்தியாசமான தேசபக்திதான்.'

இப்படியொரு வித்தியாசமான தேசபக்தராக விளங்கிய அறிவியல் வளர்ச்சியின் ஆணிவேராக விளங்கிய பெ.நா. அப்புசுவாமி 16.5.1986 அன்று பொன்னுடல் நீக்கிப் புகழுடல் பெற்றார்.

'செவிகளும், கண்களும் பலவீனமடைந்து வருகின்றன. எனினும் உடல்நலம் குன்றவில்லை. தெளிவாகச் சிந்திக்க முடிகிறது. சங்கடமின்றி எழுத முடிகிறது. எனது வேலையை நான் செய்வதற்கென்றே சாவு என்னை விட்டு ஒதுங்கிப் போய்க்கொண்டிருக் கிறது' என்று தொண்ணூற்றைந்தாம் வயதில், இறப்பதற்கு பத்து நாட்களுக்கு முன்னர் தம் நண்பர் ஒருவருக்கு மடல் எழுதிய மாமேதையை சாவு அணைத்துக்கொண்டது. அவரது அயராத உழைப்பிற்கு தலைவணங்கி, அறிவியல் தமிழ் வளர்த்த பெரும் பணியைப் போற்றுவோமாக!

■■

துணை நூல்கள் :

1. *முனைவர் மு. வளர்மதி தொகுத்த 'பெ.நா. அப்புசுவாமியின் அறிவியல் கட்டுரைகள்.'*

2. Tamil Verse in Translation - P.N. Appuswami, *உலகத் தமிழாராய்ச்சி நிறுவன வெளியீடு.*

3. *குன்றக்குடி பெரிய பெருமாள் எழுதிய 'தமிழ் வளர்த்த நல்லறிஞர்கள்.'*

17

வித்தக ஆய்வாளர் ச. வையாபுரிப்பிள்ளை (1891 - 1956)

'நான் தமிழாராய்ச்சித் துறைக்கு உரியவன் என்று பள்ளிப்பருவம் முதற்கொண்டு என்னை நான் கருதிவிட்டபோதிலும், என் வாழ்க்கைத் துறையின் முழுப் போக்கும் அவ்வாராய்ச்சித்துறை அமைந்து விடுமென்று நான் கனவிலும் நம்பியதில்லை. எனக்குரிய துறையில் நான் செல்வதற்குக் காரணமாயிருந்த பெ.நா. அப்புஸ்வாமி, கே.வி. கிருஷ்ணஸ்வாமி அய்யர், சி.ஆர். நமச்சிவாய முதலியார் முதலிய பேரன்பர்களுக்கு நான் என்றும் கடமைப்பட்டுள்ளேன்.'

– வையாபுரிப்பிள்ளை (அகராதி நினைவுகள்)

'ஆராய்ச்சி மன்னர்', 'இலக்கிய கனவான்', 'ஆய்வுத்துறையின் முன்னோடி' என்று தமிழறிந்தோர் போற்றும், வழக்கறிஞராக விளங்கியவர்தான் எஸ். வையாபுரிப்பிள்ளை. நுட்பமான அறிவும், திட்பமான தமிழ் ஆய்வும் கொண்ட தமிழ்ப்பற்றாளர்.

'தமிழ்க் கவிதையைப் படிப்பதில் இடையூறாக இருப்பவை இரண்டு. பல சொற்களை ஒன்றாக உருக்கி வார்த்து, அவற்றின் வடிவத்தை மாற்றி, வேற்றுருவோடு தோன்றச் செய்யும் 'சந்தி' என்பது ஒன்று. ஒரே சொல்லை இரு கூறாகவோ, பல கூறுகளாகவோ துண்டித்து, உருத்தெரியாதபடி வெட்டிப் பகுக்கும் 'சீர்பிரித்தல்' என்பது மற்றொன்று. எதிரிடைத் தன்மை வாய்ந்த இவ்விரண்டு சிக்கல்களிலிருந்தும் தமிழ்க் கவிதையை விடுவித்து, அதில் வழங்கும் சொற்களின் வடிவம் தெரியுமாறு சொற்களைப் பிரித்து அச்சிட்டால் பாமர மக்களும் தாமாகவே பொருள் தெரிந்துகொள்வதற்கு அது உதவியாக இருக்கும். ஆனால், இது ஒரு புதிய முறை. தமிழில் சந்தேகத்துக்கு இடமே இல்லாதபடி, அளவற்ற பற்றும், தமிழ் மொழியில் அளப்பரிய புலமையும் உள்ள ஒருவனே இத்தகைய செயலைத் தொடங்கிவைத்து நடத்தமுடியும். இந்தக் காரியத்தை வையாபுரி தொடங்கிய செயல் வேதப் பொருளைத் தமிழில் எளிதாக விளக்கிக் கூறிய அறிவாளிகளின் செயலோடும், தெய்வத்தின் திருக்கோயில்களைப் பலருக்கும் திறந்துவிட்ட கருணைச் செயலோடும் ஒப்பிடத்தக்கது' என்று முதலாயிர வெளியீட்டைப் பற்றி பாராட்டியவர் எஸ். வையாபுரிப்பிள்ளையின் அரைநூற்றாண்டுக்கால உயிர் நண்பர், அறிவியலை அழகு தமிழில் படைத்த வழக்கறிஞர் பெ.நா. அப்புஸ்வாமி அவர்கள். தமிழாராய்ச்சித் துறையில் விருப்பு வெறுப்பின்றி நடுநிலையில் நின்று பல அரிய கருத்துக்களைக் கண்டுபிடித்து உலகுக்கு உணர்த்தியவர்.

வாழையடி வாழையென வந்த மரபு

வையாபுரிப் பிள்ளையின் தந்தைவழிப் பாட்டனார் சங்கரலிங்கம் பிள்ளை 'தாமிரபரணிப் புராணம்'

பாடியவர். அந்த அளவுக்குத் தமிழ்ப் புலமை பெற்றவர். வையாபுரிப்பிள்ளையின் தந்தை சரவணப்பிள்ளையோ தமிழ், வடமொழி இரண்டும் வல்ல சைவப் பெரியார். சிவபுராணங்களையும், தமிழ் இலக்கியங்களையும் நன்கு கற்றறிந்தவர். சிவநேசச் செல்வராகிய சரவணப்பிள்ளை, பாப்பம்மாள் என்கிற பிரம்மநாயகி அம்மையாருக்கும் 13.10.1891-இல், நெல்லை, வண்ணாரப்பேட்டையில் பிறந்தவர் வையாபுரிப்பிள்ளை.

இளமைப்பருவம், பெற்றோருடன் சிக்கல் நரசையன் கிராமத்தில் கழிந்தது. தம் தகப்பனாரிடம் புராணக் கதைகளையும், தேவார திருவாசகப் பாடல்களையும் கேட்டு, சமயத் தொடர்பான நூல்களையும் தாமே படித்து, வழிவழித் தாம் பெற்ற தமிழ்ப் புலமையிலும் சிறந்து விளங்கலானார் வையாபுரி.

ஆரம்பக் கல்வியைக் கணபதிப்பிள்ளை என்பவரிடம் கற்றார். பின் திருநெல்வேலியில் பயின்றார். அப்பொழுது தமிழாசிரியர்களான சிவராமப்பிள்ளை, சுப்பிரமணியக் கவிராயர் ஆகியோரிடம் தமிழ் பயின்றார்.

தனிப்பட்ட முறையில் பாம்பன் குமரகுருதாச சுவாமிகளிடமும், யாழ்ப்பாணம் சுவாமிநாதப் பண்டிதர் ஆகிய பெருமக்களிடம் இலக்கண இலக்கியங்களையும், தத்துவ சாத்திரங்களையும் பயின்றார்.

சென்னை கிறித்தவக் கல்லூரியில் சேர்ந்து பயின்று பி.ஏ. பட்டம் பெற்றார். இங்கு இவருக்கு மறைமலை யடிகள் தமிழ்ப் பேராசிரியராக அமைந்ததைப் பெறற்கரிய பேறாய்க் கருதியதாகத் தாமே குறிப்பிட் டுள்ளார். தமிழில் மாநிலத்திலேயே முதல் இடம் பெற்று, சேதுபதி தங்கப் பதக்கத்தைப் பரிசாகப் பெற்றார்.

இல்லறமும் - இலக்கியப் பணியும்

வையாபுரிப்பிள்ளையின் திருமணம் 1912-இல் நிகழ்ந்தது. அவரது துணைவியார் சிவகாமி அம்மாள் குடும்ப நிர்வாகத்தில் தனித்திறம் பெற்றவர். அவருடைய திருமகள் வை. சரோஜினியும் தமிழ்ப்புலமை மிக்கவர் என்பது குறிப்பிடத்தக்கது.

திருவனந்தபுரம் சட்டக் கல்லூரியில் சட்டம் பயின்று, அங்கேயே வழக்கறிஞராகத் தம்மைப் பதிவு செய்துகொண்டு தொழில்புரியத் தொடங்கினார். அப்பொழுது அவருக்குப் பல தமிழறிஞர்களின் நட்புறவு கிட்டிற்று.

கவிமணி தேசிகவிநாயகம் பிள்ளை, கே.என். சிவராஜபிள்ளை, பண்டிதர் முத்துச்சாமி பிள்ளை, இசையரசு இலட்சுமண பிள்ளை ஆகியோரால் தமிழ்ஞானம் பெற்று செழுமையுற்றார். 1922-ஆம் ஆண்டு, மனோன்மணியம் பி. சுந்தரம் பிள்ளை இயற்றிய 'மனோன்மணியத்தின்' இரண்டாம் பதிப்பை வெளியிட்டு பதிப்பாசிரியர் என்ற தகுதியையும் பெற்றார்.

திருவனந்தபுரத்தை விட்டு நெல்லைக்கு வந்து அங்கு வழக்கறிஞர் தொழிலை மேற்கொண்டார். இங்கு இவரது கம்பஇராமாயண ஆராய்ச்சிக்குப் பல சான்றோர்களின் பேராதரவு கிட்டிற்று. எம்.எஸ். சுப்பையா முதலியார், சக்கரபாணி நம்பியார், ஆதிமூர்த்தியாபிள்ளை, ப. வேதநாயகம் பிள்ளை, டி.கே. சிதம்பரநாத முதலியார், ஆர். அனந்தராமையங்கார், ஏ.வி. சுப்பிரமணிய ஐயர், சிதம்பரராமலிங்கம் பிள்ளை, சி. வீரபாகு பிள்ளை, வ.வே.சு. ஐயர், பி.ஸ்ரீ. பெரியன் ஸ்ரீனிவாசையங்கார் ஆகிய அறிஞர்களின் தொடர்பால் 'கம்பன் கழகம்'

அமைத்து தமிழ் ஆய்வுத்துறையில் தனித்தன்மையுடன் விளங்கினார் வையாபுரிப்பிள்ளை.

நெல்லையில் வழக்கறிஞராக இருந்துகொண்டே தமிழாராய்ச்சியிலும் ஈடுபட்ட இவரைச் சென்னை மாநகரம் அழைத்துக் கல்வி மன்றத்தில் வீற்றிருக்க வைத்தது. '1926 நவம்பர் இறுதியில் நான் தமிழகராதிக்குப் பதிப்பாசிரியராக நியமனம் பெற்றேன். நான் அப்பதவி பெறுவதற்கு முன் திருநெல்வேலியில் வக்கீல் தொழிலில் அமர்ந்திருந்தேன். எனது பொழுது பெரும்பாலும் தமிழ் நூல்களைக் கற்பதிலும், ஆராய்ச்சி செய்வதிலும், கம்பராமாயணப் பரிசோதனையிலும் கழிந்தது' எனத் தாமே கட்டுரை ஒன்றில் வையாபுரிப் பிள்ளை குறித்துள்ளார்.

சென்னைப் பல்கலைக்கழகத்தில் பதிப்பாசிரியராகப் பணியாற்றிய காலத்தில் ஒரு லட்சத்துப் பதினாயிரம் சொற்கள் வரை தொகுத்து அகராதி ஒன்றை வெளியிட்டார். 1936-ஆம் ஆண்டு சென்னைப் பல்கலைக்கழகத் தமிழாராய்ச்சித் துறைத் தலைமைப் பொறுப்பை ஏற்றார். சுமார் பத்து ஆண்டுகள் இப்பதவியை வகித்தார். எட்டுத்தொகை, பத்துப்பாட்டு என்று தனித்தனியே வழங்கிவந்த வழக்காற்றை மாற்றி, சங்க இலக்கியம் என்று அவற்றிற்குப் புதுப்பெயரிட்ட தோடு, இந்தப் பெயரையே பெருவழக்காக்கி வைத்தவர் என்பதும் குறிப்பிடத்தக்கது.

சுமார் நாற்பது நூல்களைப் பதிப்பித்துள்ள வித்தக ஆய்வாளர் வையாபுரிப்பிள்ளை, பாடவேறுபாடுகளை பகன்று உண்மைப் பாடத்தை உணர்த்துவதிலும், மலிந்த பிழைகளோடு மல்லுக்கு நின்று அவற்றை ஒழித்து

நீக்குவதிலும், தன்னுரை, முன்னுரை ஆகியவற்றில் ஓர் ஆய்வுப் பெருவாசகத்தை உருவாக்குவதிலும், எதையும் நிரல்படத் தொகுத்துப் பின்னர், தனித்தனியாக விளக்கும் திறத்திலும் நிகரிலாப் பேரறிவாளராகத் திகழ்ந்தார் அப்பெருந்தகை.

ஏழு தொகுதிகளாக அகராதியை வெளியிட்டு வெற்றிகரமாக பணியைச் செய்தமைக்கு அவரைப் பாராட்டி அரசு 'ராவ் சாகிப்' என்ற பட்டத்தை வழங்கிச் சிறப்பித்தது.

தமிழ், ஆங்கிலம், மலையாளம், வடமொழி, ஜெர்மன், ஃபிரெஞ்ச் ஆகிய ஆறு மொழிகளில் தேர்ந்த அறிவு பெற்றிருந்தார் வையாபுரிப்பிள்ளை.

1941-இல் மதுரையில் நடைபெற்ற தமிழ் இலக்கிய மாநாட்டிற்குத் தலைமை தாங்கினார். *1944*-இல் அகில இந்தியக் கீழ்நாட்டுக் கலைஞர் மாநாட்டில் (All India Oriental Conference) அதன் மொழிப்பிரிவில் Word Study and Chronology in Tamil Literature என்பது பற்றிய ஆய்வேட்டை வழங்கினார். *1946*-இல் நாகபுரியில் நடைபெற்ற மாநாட்டில், Research in Dravidian Language என்ற தலைப்பில் தலைமைப் பேருரை திராவிட மொழிப்பிரிவில் ஆற்றினார். *1951*-இல் லட்சுமணபுரியில் நடந்தபோதும் திராவிடப் பிரிவுக்குத் தலைமை ஏற்று, திராவிட மொழிகளின் இயல்பை, இணைப்பை, வரலாற்றை, இலக்கிய இலக்கண வடிவமைப்பை ஆங்கிலத்தில் எடுத்துரையாற்றினார்.

1949-ஆம் ஆண்டு திருவிதாங்கூர்ப் பல்கலைக் கழகத்தில் நிகழ்த்திய 'காவியகாலம்' என்ற தொடர் சொற்பொழிவு பின்நாளில் பெரும் நூலாக வெளியிடப் பட்டது.

மொழிநிலை, வழக்குகள், விகுதிகள், இடைநிலைகள், உருபுகள், அசைநிலைகள், விகாரங்கள், செய்யுள் விகற்பங்கள், செய்திகள், தொடர்புகள், தெய்வங்கள், மாந்தர் பெயர்கள் ஆகியவற்றையெல்லாம் நுண்மான் நுழைபுலத்தோடு நுணுகி ஆராய்ந்து அதன் பின்னரே அவரது முடிவுகளை அவர் வெளியிடுவார். தமிழ் இலக்கிய வரலாறு பற்றிக் கூறும்பொழுது முதற்சங்க காலம், தொகைசெய் காலம், பிற்சங்கக் காலம், பக்தி நூல் காலம், நீதிநூற் காலம், முற்காவியக் காலம், பிற்காவியக் காலம், தத்துவநூற் காலம், உரையியல் காலம், புராண பிரபந்தக் காலம், தற்காலம் எனப் பகுத்துக்கொண்டு, தொகுத்து ஆராய்ந்துள்ளார்.

'கம்பர் காவியம்', 'இலக்கிய உதயம்', 'இலக்கியதீபம்', 'இலக்கிய உலகம்', 'தமிழர் பண்பாடு', 'சிறுகதை மஞ்சரி', 'இலக்கிய மணிமாலை', 'சொற்கலை விருந்து', 'தமிழன் மறுமலர்ச்சி', 'இலக்கியச் சிந்தனைகள்' போன்றவை அவரது படைப்புகளுள் குறிப்பிடத் தகுந்தவையாகும்.

திருவனந்தபுரம் பல்கலைக்கழகத் தமிழ்த்துறைத் தலைவராக இருந்த மு. இராகவையங்கார், 1951-ஆம் ஆண்டு ஓய்வுபெற்றபோது, அப்பணியை ஏற்றுக்கொண்டு 1954 வரை, சுமார் மூன்று ஆண்டுகள் அப்பதவியை வகித்தார். பின்னர் ஓய்வுபெற்று சென்னையில் குடியேறி தம்முடைய தமிழ்ப்பணியைத் தொடர்ந்தார். உடல்நலம் பாதிக்கப்பட்ட நிலையிலும், நாலாயிர திவ்யப் பிரபந்தத் தில் முதலாயிரம் பாசுரங்களைப் பாமரரும் படித்துப் பயனடையும் வகையில் 'முதலாயிரம்' வெளியிட்டார்.

இறுதி நாட்கள்

வையாபுரிப் பிள்ளையின் தமிழாராய்ச்சி முடிவுகள் பலவற்றிற்குத் தமிழ்ச்சான்றோர்கள் பலர் முரண்பட்ட

ச. வையாபுரிப்பிள்ளை | 171

கருத்துக்களைத் தெரிவித்ததோடு, அவர் வடமொழிக்கு முன்னுரிமை தருபவர் என்ற கருத்தும் அந்நாளில் நிலவியது. எது எப்படியாயினும் ஒட்டுமொத்தமான அவரது தமிழ்ப்பணி பாராட்டக்கூடியதாகும்.

ஏறக்குறைய ஐம்பது ஆண்டுகளுக்கும் மேலாகத் தமிழ் இலக்கியத் தொண்டாற்றிய வையாபுரிப் பிள்ளையைத் தமிழ் எழுத்தாளர் சங்கம் கேடயம் வழங்கிப் பொன்னாடை போர்த்திப் பாராட்டியது. 1955-ஆம் ஆண்டு, சென்னை மயிலை ரசிக ரஞ்சனி சபையில் அன்றைய ஆளுநர் ஸ்ரீபிரகாசா தலைமையில் நடந்த விழாவில் 'கம்பன் காவியம்' என்ற தொகுப்புநூலை வெளியிட்டு பெரும் பாராட்டைப் பெற்றார். இறுதி மூச்சுவரை தன்னை ஆய்வுப் பணிக்கு அர்ப்பணித்துக் கொண்ட வையாபுரிப்பிள்ளை 17.12.1956 அன்று அமரரானார். அவர் அமரரானபோது ஏறக்குறைய எல்லா நாளேடுகளுமே அவரது மறைவுக்குக் கண்ணீர் அஞ்சலி செலுத்தின.

அவரது அரிய பணியைப் பாராட்டும் வகையிலும், நினைவைப் போற்றும் வகையிலும் அவர் பெயரால் நெல்லையில் 'வையாபுரி நகர்' என்று ஒன்று தோன்றியிருப்பது சிலருக்குத் தெரியாது. நெல்லையப்பர் கோவில் அருகே உள்ள அந்நகர் அவரது பெருமையை என்றும் பறைசாற்றும் என்பதில் ஐயமில்லை.

தமிழகராதியைப் பதிப்பித்துத் தந்த வித்தக ஆராய்ச்சியாளர் பன்மொழிப் புலமைமிகு வையாபுரிப் பிள்ளையின் நுண்ணறிவை வணங்கி வாழ்த்துவோமாக!

மகாத்மா காந்தி

18

காந்திய சீலர் தியாகி பொ. திருகூடசுந்தரம் பிள்ளை (1891 - 1969)

'சொல்லுவது எல்லார்க்கும் சுலபமாகும்
சொன்னபடி நடப்பவர்கள் மிகவும் சொற்பம்
எல்லையின்றி நீதிகளை எழுதுவார்கள்
எழுதியது பிறருக்கே தமக்கென் றெண்ணார்
தொல்லுலகில் நாமறிந்த தலைவர் தம்முள்
சொன்னதுபோல் செயல் முயன்றார் இவரைப்போல்
இல்லையெனும் மோகனதாஸ் கரம்சந்த் காந்தி
இந்தியத்தாய் உலகினுக்கே ஈந்த செல்வம்.'

- நாமக்கல் இராமலிங்கம் பிள்ளை

அண்ணல் காந்தியடிகளின் வாழ்க்கை ஓர் இலக்கியமா? அல்லது இலக்கணமா? இவ்வினாவுக்கு 'இலக்கிய இலக்கணம்' என்று விடை பகரலாம். சொல்லில் வாய்மையும், செயலில் தூய்மையும் கொண்டு, சொல்லுக்கும் செயலுக்கும் இடைவெளியில்லாமல் வாழ்ந்த காந்தியடிகளின் வாழ்க்கை கல்விக்கு இலக்கியம், கருணைக்கு இலக்கணம் என்பர் ஆன்றோர். அத்தைய

பொ. திருகூடசுந்தரம் பிள்ளை

அண்ணல் காந்தியடிகள் 1917-ஆம் ஆண்டு சென்னைக்கு வந்து மாணவர்களிடையே உரையாற்றும்பொழுது,

'பிறருக்கு உதவி செய்ய விரும்புகிறவன், முதன் முதலாகச் செய்ய வேண்டிய, கடைப்பிடிக்க வேண்டிய இன்றியமையாச் செயற்பாடு ஒன்று உண்டு. அது வேறொன்றுமன்று; ஆடம்பர வாழ்க்கையை விட்டு, எளிய வாழ்க்கையை மேற்கொள்வதுதான். உயிர் வாழ்க்கைக்கு அவசியமான தேவைகள் மட்டும் உடையனவாக இருக்க வேண்டும்.'

என்றார் தேசத்தந்தை. அந்தக் கூட்டத்துக்கு விடுதலை உணர்வும், பிறர் நலம் விழையும் உள்ளமும் படைத்த திருகூடசுந்தரனார் சென்றிருந்தார். அண்ணல் காந்தியடிகள் வலியுறுத்திப் பேசிய எளிமையான வாழ்க்கை நெறி, திருகூடசுந்தரனாரின் மனத்தைத் தைத்தது. அவரது கருத்துக்களால் எதிர்கால வாழ்வை இப்படித்தான் எளிமையாக்கிக்கொள்ள வேண்டும் என்று வகுத்துக்கொண்ட அப்பெருமகனார் அதுமுதல் ஒரு வேட்டியும், துண்டுமே அணியத் தொடங்கினார். சர்க்காவில் நூல் நூற்று உருவாகும் கதராடையையே இறுதிவரை பயன்படுத்தினார்.

தமிழகத்தில் என்.எஸ். வரதாச்சாரியார், சர்தார் வேதரத்தினம் பிள்ளை, திருகூடசுந்தரம் பிள்ளை, கம்பன் அடிப்பொடி சா. கணேசன், சுதந்திரப் போராட்ட தியாகி ஆர்.ஆர். தளவாய், திருவண்ணாமலை அண்ணாமலைப் பிள்ளை போன்றவர்கள் காந்திய நெறியில் நின்று இறுதிவரை ஒரு வேட்டியும், துண்டுமே அணிந்து வந்தார்கள் என்பது தேசிய உணர்வுள்ள ஒவ்வொருவரும் அறிந்துகொள்ள வேண்டிய செய்தியாகும்.

அண்ணல் காந்தியடிகளைப் போன்றே வாழ்க்கையை இலக்கிய இலக்கணமாக வாழ்ந்து காட்டியவர் பொ. திருகூடசுந்தரனார்.

இளமைப் பருவம்

நவதிருப்பதிகளில் ஒன்றான திருவைகுண்டத்தில் 1891-ஆம் ஆண்டு நவம்பர் மாதம் 15-ஆம் தேதி (15.11.1891) பிறந்தார். இவரது தந்தை எஸ். பொன்னப்ப பிள்ளை. அப்போது மிகவும் பிரபலமான ஒரு சர்க்கிள் இன்ஸ்பெக்டர். தாயாரின் பெயர் சொர்ணம்மாள்.

திருவைகுண்டம் திண்ணைப் பள்ளிக்கூடத்தில் தொடக்கக் கல்வி பயின்ற திருகூடசுந்தரனார், உயர்நிலைக்கல்வி பெற்று, சென்னை மாநிலக் கல்லூரியில் பி.ஏ. தத்துவம் பயின்றார். அப்பொழுது இவரது பேராசிரியராக வீற்றிருந்தவர் தத்துவமேதையும், முன்னாள் இந்தியக் குடியரசுத் தலைவருமான சர்வபள்ளி இராதாகிருஷ்ணன் என்பது குறிப்பிடத்தக்கது. எம்.ஏ. பட்டப்படிப்பில் மாநிலத்திலேயே முதலாவதாக வந்து தங்கப் பதக்கம் பெற்றார். அப்பொழுதுதான் இந்திய தேசிய விடுதலை உணர்வுகள் தேசமெங்கும் தீயெனப் பரவிக் கொண்டிருந்தது. தேசிய உணர்வு கொண்ட திருகூடசுந்தரனார் வாங்கிய தங்கப் பதக்கத்தைத் திலகர் தேசிய நிதிக்கு அளித்து மகிழ்ந்தார். சட்டக்கல்லூரியில் சட்டம் பயின்று வழக்கறிஞராய்ச் சிலகாலம் பணியாற்றிவிட்டு, காந்தியடிகளின் அழைப்பை ஏற்று 1921-ஆம் ஆண்டு, தமது பட்டத்தைத் துறந்து விடுதலை வேள்வியில் தன்னை ஐக்கியப்படுத்திக் கொண்டார்.

தேசியப் பணியும் - தமிழ்ப் பணியும்

'சோஷலிசம் என்பது ஒருவர் படுக்கும் இடத்தில் மூவர் நிற்பது மட்டுமல்ல; அதற்குக் காரணமான இதய

விலாசம் மட்டுமல்ல. மூவரும் வசதியாக ஓய்வுகொள்ள இடவசதி பெறுவதும்தான் சோஷலிசத்தின் வெற்றி' என்றுரைத்த திருகூட சுந்தரனாரின் தியாக வரலாறு தமிழ்நாட்டின் விடுதலை வரலாற்றுடன் பிணைந்து கிடப்பது. ஏறக்குறைய கால் நூற்றாண்டு காலம் விடுதலைப் போராட்டத்தில் பங்குகொண்டவர். வழக்கறிஞர் பணியை விட்டுவிட்டு காந்தியின் அழைப்பை ஏற்று ஒத்துழையாமை இயக்கத்திலும், பின் வேதாரண்யம் உப்பு சத்தியாக்கிரகத்திலும் கலந்து கொண்டவர்.

காந்தியடிகளின் சிந்தனைகளைத் தமிழ் மக்களுக்கு முதன் முதலில், முறையாகத் தமிழ் மொழியில் வழங்கிய பெருமை அவரையே சாரும். நெல்லை மற்றும் நாஞ்சில் பகுதிகளில் காந்திய இயக்கம் வேரூன்றக் காரணமானவர்களுள் குறிப்பிடத்தக்கவர்.

'ஹரிஜன்' பத்திரிகையின் தமிழ் இதழுக்கு ஆசிரியராகப் பொறுப்பேற்றிருந்து காந்திய நெறிகளைக் கண்ணியமாய் வளர்த்தார்.

1930-ஆம் ஆண்டு செட்டிநாட்டுப் பகுதியில் திருகூடசுந்தரனார் வாழ்ந்தபோது, காரைக்குடி மாவட்ட காங்கிரஸ் செயலாளராகப் பொறுப்பு வகித்தார். கிராமங்கள் தோறும் சென்று தம் சொற்பொழிவுகளால் தேசிய உணர்வையூட்டியவர். மகாகவி பாரதியின் சுதேச கீதங்களைப் பதிப்பித்து வெளியிட்டதோடு மகாகவி பாரதியின் வாழ்க்கை வரலாற்றை நூலாக எழுதியுள்ளார். 'பால பாரதி'யில் திருகூடசுந்தரனார் தொடர்ந்து பல கட்டுரைகள் எழுதியபோது, யோகி சுத்தானந்த பாரதியாரிடம், திருகூட சுந்தரம்பிள்ளையைப் பற்றி, வ.வே.சு. ஐயர் பின்வருமாறு கூறினாராம்:

''திருகூடசுந்தரம்பிள்ளையா?... அடடா... அப்பெருந்தகை மாசற்ற காந்தி பக்தர். தேசாபிமானி, காந்தியத்தை நாடெங்கும் பரப்பத் தமது வக்கீல் தொழிலை விட்டுவிட்டவர். மனத்திட்பமும், வினைத் திட்பமும் கொண்ட தமிழறிஞர். கைராட்டை சுற்றிக் கதர் அணிபவர்.''

அதற்குப் பின், யோகி சுத்தானந்த பாரதி, திருகூட சுந்தரம்பிள்ளையை நேராகச் சந்தித்து, 'காந்தி பக்தரே வருக! கனல் தெறிக்கும் எழுத்தாற்றல் கொண்ட தமிழ் எழுத்தாளரே வருக!' எனக் கட்டி அணைத்துக் கொண்டாராம்.

கதராடையையே இறுதி மூச்சுவரை உடுத்திவந்த திருகூடசுந்தரனார், தமிழ் ஸ்வராஜ்யா இதழின் ஆசிரியராகப் பணியாற்றியபொழுது கதர் பற்றி தினமும் எழுதுவாராம். அதைப்பற்றி வாகீச கலாநிதி, கி.வா. ஜகந்நாதன் அவர்கள், 'பல்துறை வித்தகரும், நற்குண மலையுமான அன்பர் பொ. திருகூட சுந்தரம்பிள்ளை, தமிழ் ஸ்வராஜ்யா பத்திரிகையின் ஆசிரியராக இருந்தபொழுது, ஒவ்வொரு நாளும் கதரைப்பற்றி எழுதுவதை ஒரு விரதமாகவே கொண்டிருந்தார்' என வியந்து எழுதியுள்ளார்.

தேசிய உணர்வோடு, விடுதலை வேட்கையுடன் அவர் உலக அரசியல் நூல்களையெல்லாம் இடைவிடா மல் படித்து அதிலுள்ள புதுப்புது கருத்துக்களையெல்லாம் சொற்பொழிவு மேடைகளிலும், ஏடுகளிலும் வெளியிட்டு வந்தார். உரையாற்றலும், எழுத்தாற்றலும் அவருக்கு மிக எளிதாய் வந்தன. ஆங்கிலக் கவிதை அழகினை 'ஆங்கிலக் கவிதை மலர்கள்' என்று தமிழில் அறிமுகம் செய்தார். டால்ஸ்டாயின் War & Peace என்னும் நவீனத்தை

'போரும் அமைதியும்' எனத் தமிழாக்கம் செய்தார். சுதேசமித்திரன் பத்திரிகையில் இவர் எழுதிய கம்பராமாயணக் கட்டுரைகளும், ஆங்கிலத்தில் பாரதியாரைப் பற்றி எழுதிய கட்டுரைகளும் அனைவரின் பாராட்டுதல்களையும் பெற்றன. இவருடைய மொழிபெயர்ப்பு நூலொன்றின் அணிந்துரையில்,

'இயல்பான மொழிபெயர்ப்பு இதயத்தைக் கவர்கிறது; மூலநூலுக்கு முரணான செய்தியின்றி, முழுமையான மொழிபெயர்ப்பு, அறிஞர் திருகூடசுந்தரம் பிள்ளையின் மேன்மையைப் புலப்படுத்துகிறது' என்று சொல்லின் செல்வர் ரா.பி. சேதுப்பிள்ளை அவர்கள் பாராட்டியுள்ளார்.

'எழுதியது பிறருக்கே என எண்ணி இருந்தவரல்லர் திருகூடசுந்தரனார். எழுதியது தமக்கே என நினைத்தவர்' என்பதை எண்ணும்பொழுது மகாத்மா காந்தி அடிகளைப் பற்றி,

'எழுதியது பிறருக்கே தமக்கென் றெண்ணார் தொல்லுலகில் நாமறிந்த தலைவர் தம்முள் சொன்னதுபோல் செயல் முயன்றார் இவரைப்போல் இல்லையெனும்...'

வரிகள்தாம் நம் நினைவுக்கு வருகின்றன.

குடும்பநலத் திட்டம் என்றால் என்னவென்று முற்றிலும் அறியாத அந்தக் காலத்திலேயே அதாவது ஏறக்குறைய எழுபத்தி ஐந்து ஆண்டுகளுக்கு முன்னரே அதுபற்றி சிந்தித்து முதன் முதலில் 'விவாகமானவர்களுக்கு ஒரு யோசனை' என்னும் புதுமையான நூலைப் படைத்தார். தமிழ் வளர்ச்சிக் கழகம் இந்நூலைப் பாராட்டிச் சிறப்பித்து, அதன் தொடர்ச்சியாக,

'ஆப்பரேஷனுக்கு அஞ்சவேண்டாம்' என்ற நூலையும் எழுதினார்.

முதியவர்களுக்கு மட்டுமின்றி குழந்தைகளுக்கும் அறிவியல் தொடர்பாக தகவல்களைத் தந்தால்தான் அவர்களுடைய சிந்தனையை செம்மையுறும் விதத்தில் செலுத்த முடியும் என்றெண்ணிய திருகூடசுந்தரனார், 'குழந்தை எப்படிப் பிறக்கிறது?', 'விஞ்ஞானம் எதற்கு?' 'விஞ்ஞானப் பெரியார்கள்' முதலான அறிவியல் நூல்களையும் எழுதியுள்ளார். குழந்தைகளுக்கு 'அப்பாவும் மகனும்', 'கேள்வியும் பதிலும்', 'அண்ணனும் தங்கையும்' முதலான நூல்களைப் பற்றிய முன்னுரையில் பேராசிரியர் கல்கி அவர்கள்,

'இத்தகைய புத்தகங்கள் நமது குழந்தைகளின் அறிவை விசாலமாக்கி மேலும் மேலும் பல்வேறு விஷயங்களை அறிந்துகொள்வதில், அவர்களுடைய ஆசையை வளர்க்கக்கூடியவை. குழந்தைக் குலத்துக்கும், தேசத்துக்கும் இத்தகைய ஒப்பற்ற தமிழ் தொண்டைச் செய்திருக்கும் ஸ்ரீதிருகூட சுந்தரம்பிள்ளை அவர்களை வாயார வாழ்த்துகிறேன்' எனக் குறிப்பிட்டுள்ளது நினைவு கூறத்தக்கது.

வாழ்வாங்கு வாழ்பவர்

புதிய கருத்துக்களைப் புதிய பார்வையுடன் திறம்பட எடுத்துரைக்கும் வல்லமை பெற்ற திருகூடசுந்தரனாரின் உரையாற்றலை பேராசிரியர் கோ. சுப்பிரமணிய பிள்ளை, தெ.பொ. மீனாட்சி சுந்தரனார் போன்றவர்களெல்லாம் வியந்து போற்றியுள்ளனர். தமிழ் மொழிக்கும், தமிழ் மக்களுக்கும் புதிய நலம் மேவச் செய்த அப்பெருமகனார், எழுபத்தெட்டு ஆண்டுகள் வாழ்ந்து

காந்தியக் கருத்துக்களைப் பரப்பிவந்தார். 'திருக்குறள்' நெறியைத் தம் வாழ்க்கை நெறியாகக் கடைப்பிடித்து தமிழுக்கு ஏற்றம் தந்தார். 'காந்திய அறச்சிந்தனைகளை' உரமேற்றி அவற்றை வாழ்க்கை முறையாகவும் இறுதிவரை கடைப்பிடித்து வந்தார்.

மேல்சட்டை அணியாமல், ஒரு வேட்டி, ஒரு துண்டு மட்டுமே உடைகளாகக் கொண்டு மிக எளிய வாழ்க்கையை மேற்கொண்ட அவர், வழக்கறிஞராக வாழ்ந்திருந்தால் பெருஞ்செல்வந்தராய் வாழ்ந்திருக்கலாம். ஆனால், அவர் அதை உதறித்தள்ளியவர். அண்ணல் காந்தி அடிகளும், அமெரிக்க அதிபர் ஆபிரகாம்லிங்கனும் வழக்கறிஞர்களாய் இருந்துதான் அரசியலுக்கு வந்தார்கள். திருகூடசுந்தரனாரும் அப்படிப்பட்ட ஒரு வாழ்க்கையைத் தேர்ந்தெடுத்துக் கொண்டதனால்தான் வையத்து மக்களின் இதயங்களில் இன்றும் வாழ்ந்துகொண்டு வரலாறாய் விளங்குகின்றார்.

அண்ணல் காந்தியடிகளின் நூற்றாண்டு விழாவினை யொட்டி 1969-ஆம் ஆண்டு வெளியிடப்படவிருந்த ஒரு நூலுக்கு 'காந்தியடிகள் கடைப்பிடித்த ஒத்துழையாமை' என்னும் கட்டுரை தான் அவர் இறுதியாக எழுதிய கட்டுரையாகும். ஒத்துழையாமை இயக்கத்தில் தன்னை இணைத்துக்கொள்வதற்காக வசதிமிக்க வாழ்க்கையை தியாகம் செய்த திருகூடசுந்தரனாரின் உடற்கூறுகள் ஒத்துழைக்க மறுத்துவிட்டதால் அவர் மரணம் என்னும் மகாநதியில் ஐக்கியமாகிவிட்டார். காந்தியத்தை தமிழ்மண்ணில் வேரூன்றச் செய்த திருகூடசுந்தரனாரின் தியாகத்தை, அண்ணல் காந்தியடிகளிடம் அவர் கொண்டிருந்த பழுதிலா பக்தியை வணங்கி, தேச நேசங்கொண்ட அப்பெருமகனாரைப் போற்றுவோமாக!

∎∎

19

கலாநிலையம் டி.என். சேஷாசல ஐயர் (1891 - 1938)

'இவர் பேசுவது புத்தகம் படிப்பது போல இருக்கிறது; புகைவண்டித் தண்டவாளங்களைப் போல் ஒரே ஒழுங்கான பேச்சு, இவரைப் போல் பேசுபவர் மிக அரியர்.'

- *ஞானியாரடிகள்*

கம்ப இராமாயணச் சொற்பொழிவாளர்கள் எடுத்தாளும் பல கருத்துக்களை, கதைகளை முதன் முதலாக எடுத்துச்சொன்ன முன்னோடிச் சொற்பொழி வாளர், நகைச்சுவையோடு தமிழ் உணர்வைப் பரப்பும் பாங்கறிந்தவர்.

சென்னை, புரசைவாக்கம் பகுதியில் வசித்தவர். இளம் வயதிலேயே பி.எல். பட்டம் பெற்று வழக்குரைஞராகப் பணியாற்றிக் கொண்டே மக்கட்குக் கல்விப்பணி புரிந்தார். 1891-ஆம் ஆண்டு பிறந்த இவர், தம்முடைய இருபத்திரண்டாம் வயதிலேயே பொதுப்பணிக்குத் தம்மை அர்ப்பணித்துக்கொண்டார்.

1913-இல் இரவுப்பள்ளிகள் தொடங்கி அதன் மூலம் இலக்கிய இலக்கண வகுப்புக்களை நடத்தினார். சென்னையில் பல பள்ளிகளைத் தொடங்கிய இவர், பின் காஞ்சிபுரம், காரைக்குடி போன்ற இடங்களிலும் அப்பள்ளிகளை விரிவுபடுத்தினார்.

1928-இல் 'கலாநிலையம்' எனும் இலக்கிய வார ஏட்டினைத் தொடங்கி கம்பஇராமாயணம், நளவெண்பா போன்றவற்றுக்குப் பாடம் சொல்லும் பாணியிலேயே விரிவுரை வரைந்தார். நாடகத்தின்பால் ஆர்வம் ஏற்படவே, சில நாடகங்களை எழுதி வெளியிட்டார். அவரே வேடமேற்று நடிக்கவும் செய்தார். சக நண்பர்களை நடிக்கத் தூண்டி, பல நாடகங்களை அரங்கேற்றினார்.

தெளிவு தவழும், இனிமை சொட்டும் பேச்சாளர். நகைச்சுவையோடு உரையாடக் கூடியவர். ஒரு முறை நண்பருடன் மேலைச்சிவபுரி செல்ல பிராட்வே வந்திருந்தார். எதிரும் புதிருமாக இரு பேருந்துகள் வேகமாக வந்தன. இடையில் இவர்கள். சட்டென பேருந்துகள் நின்றதால் இவர்கள் மயிரிழையில் உயிர் தப்பினர். இந்நிலையிலும், 'இந்நேரம் மேலைச் சிவபுரி (மேலோகம்) போயிருப்போம்; பஸ் நின்றதால் போகவில்லை' என்றாராம்.

பகைவரும் பாராட்டும் பண்புநலம் கொண்டவர். வெள்ளை உள்ளம் கொண்ட பிள்ளை மனம் அவருக்கு. குழந்தையும் தெய்வமும் ஒன்று என்பார்கள். அதனால்தான் இவரை ரா.பி. சேதுப்பிள்ளை அவர்கள், 'இவர் கடவுளுக்கு அடுத்தபடியானவர்' எனப்

போற்றினார். திரைப்படத் துறையிலும் தடம் பதித்தவர் இவர்.

ஏமாங்கத இளவரசன், கம்பராமாயண சூளாமணி, நளவெண்பா உரைகள் போன்ற பல நூல்களை எழுதிய இவர், உழைப்பின் மிகுதியால் குருதி நாளங்கள் வெடித்து 1938-இல் மரணமடைந்தார்.

கம்பஇராமாயணம், நளவெண்பா இவற்றிற்காக இவர் ஆற்றிய பணிகள் ஏராளம். 'கலாநிலையம்' இலக்கிய இதழ் மூலமும், இரவுப் பள்ளிகள் மூலமும் இலக்கியப் பணியாற்றிய இவ்வறிஞரின் தமிழ்த் தொண்டினைப் போற்றி வணங்குவோமாக!

∎∎

20

தமிழிசை வளர்த்த பொருளாதார மேதை ஆர்.கே. சண்முகம் செட்டியார் (1892 - 1953)

'சங்கீதம் என்பது இசை; சாகித்யம் என்பது பொருள்; பாவம் என்பது உணர்ச்சியும், மெய்ப்பாடும். இசை பொருளோடுங் கூடி உணர்ச்சியை எழுப்பினால்தான் அதை ஒருவர் கேட்டு, உணர்ந்து, சுவைத்து மகிழமுடியும். இதை நான் ஓர் இரசிகன் என்ற முறையில் கூறுகின்றேன். 'சாகித்யத்தின் அமைப்பினால்தான் சங்கீதத்தின் இன்பம் ஏற்படுகிறது. அவை சக்தி - சிவனை ஒத்தவைகள்.' பொருளே தெரியாத பாடலைப் பயில்வதால் நெஞ்சில் இருளே சூழ்ந்து குடிகொள்ளும். அவ்விருளை இறைவனும் நீக்கிக் களையமாட்டான் என்பதை அப்பர் அடிகளும், 'சொற்பாவின் பொருள் தெரிந்து தூய்மை நோக்கித் தூங்காதார் மனத்திருளை வாங்காதானை' என்று அருமையாகப் பாடியுள்ளார்கள்.'

- பேராசிரியர் ஜி. சுப்பிரமணிய பிள்ளை, M.A., B.L.

தோன்றுதொட்டு இயல், இசை, நாடகம் என முத்திறனாய் முளைத்தெழுந்த - தித்திக்கும் தேமதுர

மொழியானது, முத்திறத்தும் முறையே சிறப்புற்று ஓங்கி முதன்மையடைந்து வந்தது. ஆனால் கி.பி. இரண்டாம் நூற்றாண்டிற்கு மேல் சமணக் கொள்கைகள் நம்நாட்டினுள் புகுந்து இசைத்தமிழுக்கு இடையூறு விளைவிப்பதாயின், 'காமநோயைக் கலை எழுப்பும்' என்று சமணர்கள் இசையைக் கண்டித்து ஒதுக்கினர். ஆறாம் நூற்றாண்டிற்குப் பின், சிவனடியார்களும், வைணவ ஆழ்வார்களும் நம் மண்ணில் தோன்றி ஆயிரக்கணக்கான பண்ணார்ந்த பைந்தமிழ்ப் பாடல்களைப் பாடி, மக்களை மகிழச் செய்தனர். இப்படி வீறிட்டெழுந்த தமிழிசையானது, விஜயநகர அரசர்கள் ஆண்டபோதும், பின் நாயக்க மன்னர்கள் ஆண்டபோதும் தளர்ச்சிகுன்றி ஆங்கே தெலுங்கு இசைப்பாடல்கள் ஆதிக்கம் செலுத்தலாயிற்று. கி.பி. 14-ஆம் நூற்றாண்டிலிருந்து கி.பி. 20-ஆம் நூற்றாண்டு முற்பகுதிவரை இந்நிலை நீடித்தது.

தமிழகத்தில் நடந்த இசையரங்குகள் எல்லாம் இறுதியில் மட்டுமே இரண்டொரு தமிழ்ப்பாடல்கள் 'துக்கடா' என்ற பெயரில் பாடப்பட்டு வந்தன. இந்த அவல நிலையை உணர்ந்த செட்டி நாட்டரசர் அண்ணாமலையவர்கள், தமிழ்நாட்டில் பாடப்படும் பாடல்கள் தாய்மொழியாகிய தமிழில் இருக்க வேண்டும்; பாடப்படும் பாடல்களின் பொருளைப் பாடுவோரும், கேட்போரும் உணர வேண்டும் என்ற நல்நோக்கத்துடன் தமிழிசைச் சங்கத்தைத் தொடங்கினார். 1940-ஆம் ஆண்டு ஏற்படுத்தப்பட்ட தமிழிசைச் சங்கத்தின் இரு கண்களாக விளங்கியவர்களுள் பொருளாதார மேதை ஆர்.கே. சண்முகம் செட்டியாரும் ஒருவர்.

விடுதலைப் போராட்டத்தில் அவர் ஒன்றும் தீவிரம் காட்டியதில்லை. எனினும் விடுதலை பெற்ற இந்தியாவில்

பண்டிட் ஜவகர்லால் நேரு அவர்கள் தலைமையிலான முதல் அமைச்சரவையில் இவர்தான் நிதியமைச்சராக நியமிக்கப்பட்டார். அப்படிப்பட்ட சிறப்புகளைப் பெற்ற ஆர்.கே. சண்முகம் செட்டியார் ஓர் சிறந்த வழக்கறிஞராகவும் பணியாற்றி, பொதுவாழ்வில் தன்னை அர்ப்பணித்துக் கொண்டுள்ளார்.

கல்வியும் - பணியும்

மக்களால் பெரிதும் மதிக்கப்பெற்ற கோயம்புத்தூர் செல்வந்தர் இராமசாமி செட்டியாரின் திருமகன் கந்தசாமி செட்டியாரே சண்முகஞ் செட்டியாரின் அருமைத் தந்தையாவார். தாயார் ரெங்கம்மாள். சண்முகம் செட்டியார், 17.10.1892-இல், தீபத்திருநாளில் தீபாவளியன்று கோயம்புத்தூரில் பிறந்தார். கோவை இலண்டன் மிஷன் உயர்நிலைப் பள்ளியில் உயர்நிலைக் கல்வி பெற்றார். பின் 1910-ஆம் ஆண்டில் சென்னைக் கிறித்தவக் கல்லூரியில் சேர்ந்தார். 1915-ஆம் ஆண்டில் வழக்கறிஞரானார். தன் அத்தை மகள் அய்யம்மாளைத் திருமணம் செய்துகொண்ட இவருக்கு சாவித்ரி, சரஸ்வதி, ஜானகி என்று மூன்று பெண் குழந்தைகள் பிறந்தார்கள். தொடக்கக் காலத்தில் கோவையில் குடும்ப வியாபாரமான 'திரவிய சகாயநிதி'யை நடத்தியதோடு, சுதேசி மில் டெப்போ என்கிற பெயரில் துணி வியாபாரமும் தொடங்கினார்.

சென்னை சட்டக்கல்லூரியில் படிக்கின்ற காலத்திலேயே பொதுநலத் தொண்டில் ஈடுபாடு கொண்டிருந்த சண்முகம், கோவை நகராண்மைக் கழக உறுப்பினராகவும், பின்னர் துணைத் தலைவராகவும் பொறுப்பேற்றார். இந்த வெற்றியை அடுத்து 1920-ஆம்

ஆண்டில் நடந்த சட்டசபை தேர்தலிலும் வெற்றி பெற்றார்.

சட்டமன்றத் தேர்தல் வெற்றி அவரது பொது வாழ்க்கையில் ஒரு திருப்புமுனையாக அமைந்துவிட்டது. அவர் ஒரு முழுநேர அரசியல்வாதியாகி தன்னுடைய திறமையால், மதிநுட்பத்தால் அனைவரது கவனத்தையும் தன்பக்கம் ஈர்த்துக்கொண்டார். ஆர்.கே.எஸ். என்று அழைக்கப்பட்ட அவர், 1923-ஆம் ஆண்டு இந்தியச் சட்டசபையின் உறுப்பினரானார். அவரது சட்ட நுணுக்கமும், பொருளாதார அணுகுமுறையும், பேச்சாற்றலும், பொதுமக்களிடம் பெற்றிருந்த செல்வாக்கும், ஆட்சியாளர்களையே அதிசயிக்க வைத்தது. அரசாங்கமே அவரது அறிவாற்றலை உணர்ந்து இந்தியப் பிரதிநிதியாகப் பல சர்வதேச மாநாடுகளுக்கு அனுப்பி வைத்தது. இந்தியாவில் பிரபலமான பொருளாதார மேதைகளுள் ஒருவராகத் திகழ்ந்த ஆர்.கே.எஸ். 1935-ஆம் ஆண்டு கொச்சி மன்னரின் வேண்டுகோளை ஏற்று அந்த சமஸ்தானத்தின் திவானாக பதவி ஏற்றார்.

இவர் கொச்சி திவானாக இருந்தபோது 'கேரளா கலா மண்டபம்' என்ற அமைப்பை உருவாக்கி, கேரள கலாசாரத்தினை ஊக்கப்படுதினார். அதனால் அங்குள்ள ஒரு சாலைக்கு 'ஷண்முகம் செட்டி சாலை' என்று பெயரிட்டனர். 1942-இல் இவருக்கு 'சர்' பட்டம் வழங்கப்பட்டது.

கற்றவர்க்குச் சென்ற இடமெல்லாம் சிறப்பு என்பதை மெய்ப்பித்த ஆர்.கே.எஸ். அவர்களுக்கு இன்னும் ஒரு பெருமையும் கிடைத்தது. 'அறிவுடையோன் ஆறு அரசும் செல்லும்' என்பதுபோல,

ஆர்.கே. சண்முகம் செட்டியார்

'இதனை இதனால் இவன் முடிக்கும் என்றாய்ந்து அதனை அவன் கண் விடும்' ஆற்றல் மிகுந்த பாரத நாட்டின் முதல் பிரதமர் பண்டிட் ஜவஹர்லால் நேரு, இந்திய நாடு விடுதலை பெற்று, அமைச்சரவை முதன் முதலாகப் பதவி ஏற்றபோது பொருளாதாரத்தில் திட்பநுட்பப் பேரறிஞராய் விளங்கிய டாக்டர் ஆர்.கே. சண்முகம் செட்டியாரை, நிதி அமைச்சராகப் பொறுப்பேற்கச் செய்தார். அப்பொழுது ஆர்.கே.எஸ். காங்கிரஸ் கட்சியிலும் இல்லை. தீவிர விடுதலைப் போராட்ட வீரரும் இல்லை. அப்பெருந்தகையின் மதிநுட்பம் ஒன்றைக் கருதியே நேரு அவரைத் தேர்ந்தெடுத்தார்.

டாக்டர் ஆர்.கே.எஸ். முதன் முதலாக நிதி அமைச்சராகப் பொறுப்பேற்றதன் விளைவுதானோ என்னவோ தெரியவில்லை, தமிழகம் செய்த நற்பயனாய் அடுத்தடுத்து வரும் மத்திய அமைச்சரவைகளில் எல்லாம் நிதித்துறையின் பொறுப்பு தமிழகத்தவர்க்கே வழங்கப் பட்டது. நிதியமைச்சராகப் பொறுப்பேற்று பிரிட்டனிட மிருந்து ஸ்டர்லிங் கையிருப்பை சுதந்திர பாரதத்திற்குப் பெற்றுக் கொடுத்தவர். நிதியமைச்சகம் எப்படியெல்லாம் செயல்பட வேண்டும் என்று வளமான பல திட்டங்களை வகுத்துத்தந்து, சிறிது காலத்திற்குப் பின் நிதியமைச்சர் பொறுப்பிலிருந்து விடைபெற்றுக் கொண்டார்.

தமிழக மேலவையின் உறுப்பினராகவும், அண்ணாமலைப் பல்கலைக் கழகத்தின் துணைவேந்தராக வும் பொறுப்பேற்று தமக்கென வரையறுக்கப்பட்ட பணிகளில் தனிக் கவனம் செலுத்தி அறிவார்ந்த அரசியல் ஆலோசகராகவும், ஆட்சியாளராகவும் பல்கலைக் கழகத்தை நிர்வகித்து வந்தார்.

தமிழிசைப் பணி

டாக்டர் ஆர்.கே.எஸ். அவர்களுக்கு இயற்றமிழிலும், இசைத்தமிழிலும் ஆர்வம் ஏற்படுவதற்குக் காரணம் ஓர் ஆங்கிலேயர் என்றால் ஆச்சரியமாக இருக்கிறது அல்லவா! ஆம், டாக்டர் ஆர்.கே.எஸ். அவர்களுக்குத் தமிழுணர்வை ஏற்படுத்தியது டாக்டர் ஜி.யு. போப் அவர்கள் ஆங்கிலத்தில் எழுதிய திருவாசக மொழி பெயர்ப்பு நூல்தான்.

ஆர்.கே.எஸ். அவர்கள் ஒருமுறை பயணத்தின்போது படிப்பதற்கு புத்தகக்கடையில் ஜி.யு. போப் மொழிபெயர்த்த திருவாசகத்தை வாங்கிப் படித்தார். அதில் மாணிக்கவாசகரின் வரலாற்றைக் குறிப்பிட்டு, சைவசித்தாந்தம் பற்றிய அரிய தத்துவக் கோட்பாடுகளை விளக்கி, திருவாசகப் பாடல்களின் அருமையை உருக்கமாக எடுத்தாண்டிருந்தார் அறிஞர் ஜி.யு. போப். அதைப் படித்து முடித்த ஆர்.கே.எஸ். கண்களில் நீர் நிறைந்தது.

'திருவாசகத்துக்கு உருகார் ஒரு வாசகத்தும் உருகார்' என்பது பழமொழி. 'பாவெனப்படுவது உன் பாட்டே' என்று சிவப்பிரகாசரால் போற்றப்பட்ட மாணிக்கவாசகர், அழுதழுது இறையருள் பெற்றவர். அழுது பாடும் பான்மையோடு இறைவனை அடைவதற்கான உபாயத்தைக் கேட்கிறார்.

'யானே பொய் என் நெஞ்சம் பொய் என் அன்பும் பொய்
ஆனால் வினையேன் அழுதால் உன்னைப் பெற லாமே
தேனே அமுதே கரும்பின் தெளிவே தித்திக்கும்
மானே அருளால் அடியேன் உனைவந்து ஊறும் ஆறே.'

என்னும் மாணிக்கவாசகரின் பாடலைப் படிக்கும் நமக்கு நெஞ்சம் உருகும். திருவாசகம் முழுமையும் படித்தால் ஊனை உருக்குமாதலால், அறிஞர் ஆர்.கே.எஸ். உருகியதில் ஆர்ச்சரியமில்லை.

என் தாய்மொழியில் எழுதப்பெற்ற அருள் நூலை, அயல் மொழியாளர் எடுத்துரைக்க, நான் அறிந்து கொள்ளும் அவலத்தை என்னவென்று நினைக்க என உள்ளார்ந்து வருந்திய அப்பெருமகனார், அன்றிலிருந்து தமது வழக்கத்தையும், வழித்தடத்தையும் பழக்கத்தையும், படிப்பதையும் மாற்றிக்கொண்டார். திருவாசகம், தேவாரம், திவ்வியப்பிரபந்தம் என ஆன்மிக நூல்களைப் படிக்கத் தொடங்கி, ஓர் ஆசிரியரைக் கொண்டு முறையாகத் தமிழ் இலக்கிய இலக்கணங்களைக் கற்றுக்கொண்டார்.

அறிஞர் ஆர்.கே.எஸ்.ஐக் கவர்ந்த சிலப்பதிகாரத் துக்குத் தாம் கற்ற குறிப்புகளையெல்லாம் திரட்டி ஓர் உரை எழுதிப் பதிப்பித்து வெளியிட்டார். அதைத் தொடர்ந்து பத்துப்பாட்டில் ஒன்றாகிய 'குறிஞ்சிப் பாட்டு'க்கு எளிமையான உரையெழுதி பதிப்பித்தார். சிலப்பதிகாரப் பதிப்பின் முன்னுரையில், 'சிலம்பைப் படிக்கப்படிக்க என் உள்ளத்தில் மகிழ்ச்சியும், துக்கமும் கலந்து எழுந்தன. உலகில் பல மொழிகளில் உருவாகியுள்ள பெருங்காப்பியங்களில் சிலப்பதிகாரம் எத்தகைய சிறப்பிற்குரியது என்பதை அறிந்தபோது நெகிழ்ந்து மகிழ்ந்தேன்.

'நம் தமிழ் முன்னோர் நமக்குத் தந்த இப்பெருஞ் செல்வத்தைப் பற்றி இதுகாறும் அறியாமலும், அனுபவிக் காமலும் இருந்துவிட்டோமோ என வருந்தினேன். நான்

வாழும் நாடு இளங்கோவடிகளும், கம்பனும் பிறந்த நாடு; ஷேக்ஸ்பியரும் மில்டனும் பிறந்த நாடன்று உணர்ந்தேன்'' என்று உளம் நெகிழ்ந்து குறிப்பிட்ட அப்பெருந்தகை தமிழுக்குத் தொண்டாற்ற வேண்டுமென்ற உந்துலைப் பெற்றார்.

தமிழர்கள் பிறப்பு முதல் இறப்பு வரை இசையை, தாலாட்டு முதல் ஒப்பாரி வரை முறைப்படுத்தி வாழ்க்கையின் ஒவ்வொரு நிலையிலும் இசையோடு ஒன்றி வாழ்ந்திருக்கிறார்கள் என்பதை உணர்ந்தார். தொல்காப்பியர் காலத்துக்கு முன்பே இயல், இசை, நாடகமென முத்தமிழாய்ப் பூத்து, ஐவகை நிலங்களுக்குரிய பண்ணாய் நறுமணம் வீசியது பற்றியும், தமிழ்மொழி இறைவனையே இசையாய்க் கண்டு போற்றியுள்ளது. 'ஏழிசையாய் இசைப் பயனாய்' தரிசித்து மகிழ்ந்துள்ளது என்பதையும் அறிந்து அகமகிழ்ந்தார்.

தொல்காப்பியக் காலத்திற்கு முன்பிருந்த வளத்துடன் இடையறாது தொடர்ந்து வந்த தமிழிசையை கொச்சைப்படுத்த கிளம்பிவிட்ட ஒரு கூட்டத்தைத் திருத்த, அவர்களுடைய நச்சுப் பிரச்சாரத்தில் நசுங்கிக் கிடந்த சுத்தத் தமிழனுக்குச் சொரணையூட்ட ஓர் இயக்கத்தைத் தோற்றம் பெறச் செய்தனர் தமிழிசை ஆர்வம்கொண்ட சான்றோர். அந்த இயக்கத்தின் முன்னோடிகளில் ஒருவராய்த் திகழ்ந்தவர்தான் அறிஞர் ஆர்.கே.எஸ்.

தமிழிசையில் உயிர்நாடியான பண்களைப் பற்றி ஆராய்வதில் அறிஞர் ஆர்.கே.எஸ். தனி ஆர்வம் கொண்டார். பண் ஆராய்ச்சிக் குழுவை உருவாக்கி, ஆண்டுதோறும் பண் ஆராய்ச்சிக்காகவே ஓதுவார்களை, வல்லுநர்களை வரவழைத்து ஆய்வு செய்யும் செயற்கரிய

செயலை உற்சாகத்துடன் மேற்கொண்டார். இயற்றமிழ், இசைத்தமிழ் மட்டுமன்றி நாடகத் தமிழுக்கும் புத்துயிரளிக்கத் தீர்மானித்தார் ஆர்.கே.எஸ்.

இருநூறு ஆண்டுகளுக்கு முன்னர் கொட்டையூர் சிவக்கொழுந்து தேசிகரால் இயற்றப்பெற்ற 'சரபேந்திர பூபால குறவஞ்சி' நாடகத்தை, தமிழிசைச் சங்கத்தில் பன்முறை நிகழுமாறு செய்வித்து, 'குறவஞ்சி' நாடகத்திற்குப் புத்துயிர் அளித்தார். அதன்பிறகு அந்நாடகம் பட்டி தொட்டியெங்கும் பரவி அனைத்துத் தரப்பு மக்களும் பயன்பெறுமாறு செய்தார் அறிஞர் ஆர்.கே.எஸ்.

"அரசாங்கம் தமிழில் நடக்க வேண்டும்; சட்டசபை யில் நாம் தமிழில்தான் பேசவேண்டும். பொருளா தாரத்தைத் தமிழில் ஆராய வேண்டும்; விஞ்ஞானத்தைத் தமிழில் கற்க வேண்டும்" என்று விரும்பிய அறிஞர் ஆர்.கே.எஸ். இசைத்தமிழுக்கு ஏற்றம் கொடுப்பதற்கு ஏற்றுக்கொண்ட முயற்சிகள் ஏராளம். சுமார் எழுபது ஆண்டுகளுக்கு முன் சென்னையில் தமிழிசைச் சங்கத்தைத் தோற்றுவித்து, இன்றளவும் அது வெற்றிகரமாக செயல்பட்டு வருவதற்கு முன்னோடியாக விளங்கிய அறிஞர் ஆர்.கே. சண்முகஞ் செட்டியார், தமதுஅறுபத்து ஒன்றாம் வயதில் 1953-இல், (5.5.1953) பொன்னுடல் நீக்கிப் புகழுடம்பை எய்தினார். 'ஏழிசையாய் இசைப்பயனாய்' எங்கும் நீக்கமற நிறைந்திருக்கும் இறையைப் போலத் தமிழ் இசையும் உலகெங்கும் பரவிட வேண்டும் என்று அரும்பணி யாற்றிய அறிஞர் ஆர்.கே.எஸ்.அவர்களை வணங்கிப் போற்றுவோமாக!

∎∎

21

சொல்லின் செல்வர் ரா.பி. சேதுப்பிள்ளை (1896 - 1961)

'தமிழறிஞர்களுள் மிகச் சிறந்த நாவீறு படைத்தவராக விளங்கியவர் சொல்லின் செல்வர் என்று போற்றப்பட்ட பேராசிரியர் ரா.பி. சேதுப்பிள்ளை. அவரது சொன்மாரி செந்தமிழ்ச் சொற்கள் நடம்புரிய, எதுகையும் மோனையும் பண்ணிசைக்க, சுவைதரும் கவிதை மேற்கோளாக, எடுப்பான நடையில் - நின்று நிதானித்துப் பொழியும். பெரும்பாலும் இலக்கிய மேடையிலேயே அவரது சொற்பொழிவு நிகழும். அவரது உரையினைக் கேட்பதிலும் ஆர்வங்கொண்டுள்ளேன்.'

- பேராசிரியர் க. அன்பழகன்

பொதுக் கூட்டத்திலோ, மாநாட்டிலோ, ஒரு மன்றத்திலோ, ஒரு மேடையில் இருந்தவாறு மக்கள் பலரும் விரும்பிக் கேட்குமாறு நின்று குரலை உயர்த்திப் பேசுவதே மேடைப் பேச்சாகும். வள்ளுவர் காலம் முதல் வள்ளலார் காலம் வரையில் செய்யுள் நடையிலேயே இருந்தன இலக்கியங்கள். வடலூர் வள்ளலார், 'யாழ்ப்பாணம்' ஆறுமுக நாவலர், மாயூரம் வேதநாயகம் பிள்ளை போன்றவர்கள் உரைநடையில்

தனிநூல்கள் எழுதத் தொடங்கினர். வள்ளலாரும், ஆறுமுகநாவலரும்தான் சமயநெறிக்குரிய சொற்பொழிவு களை நிகழ்த்தி மேடைப் பேச்சுக்குக் கால்கோல் விழா எடுத்தனர் எனலாம். இவர்களையடுத்து திருப்பாதிரிப் புலியூர் ஞானியார் அடிகளைக் கூறலாம்.

தேசியத்திற்கு நாட்டுப்பற்றையும், மொழிப்பற்றையும் முதலிடம் கொடுத்து மேடைப் பேச்சை வளர்த்தவர்களுள், கப்பலோட்டிய தமிழன் சிதம்பரனார், தேசியக்கவி பாரதியார், சுப்பிரமணிய சிவா, நாவலர் சோமசுந்தர பாரதியார், தமிழ்த்தென்றல் திரு.வி.க. போன்றவர்களைக் குறிப்பிடலாம். பா.வே. மாணிக்க நாயகர், மறைமலை அடிகள், கா.சு. பிள்ளை, நா.மு. வேங்கடசாமி நாட்டார் போன்றவர்களும் மேடைப்பேச்சு மூலம் தமிழை வளர்த்தவர்கள்.

தேசிய இயக்கத்தினரைப்போல, சுயமரியாதை - பொது உடைமைக் கொள்கை உடையவர்களும் பேச்சாற்றல் மிக்கவர்களாகத் திகழ்ந்தனர். ஜே.என். இராமநாதன், திண்டுக்கல் சுப்பிரமணியன், கே.எஸ். கண்ணப்பர், முத்தமிழ்க் காவலர் கி.ஆ.பெ. விசுவநாதம், பட்டுக்கோட்டை அழகிரி, ப. ஜீவானந்தம், எஸ். குருசாமி, புவாளூர் பொன்னம்பலனார், சிந்தனைச் சிற்பி சிற்றரசு, சம்பத், பேரறிஞர் அண்ணா போன்றவர்களைக் குறிப்பிடலாம். இத்தகைய மேடைப்பேச்சுக் கலையில், ‘தமிழின்பம் தந்தவர்’, ‘சொல்லின் செல்வர்’, ‘செந்தமிழ்க்கிள்ளை’ சேதுப்பிள்ளை, ‘செந்தமிழுக்குச் சேதுப்பிள்ளை’ என்றெல்லாம் போற்றிப் பாராட்டப் பெற்றவர்தான் அறிஞர் ரா.பி. சேதுப்பிள்ளை.

பொதுவாக நீதிமன்றங்களில் நின்று வழக்காட வேண்டிய வழக்கறிஞர்களுக்கு மக்கள் மத்தியில் தோன்றி

செந்தமிழில் சிறப்பாய்ப் பேசவராது. அதுபோல மேடையில் முத்தமிழின் மேன்மையை முழங்கும் வித்தகப் பொழிவாளர்களுக்கு நீதிமன்றங்களிலே நின்று சிறப்பாக வழக்காட இயலாது. ஆனால், ரா.பி. சேதுப்பிள்ளையோ இரண்டிலுமே சிலகாலம் சிறந்து விளங்கிப் பின் தன்னைப் பைந்தமிழ்ச் சொற்பொழி வாளராக மாற்றிக்கொண்டு, அருந்தமிழ் தொண்டு ஆற்றிவந்தார்.

பிறப்பும் வளர்ப்பும்

நெல்லை மாவட்டம், இராசவல்லிபுரத்தில் வாழ்ந்த பிறவிப்பெருமான் பிள்ளை - சொர்ணத்தம்மையார் ஆகியோருக்கு மகனாகப் பிறந்தவர்தான் சேதுப்பிள்ளை. *1896-ஆம் ஆண்டு மார்ச் மாதம் 2-ஆம் தேதி (2.3.1896) பிறந்தார்.* தமக்கு வாரிசாக ஆண் குழந்தை வேண்டுமென்று (ஒன்றன்பின் ஒன்றாய் ஒன்பதுபேர் இறந்துபோகவே) ஐந்தாண்டுகள் சேதுக்கடலாடி இராமேஸ்வரப் பெருமானை வழிபட்டு விரதமிருந்ததன் பயனாய்ப் பிறந்தவராதலின் இவருக்குச் சேது என்று பெயர் சூட்டப்பட்டது. பிற்காலத்தில் பழமைக்கும் புதுமைக்கும் பாலமாய் அமைந்த சேதுவைப்போல் விளங்கியதால் இந்தப் பெயர் அவருக்கு பொருத்தமாக அமைந்துவிட்டது.

திண்ணைப் பள்ளியில் பயின்றபோது, செப்பறைத் திருமடத்தில், அருணாசல தேசிகரிடம் நல்வழி, நன்னெறி, நீதிநெறி விளக்கம் போன்றவற்றைக் கற்றார். பின்னர் பாளையங்கோட்டையில் சேவியர் உயர்நிலைப் பள்ளியிலும், நெல்லை இந்துக் கல்லூரியிலும் பயின்று பின் சென்னை பச்சையப்பன் கல்லூரியில் இளங்கலை தேர்ச்சி பெற்றார்.

படித்த பச்சையப்பன் கல்லூரியிலேயே ஆசிரியராகப் பணியேற்று சட்டக் கல்லூரியில் படித்து வழக்கறிஞரானார்.

வாழ்க்கைப் பணியும் - தமிழ்ப்பணியும்

சேதுப்பிள்ளை அவர்கள் 1923-ஆம் ஆண்டில், நெல்லையில் வழக்கறிஞராகத் தொழில்புரியத் தொடங்கினார். அந்தக் காலக்கட்டத்தில் நெல்லையில் இருந்த கம்பன் கழகம், மாணவர் மன்றம் போன்ற இலக்கிய அமைப்புகளிடம் இருந்த தொடர்பால் அவரது பேச்சாற்றல் பிரகாசிக்கத் தொடங்கியது. நெல்லை நீதிமன்ற உறுப்பினராகவும் இருந்த அவர் தமிழறிஞராகப் பிரபலமடைந்தார். சேதுப்பிள்ளையின் சிறப்பை உணர்ந்த கா.சு. பிள்ளை அவரை அண்ணாமலைப் பல்கலைக் கழகத்திற்கு ஈர்த்துக்கொண்டார். அப்பணிமாற்றமே சேதுப்பிள்ளையின் வாழ்க்கையில் பெருமாற்றத்தை ஏற்படுத்தியது.

சேதுப்பிள்ளையின் செந்தமிழ்த் திறமறிந்த சென்னைப் பல்கலைக்கழகம் 1936-ஆம் ஆண்டு அவரைத் தமிழ்ப் பேராசிரியராக நியமித்தது. சென்னைப் பல்கலைக்கழகத்தில் ஏறக்குறைய கால் நூற்றாண்டு பணியாற்றித் தமிழுக்குச் செய்ய வேண்டிய கடமைகளையெல்லாம் செவ்வனே செய்தார். அங்கு பணியாற்றியபொழுது, 'திராவிடப் பொதுச் சொற்கள்' (Dravidian Common Vocabulary), 'திராவிடப் பொதுப் பழமொழிகள்' (Dravidian Common Proverbs) ஆகிய இரு நூல்களும் சேதுப்பிள்ளையின் சீரிய முயற்சியில் உருவாயின.

சேதுப்பிள்ளை அவர்களுக்குத் திருக்குறள்பால் ஆழ்ந்த ஈடுபாடு ஏற்பட்டதன் காரணமாக 'திருவள்ளுவர் நூல்நயம்' என்னும் ஆய்வு நூலினை 1924-இல் படைத்தார். அதாவது அவருடைய இருபத்தேழாம் வயதில் வந்த ஆய்வு நூலிது. இந்நூலைப்பற்றி கா.சு. பிள்ளை திருவள்ளுவரின் சிந்தனைகளுக்குரிய முழுமையான ஆய்வுப் பெருவடிவத்தை உருவாக்கிய முதல் நூல்!' எனப் போற்றினார்.

திருக்குறளைத் தனக்கே உரிய செஞ்சொற் கவிஞரிடையில் அதை நயம்பட ஆய்ந்தவர் சேதுப்பிள்ளை. திருவள்ளுவருக்கு ஏழு என்ற எண்ணில் ஈடுபாடு அதிகம் என்பதைத் தெளிவுபடுத்தும் வகையில் அதில் அவர் உரைப்பதாவது: ''வஞ்சிப்பா, ஆசிரியப்பா என நீண்ட நெடிய பாவகையில் நூல்கள் உருவாக்கம் பெற்ற காலத்தில் வாழ்ந்தவர் திருவள்ளுவர். எனவே அப்பெருந்தகை தமது நூலுக்கு ஏழு சீர் கொண்ட குறட்பா வகையையே கருவியாகக் கொண்டார். மொத்தப் பாடல்கள் 1330 கூட்டிப் பார்த்தால் ஏழு; பாயிரத்தை நீக்கி அறத்துப்பால் 34 அதிகாரங்கள், 340 பாடல்கள். பொருட்பால் 70 அதிகாரங்கள், 700 பாடல்கள். ஏழின் ஆளுமையை இங்கேயும் காண் கிறோம். காமத்துப்பாலுக்கு வாருங்கள்; 25 அதிகாரங்கள். 250 பாடல்கள். அங்கேயும் கூட்டினால் ஏழையே தரிசிக்கிறோம். ஆக, ஏழு திருவள்ளுவரின் நெஞ்சைக் கவர்ந்த எண் ஏழு எனத் தெரியவருகிறது.'' இதனடிப்படையில் சேதுப்பிள்ளை தமது நூலை ஏழு பகுதிகளாகப் பிரித்து ஆராய்ந்துள்ளார். அவையாவன: 1. திருவள்ளுவர் பெருமை, 2. திருக்குறள் பொதுநூல், 3. அறத்தின் நிறம், 4. அரசியல் முறை, 5. இன்ப நிலை, 6. திருக்குறள் உவமைத் திறம், 7. திருவள்ளுவரும் பரிமேலழகரும்.

திருவள்ளுவரைப் போல, தமிழுக்குக்கதியான மற்றொருவர் கம்பரும், சேதுப்பிள்ளையின் சிந்தனையில் புதிய பல பரிமாணங்களை ஏற்படுத்தியுள்ளார். கம்பனில் ஒன்றி இராமனின் திருவருளைப் பெற்ற சேதுப்பிள்ளை, 'கம்பன் கவிநயம்' என்னுமோர் அரிய ஆய்வுநூலையும் தமிழுலகத்திற்குத் தந்துள்ளார்.

முத்தமிழ்க் காப்பியமான சிலப்பதிகாரம், தமிழாசான் சேதுப்பிள்ளையின் செந்தமிழுக்கு ஓர் சிறப்பைச் சேர்த்து, சிலப்பதிகாரத்தில் தோய்ந்து அவர் ஆய்ந்து எழுதிய நூல்தான் 'சிலப்பதிகார நூல்நயம்.' இப்படித் தமிழுக்கு இனிமை சேர்க்கும் வள்ளுவம், இராமாயணம், சிலப்பதிகாரம் என்ற மூன்றின் நயங்களைத் திறம்பட உரைப்பதற்கே தனித்திறமை வேண்டுமல்லவா? அந்தத் திறமை சேதுப்பிள்ளை அவர்களிடம் செறிவாகவே காணப்பட்டது.

'தமிழுக்கு ஒரு நல்லது என்றால் அவர் உடலிலே ஒரு தெம்பு. முகத்திலே உவகை. தமிழுக்கு ஓர் இடையூறு என்றால், அவர் உடலிலே தளர்ச்சி, முகத்திலே கவலை. இப்படியாக ரா.பி. சேதுப்பிள்ளை தமிழைத் தம் வாழ்வோடு வாழ்வாக இணைத்து வாழ்கிறார்' என்று கூறுவார் **டாக்டர் மு. வரதராசனார்.**

'செந்தமிழுக்குச் சேதுப்பிள்ளை' என்று சுத்தானந்த பாரதியாரால் போற்றப்பட்ட ரா.பி. சேதுப்பிள்ளை ஏறக்குறைய இருபத்தைந்து நூல்களை (அவர் எழுதிய ஆங்கில நூல்கள் நான்கு நூல்களையும் உள்ளிட்டு) உருவாக்கியுள்ளார். இவர் எழுதிய 'தமிழகம் - ஊரும் பேரும்' என்ற ஆய்வுப் பெருநூல் செந்தமிழுக்குக் கிடைத்த அரிய பொக்கிஷம். 1946-இல் வெளிவந்த

இந்நூலுக்குப் பிறகு 1950-ஆம் ஆண்டு 'கடற்கரையிலே' என்னும் நூலை எழுதினார். இவ்விரண்டு நூல்களையும் அடியொற்றி 'ஆற்றங்கரை யினிலே' என்னும் நூலை 1961-ஆம் ஆண்டு வெளியிட்டார்.

இந்நூல் தொண்டைநாடு, நடுநாடு, சோழநாடு, பாண்டியநாடு, நாஞ்சில் நாடு, சேரநாடு, வடநாடு, ஈழநாடு என்று எட்டுப் பிரிவாகப் பிரிக்கப்பட்டு மொத்தம் 48 தலைப்பில் கட்டுரைகள் அமைந்த அரிய வரலாற்றுப் பெட்டகமாகும்.

பேராசிரியர் ரா.பி. சேதுப்பிள்ளையின் எழுத்தாற்றலை எடுத்தியம்ப அவரது நூல்களுள் இதுவும் ஒன்று. 'ஆற்றங்கரையினிலே' அமைந்த தலங்களும், சிறப்புகளும் சங்கப் பாடற் செய்திகளும், வரலாற்று வரவுகளும், வேற்றுநாட்டார் கண்ட தரவுகள் முதலிய பல செய்திகளும் இதில் பொதிந்து கிடக்கின்றன.

சொல்லின் செல்வர் எனப் போற்றப்பெறுதல் மிகப் பொருத்தமே என்பதைக் கீழ்க்காணும் நடைப்போக்கே சான்றாகக் காட்டி அமையும்.

'சான்றோர் பலரை ஈன்றெடுத்த தொண்டை நாட்டில் நெடியோன் குன்றமாகிய திருவேங்கடம் உண்டு; கண்ணப்பன் பணிசெய்த காளத்தி மலையுண்டு; தமிழ் முருகன் அருள்புரியும் தணிகைமலை உண்டு; களிறும் பிடியும் வலஞ்செய்து வணங்கும் கழுக்குன்றம் உண்டு; மாநிலம் கண்டு மகிழும் கலைக்கோயில்களை உடைய மாமல்லபுரம் உண்டு; வாய்மையும் மரபும் காத்து மன்னுயிர் துறந்த வீரப்பெருமக்கள் வாழ்ந்த பழையனூரும் உண்டு; இன்னும் தென்னாட்டின்

அணிகலனாய், தமிழகத்தின் தலைநகராய்த் திகழும் சென்னை மாநகரமும் உண்டு.'

இவ்வாறு தெளிந்த நீரோடையாய், எளிய, இனிய தீந்தமிழில் கவிதை நயஞ்சான்ற உரைநடைச் சிறப்பினை இந்நூல் முழுவதும் பாவும் ஊடுமாகப் பரவி நிற்பதைக் காணலாம்.

சொல்லும் பொருளும் ஒருசேர அமையும் நடைப்பாங்கினையும் அவர் கொண்டிருந்தார். சொல்வேறு, பொருள்வேறு என நில்லாது இரண்டும் ஒருசேரக் கலந்து சுவைபயக்கும் தன்மை அவர் எழுத்துக்குண்டு. உதாரணமாக:

'கங்கைக்கு நிகரான நதியும் இல்லை. காசிக்கு நிகரான பதியும் இல்லை' என்பது இந்துக்களின் கொள்கை என்பர்.

('காசி' - பக். 257)

'வாரணாசி என்று உன்னை அழைப்பதன் காரணத்தை இங்கு வந்த பின்னரே அறிந்தேன். கங்கையிலே வந்து சேரும் வாரணை என்ற ஆற்றுக்கும், அசி என்ற ஆற்றுக்கும் இடையே முன்னாளில் அமைந்த காசி, வாரணாசி என்று பெயர் பெற்றது என்று அறிந்தார் சொல்லக்கேட்டேன். அப்பெயரே திரிந்து 'பனாரஸ்' ஆயிற்று என்று அன்னார் சொல்லியபோது திகைத்தேன். வடநாட்டார் நாவில் 'வ'கரம் திட்டவட்டமாக வழங்குவதில்லை என்பதை வழி நடந்து வரும்போது ஒருவாறு உணர்ந்தேன். கன்னட நாட்டில் வசவன் பசவன் ஆகின்றான். வங்க நாட்டில் வங்காளம் பெங்கால் ஆகின்றது. அந்த முறையில் வாரணாசி என்ற சொல் பாரணாசியாக மருவி பனாரஸ் எனச் சிதைந்தது என்பதை அறிந்துகொண்டேன்.'

இப்படி ஊர்ப் பெயரினை விவரிக்கும்போது ஐயந் திரிபற வேண்டுமிடத்து வேண்டிய செய்திகளை விளக்கும் முறை சேதுப்பிள்ளையின் உரைநடையின் தனிச் சிறப்பாகும்.

'தமிழர் வீரம்', 'தமிழ் விருந்து', 'தமிழ்நாட்டு நவமணிகள்', 'தமிழின்பம்', 'வேலும் வில்லும்' இப்படிப் பல நூல்கள் எழுதிய இவரின் 'தமிழின்பம்' நூலுக்குச் சாகித்ய அகாடமி பரிசு கிடைத்தது.

ஆங்கிலமொழி மூலம் தமிழின் பெருமையை எடுத்துக்காட்டியவர் சேதுப்பிள்ளை 'Words and their significance' (சொற்களும் அதன் சிறப்பும்), Tamil Literary and Colloquial' (இலக்கியத் தமிழும் பேச்சுத் தமிழும்) ஆகிய நூல்கள் தமிழின் மேன்மையை ஆங்கிலம் வாயிலாகப் புலப்படுத்தக் கூடியவை.

எழுத்தாற்றலைப் போலவே பேச்சாற்றலும் மிக்கவர்.அவர் உரையாற்றாத ஊரே இல்லையெனலாம். தம் மக்கள் எங்கெல்லாம் இலக்கிய மன்றங்கள் வைத்துத் தமிழ்ப் பணியாற்றுகின்றரோ அங்கெல்லாம் சென்று தமிழின் மேன்மையைப் பேசுவதென் கடனே என்று இலட்சியங்கொண்டு வலம் வந்தவர். இவரது பேச்சாற்றலைப் பாராட்டி தருமபுர ஆதீனம் 'சொல்லின் செல்வர்' எனும் விருதளித்துப் பாராட்டியது. அகில இந்திய அளவிலும், தமிழக அளவிலும் பல பரிசுகளும், பாராட்டும் பெற்ற சேதுப்பிள்ளைக்கு 1957-ஆம் ஆண்டு சென்னைப் பல்கலைக்கழகம் 'டாக்டர்' பட்டம் வழங்கி கௌரவித்தது.

வாழும் தமிழ்ச் செல்வம்

சென்னை, அண்ணாமலைப் பல்கலைக்கழகங்களில் தமது அன்னையார் பெயரில் அறக்கட்டளை வைப்பு நிதியாகப் பெருந்தொகை வழங்கி தமிழ்ப் புலவராக மட்டுமன்றி, தமிழ்ப் புரவலராகவும் விளங்கி இன்றும் நம் நெஞ்சத்தில் வாழ்ந்து கொண்டிருக்கும் சேதுப்பிள்ளை தமது அறுபத்தைந்தாம் வயதில் 1961-ஆம் ஆண்டு ஏப்ரல் 25-ந்தேதி பொன்னுடல் நீங்கிப் புகழுடம்பு பெற்றார்.

எழில் கொழிக்கும் தமிழ்த் தாமிரபரணியில் தவழ்ந்த பிள்ளை, என்றும் தமிழ் மணக்கும் பொதிகைப் பூங்காற்றில் வளர்ந்து வழக்கறிஞராய் வாழ்க்கையைத் தொடங்கிய பிள்ளை, கன்னித் தமிழறிஞர்களைக் கண்டெடுத்த அண்ணாமலைப் பல்கலைக்கழகத்தில் தமிழ்ப்பாடம் சொல்லிப் பின் சென்னைக்கு வந்து தன்னைத் தமிழுக்கு அர்ப்பணித்துக்கொண்ட சேதுப் பிள்ளை, செந்தமிழ்ச் சொல்லின் செல்வர் பெருந்தகை திருவடிகளைப்போற்றி வணங்கி வாழ்த்துவோமாக!

22

முன்னோடி எழுத்தாளர் ந. பிச்சமூர்த்தி
(1900 - 1976)

'மணிக்கொடிக் குழுவினருள், சிறுகதையில் தத்துவ நோக்கைப் புகுத்தி மனிதனின் ஆன்மிக உயர்வுக்கு வழிகண்டவர் ந. பிச்சமூர்த்தி. மனிதாபி மானம், அன்பு, தியாகம் ஆகிய பண்புகளாலேயே மனிதன் தெய்வநிலைக்கு உயர்ந்து போகிறான் என்பது அவர் கருத்து. ஒவ்வொரு தனி மனிதனின் மனமும் அருள் பழுத்த கனியாகுமானால் சமுதாய அமைதி தானே விளையும் என்று அவர் கருதுகிறார். நம் நாடு மெய்யுணர்வுத் தத்துவத்தில் மூழ்கி எழுந்த நாடு. சித்தர்களும், ஞானிகளும் தோன்றி வாழ்ந்த இந்த நாட்டில் மெய்யுணர்வுக்குப் பஞ்சமேது? வாழையடி வாழையென வளர்ந்துவரும் அக்கருத்து மரபு பிச்சமூர்த்தியிடம் இருப்பதில் வியப்பென்ன?'

- *டாக்டர் மா. இராமலிங்கம் (எழில்முதல்வன்)*
இருபதாம் நூற்றாண்டுத் தமிழ் இலக்கியம் - பக். 111)

'**வ**சன கவிதை என்று கிடையாது. அது கவிதையே ஆகாது' என்று ஒரு விமர்சகர் கூறியிருக்கிறார். ஏன் இல்லை, ஏன் ஆக முடியாது என்று தர்க்கரீதியாக எனக்கு

விளங்கவில்லை. வசனமும் கவிதையும் வெவ்வேறு வகையைச் சேர்ந்தவை என்பது உண்மைதான். வசனம் நமக்கு செய்தியைத் தெரிவிக்கிறது. நம்முடைய அறிவுக்கு உணவாகப் புதிய விஷயங்களைக் கொண்டுவந்து சேர்க்கிறது. எனவே தபாலைப் போல இயங்குகிறது. கவிதை நம்முடைய அறிவுடன் தொடர்புகொள்ள முயல்வதில்லை. நம்முடைய உணர்வுடன் உறவாட முயல்கிறது. நேரிடையாக உள்ளத்தைத் தொட்டு புதிய அனுபவத்தை எழுப்ப முயல்கிறது. தனக்குள் எரியும் சுடர்கொண்டு மற்றொரு மனத்தையும் சுடர்கொள்ளச் செய்கிறது. வசனம் லோகாதய உண்மையை அடிப்படை யாகக் கொண்டது. கவிதை மன நெகிழ்ச்சியை, மன அசைவை அடிப்படையாகக் கொண்டது' என்று 'வசன கவிதை' பற்றி 'எழுத்து' (பிப்ரவரி 1961) 14-ஆவது ஏட்டில் ந. பிச்சமூர்த்தி தம் கருத்துக்களை வெளியிட் டுள்ளார். சிறுகதையானாலும், வசன கவிதையானாலும் அவரது படைப்புகளில் சற்று கூடுதலான யதார்த்தம் காணப்படும். அத்தகைய முன்னோடி எழுத்தாளரான ந. பிச்சமூர்த்தியும் வழக்கறிஞராகப் பல ஆண்டுகள் பணியாற்றியுள்ளார் என்பது ஆச்சரியமான தகவல்தான் என்றாலும் அதுதான் உண்மையும்கூட.

இளமையும் கல்வியும்

ந. பிச்சமூர்த்தி 1900-ஆம் ஆண்டு ஆகஸ்ட் மாதம், கும்பகோணத்தில், நடேச தீட்சிதர் - காமாட்சி அம்மாள் தம்பதியரின் மகனாகப் பிறந்தார். நடேச தீட்சிதர் சகல சாஸ்திர ஞானமும் கொண்ட ஹரிகதா காலட்சேபம் செய்பவர். சாகித்தியம், தாந்திரீகம் ஆகியவற்றில் ஆழ்ந்த பரிச்சயம் கொண்டவர். அதனால் அத்தகைய ஞானம் பிச்சமூர்த்திக்கு இளம்பருவத்திலேயே தோன்றிவிட்டது.

பள்ளிப்படிப்பை கும்பகோணத்தில் உள்ள டவுன் ஹைஸ் கூலில் முடித்தார். பின் கும்பகோணம் அரசினர் கலைக்கல்லூரியில் பி.ஏ. (தத்துவம்) படிப்பை முடித்தார். இதைத் தொடர்ந்து சென்னை சட்டக்கல்லூரியில் சேர்ந்து 'பிளீடர்ஷிப்' படிப்பையும் முடித்தார் ந. பிச்சமூர்த்தி.

வழக்கறிஞர் பணியும் - தமிழ்ப் பணியும்

சட்டக்கல்லூரியில் படித்த ந. பிச்சமூர்த்தி 1924-ஆம் ஆண்டு முதல் குடந்தையில் வழக்கறிஞராகப் பணியாற்றத் தொடங்கினார். இலக்கிய ஈடுபாடும், ஆங்கிலப் புலமையும் இருந்ததால் தொடக்கக் காலத்தில் பல கவிதைகள், கட்டுரைகள் எழுதினார்.

1932-இல் கலைமகளில் 'ஸயன்சுக்குப் பலி' என்ற சிறுகதை வெளிவந்தது. பிறகு 'முள்ளும் ரோஜாவும்' என்ற சிறுகதை முதல் பரிசு பெற்ற கதையாகவும் வெளியானது. இந்தக் காலகட்டத்தில் படைப்பாளிகளுக் கிடையே பாரதியின் தாக்கம் வேகமாக பரவவே, அது பிச்சமூர்த்தியின் சிந்தனைகளையும் ஆக்கிரமித்தது. 'மணிக்கொடி' இலக்கிய இதழில் ஏராளமாக எழுதத் தொடங்கினார். இவர் எழுதிய கதைகளில் வானம்பாடி, மோஹினி, தாய், பதினெட்டாம் பெருக்கு முதலிய கதைகள் பெரும் வரவேற்பைப் பெற்றன.

பிச்சமூர்த்திக்கு அவரது 25 வயதில் திருமணம் நடந்தது. அவரது மனைவி சாரதா அம்மையாவார். சுமார் 15 ஆண்டுகள் வழக்கறிஞராகப் பணியாற்றிய பிச்சமூர்த்தி, குடந்தை நகரசபை கவுன்சிலராகவும் இருந்தார். இதுதவிர, இந்து அறநிலையத்துறையின் பாதுகாப்புக் குழுவில் அலுவலராகவும் பதினெட்டு ஆண்டு காலம் பணியாற்றியுள்ளார்.

காந்தியச் சிந்தனையாளராக வாழ்ந்த பிச்சமூர்த்தி, ஆன்மிக ஈடுபாடும் அதிகம் கொண்டிருந்ததால் இவருக்கு திருவண்ணாமலை இரமணருடைய சந்திப்பும், ஆசியும் கிடைத்தது. துறவு நிலையில் வாழ்ந்தாலும் சராசரி சமூக வாழ்க்கைக்கும், தன்னைத் தயார் நிலையில் வைத்துக்கொண்டார். அவரது தமிழ்ப்பணி என்று கூறும்போது அது மிகப் பெரியது. கவிதை, சிறுகதை, இலக்கியக் கட்டுரை, சிறுவர் நாடகம் எனப் பல துறைகளிலுமே அவர் முத்திரைப் பதித்துள்ளார்.

படைப்பாற்றல்

பிச்சமூர்த்தியின் 'மாயமான்', 'நாகூர் ஆண்டவர்', 'பாப்பா சாமியார்', 'ஞானப்பால்', 'ஈஸ்வர லீலை' போன்ற கதைகளை ஒரு முறை படித்தோரும்கூட அவற்றை என்றென்றும் மறக்கவே முடியாது.

பிச்சமூர்த்தியின் கவிதை மனமும், அழகுணர்வும் அவரது வருணனைகளில் வெளிப்படுவதுண்டு. 'பாம்பின் கோபம்' என்ற கதையில் வரும் பாம்பு வருணனையைக் குறிப்பிடாமல் இருக்க முடியாது. அதில்,

'ஒதுக்குப்புறமான பாறை ஓரத்தில் பாம்பு படுத்துக்கொண்டு காற்றையும் வெயிலையும் குடித்துக்கொண்டு இருந்தது. மிகவும் அழகான நல்ல பாம்பு. மின்னல் கோட்டினால் கோதுமையை வரைந்தது போல் உடம்பெல்லாம் இருந்தது. செம்போத்தின் கொண்டையைப் போல் விரியவும், சுருங்கவும் சக்தி கொண்ட அமைப்பு; விரிந்தால் படம், சுருங்கினால் தலை! படத்தில் கறுப்பு மாலையை மாட்டியது போன்ற நாமம். இவ்வளவு அழகு தனக்கு ஏன் அமைந்தது என்று பாம்புக்கே தெரியவில்லை.'

'ஊர்வலத்தில்' என்ற கதையில் அவர் விதியின் வலிமையை நயம்பட எடுத்துரைக்கின்றார். ஊர்வலம் ஒரு மூலையிலிருந்து மற்றொரு மூலை திரும்புவதற்குள் ஓர் இளைஞனுக்குக் கல்யாணம் பேசி, அதை நடக்க விடாமலும் செய்துவிடுகிறார். இக்கதையைப் படிக்கும்போது பிறப்பிலிருந்து சாவுக்குப் போய்க் கொண்டிருக்கும் கணக்கில்லாத பிரயாணிகளின் மகத்தான ஊர்வலத்தில் விதம்விதமாக ஜோடி சேர்ந்தும், வெட்டிப் பிரிந்தும், விளையாடப் புரியும் விதியையே நாம் எண்ண வேண்டியுள்ளது.

கவிதைத் துறையில் பிச்சமூர்த்தி பெரும் பரபரப்பை ஏற்படுத்திய காலம் உண்டு. ''யாப்புக்கிணங்க கவிபுனைபவர்களில் சொத்தை சொள்ளை தோன்றுவது போல வசன கவிதைத் துறைகளிலும் இருக்கலாமே ஒழிய, புதுமுறைக்கே தோல்வி ஏற்பட்டுவிட்டதாக தர்க்க ரீதியாகக் கொள்ள முடியாது. கருத்துக்களின் இசைவே, உணர்வின் சலனமே, கவிதா சிருஷ்டியின் ஒருமையே புதுக்கவிதையாகும்'' என்பது பிச்சமூர்த்தியின் வாதம். (வல்லிக்கண்ணன் எழுதிய 'எழுத்து சி. செல்லப்பா - பக். 217) பிச்சமூர்த்தியின் கவிதைச் சிந்தனைகளில் ஒன்றிரண்டைச் சுட்டிக்காட்டுவது அவரது கவித்துவத்தை வெளிப்படுத்தும். உதாரணமாக,

'ஆமையால் கொம்பில் ஏற முடியுமா? முடியாது!
அணிலால் நீரில் அமிழ்ந்து போக முடியுமா?
சாத்தியம் அல்லவே!'

ஆனால் கலைஞர்கள் அப்படி அல்ல. அவர்களுக்கு கொம்பில் அணிலைப் போல ஏறவும் முடியும், ஆமையைப் போல் நீரில் அமிழவும் தெரியும் என்பதை,

'நாங்களோ கலைஞர்கள்
ஆமைபோல் உணர்ச்சியில்
கிணற்றில் அமிழ்வோம்
முதுகோடு கொண்டு விதியை எதிர்ப்போம்
கீழுலகேனும் தயங்காது இறங்கி
ஜீவன்கள் லீலையில் கூசாது கலப்போம்
அணில்போல் கொம்பேறி
ஒளிக்கனி கடிப்போம்
செம்மலர் உதிர்ப்போம்
மேலும் கீழும் படகோட்டி செல்வோம்'

இப்படியாகக் கவிதை நீளுகிறது. 'கவிதைக் கருடன்' என்னும் தலைப்பில்,

'கருத்தெனும் கால்கள் நாட்டி
ஓசையால் பந்தலிட்டு
உணர்வினால் விதானம் செய்து
உவமையால் ஜாலர் வைத்து
கவிதை வரவைப் பார்த்தேன்'

என்று வர்ணனைத் தொடர்களோடு கவிதைப் பொருள் நயமுற எழுதியுள்ளார்.

முன்னோடி எழுத்தாளர்

சிறுகதையிலும், புதுக்கவிதையிலும், இலக்கியத் திறனாய்விலும் புதுப்புது சிந்தனைகளைத் தூவி தற்காலத் தமிழ் இலக்கியத்தில் புதுத்தாக்கத்தை உருவாக்கிய முன்னோடி எழுத்தாளர்களில் ஒருவர் ந. பிச்சமூர்த்தி என்றால் அது மிகையில்லை. 'எழுத்து', 'ஹனுமான்', 'நவ இந்தியா' போன்ற இதழ்களில் அரிய பல படைப்புகளைத் தந்த இவர், திரைப்படத் துறையிலும்

சிறிது அனுபவம் பெற்றிருந்தார். இந்த மாபெரும் எழுத்தாளர் 1976-ஆம் ஆண்டு டிசம்பர் திங்கள் 4-ஆம் நாள் சென்னையில் காலமானார்.

'எழுத்து'த் துறையிலும், புதுக்கவிதையிலும் தமிழ் வளர்ச்சிக்குப் பாடுபட்டு பல அரிய படைப்புகளைத் தந்த முன்னோடி எழுத்தாளர் ந. பிச்சமூர்த்தி அவர்களின் அரும்பணிகளைப் போற்றி, வணங்குவோமாக!

23

மொழி இயல் அறிஞர் தெ.பொ. மீனாட்சி சுந்தரனார் (1901 - 1980)

'இந்தப் பேரறிஞரின் உள்ளே, மீனாட்சி சுந்தரன் என்ற ஒரு ஆன்மிகவாதி செழித்து வளர்ந்ததைத் தமிழ்த்தென்றல் திரு.வி.க. போன்ற ஓரிருவரே அறிந்திருந்தனர். சைவசித்தாந்தம், அத்வைதம், விசிஷ்டாத்வைதம் என்பவற்றோடு ஜைனம், பௌத்தம் பற்றியும் ஆழமாக அறிந்திருந்தார். காலப்போக்கில் கல்வி, நூலறிவு, தத்துவம், சமயம், சாத்திரம் என்பனவற்றில் ஈடுபாடு குறைந்து எந்நேரமும் தியானத்தில் மூழ்கியிருந்தார். அந்த வளர்ச்சியை உடனிருந்து காணும் பேறு பெற்றவன் யான்.'

– பேராசிரியர் அ.ச. ஞானசம்பந்தன்

'இவ்வாறு வேத வழிபாட்டினின்றும், ஆகம வழிபாடு வேறாகி வளர்ந்தாலும் இந்திய நாட்டின் பண்பாட்டிற்கேற்ப ஒருமைப்பாடு தோன்றியது. வேள்வி, ஆகம வழிபாட்டில் புகுந்தது. ஆனால் உயிர்க்கொலை இல்லாத வேள்வி இது. வேதத்தைப் பாடுவதற்கும்,

ஆகமத்தில் இடம் ஏற்பட்டது. அதனை அறிந்துகொள்ளக் கூடியவர்கள் சிலரே. ஆதலால் வேதம் தமிழ் செய்த மாறனும், மறைஞான முனிவராம் திருஞானசம்பந்தரும் தோன்றி மேலும் ஓர் ஒற்றுமையை நிலைநாட்டிக் கடவுளன்பை எல்லோரும் பேசும் தமிழில் வளர்த்தார்கள்' (தமிழும் பிற பண்பாடும்) என்றுரைக்கும் அறிஞர் தெ.பொ.மீ. அவர்கள் மொழியியல் மட்டுமன்றி அரசியல், ஆட்சியியல், அறிவியல், சமுதாயவியல் இப்படி ஒவ்வொரு துறையிலும் சிறந்து விளங்கினார்.

இளமைப் பருவம்

தென்பட்டினம் பொன்னுசாமி மீனாட்சி சுந்தரனார், 8.1.1901 அன்று சென்னை சிந்தாதிரிப் பேட்டையில் பிறந்தார். இவரது சொந்த ஊர் செங்கற்பட்டு மாவட்டத்தில் உள்ள தென்பட்டினம். தந்தையின் பெயர் பொன்னுசாமி கிராமணியார். தாயாரின் பெயர் ருக்மணி அம்மாள். சிந்தாதிரிப்பேட்டை பள்ளியிலும், பச்சையப்பன் உயர்நிலைப் பள்ளியிலும் படித்து, பச்சையப்பன் கல்லூரியில் சேர்ந்து பி.ஏ. பட்டம் பெற்றார். சட்டக்கல்லூரியில் தேர்ச்சி பெற்று பின்னர் பொருளாதாரம், அரசியல், வரலாறு ஆகிய மூன்று துறைகளிலும் எம்.ஏ. பட்டம் பெற்றார். வித்வான் பட்டத்தில் மாநிலத்திலேயே முதலாவதாகத் தேறி, பி.ஓ.எல்., எம்.ஓ.எல். பட்டமும் பெற்றார். இவர் அறிந்த மொழிகள் சுமார் பத்து.

தெ.பொ.மீ. அவர்கள் தமது பத்தொன்பதாம் வயதில் கி.பி. 1920-ஆம் ஆண்டு சென்னை மாநகராட்சித் தேர்தலில் போட்டியிட்டு வெற்றிபெற்று அரசியல் உலகில் பிரவேசித்தார். நகர சபையில் பதினாறு ஆண்டுகள் பொறுப்பான பதவியில் இருந்துள்ளார்.

தன்னுடைய 27-ஆவது வயதில், அதாவது 1928-ஆம் ஆண்டு, 'கலாநிலையம்' என்னும் பத்திரிகையில் 'சேக்கிழாரும் திருக்கண்ணப்பரும்' என்னும் ஆன்மிகத் தொடரை ஏறக்குறைய நான்கு ஆண்டுகள் எழுதியதன் மூலம் இவரது எழுத்தாற்றல் இவரைப் பலருக்கு அறிமுகப்படுத்தியது. இறைப்பற்றும், நாட்டுப்பற்றும் உடைய தெ.பொ.மீ. அவர்கள் மூதறிஞர் இராஜாஜி, தந்தை பெரியார், எஸ். சீனிவாச அய்யங்கார், தீரர் சத்தியமூர்த்தி போன்றவர்களுடன் நெருங்கிப் பழகவும் தொடங்கினார்.

பொதுப்பணியும் தமிழ்ப்பணியும்

ஆன்மிகச் சிந்தனையுடன் கூடிய எழுத்தாற்றலால் இளம் வயதிலேயே புகழ்பெற்ற தெ.பொ.மீ. அவர்கள் சிந்தாதிரிப்பேட்டையில் பணிபுரிந்த நாட்களிலேயே தமிழ்முரசு, ஈழகேசரி, தேசபந்து, கலைக்கதிர் முதலான பல இதழ்களிலும் எழுதத் தொடங்கினார். அறிவியல் மேதை ஐன்ஸ்டின் ஒப்பியல் கொள்கைகளை (Theory of Relativity) தொடராக எழுதி அறிவியல் தமிழ் வளர்ச்சிக்கும் அடிகோலினார்.

1930-ஆம் ஆண்டு, 'வள்ளுவரும் மகளிரும்' என்னும் நூலினை யாத்தார். கட்டுரைகளைத் தொகுத்து 'கல்விச் சிந்தனைகள்', 'பிறந்தது எப்படியோ?' முதலான நூல்களை வெளியிட்டார்.

கல்வித்துறையில் மிகுந்த ஆர்வங்கொண்ட தெ.பொ.மீ., சிந்தாதிரிப்பேட்டை செகண்டரி பள்ளிச் சங்கத்தை நிறுவினார். இங்கு பணியாற்றிய காலத்தில் அரசியல் ஈடுபாடும் ஏற்பட்டது. அதன் பின்னர் 1944-இல் அண்ணாமலைப் பல்கலைக்கழகத்தின் தமிழ்ப்

பேராசிரியரானார். இவரது பெருமைகளை அறிந்த இராஜாஜியும், காமராஜரும் அவரை மாநிலக் கல்லூரியின் தலைமைப் பேராசிரியராக நியமித்தனர். அங்கு அவர் பணியாற்றிய காலத்தில் பல்கலைக் கழகங்களில் மொழியியல் துறையைத் தோற்றுவித்து, டாக்டர் க. நீதிகுமார் சட்டர்ஜி, டாக்டர் கத்ரே போன்ற அறிஞர்களுடன் தமிழுக்காகப் பாடுபட்டார். சிறிது காலம் திருப்பதியில் திராவிட மொழியியல் கழகத்தின் முதல் பேராசிரியராகவும் இருந்திருக்கிறார். இந்திய மொழியியல் கழகத்தின் முதல் தலைவராகவும் தேர்ந்தெடுக்கப்பட்டார்.

அரசியலில் ஈடுபட்டு சிறைசென்ற தியாகி, கல்வி யறிஞர், சென்னை அண்ணாமலை, வெங்கடேஸ்வரா பல்கலைக் கழகங்களில் பேராசிரியராகப் பணியாற்றியவர், பின்னர் அண்ணாமலைப் பல்கலைக்கழகத்திலும், மதுரைப் பல்கலைக்கழகத்திலும் துணைவேந்தராகவும் பணியாற்றியவர் தெ.பொ.மீ. ஆவார்.

பண்பாளர் - இறைப்பற்றாளர்

'கட்புலனாகக் கடவுளைக்காட்டும் சட்டம்' போன்றது 'எழு'த்தென்று 'பழைய இலக்கண நூல்கள் கூறுகின்றன. 'எண்'ணால் காணமுடியாத கடவுளைக் காட்டும் அடையாளமாக விக்கிரகங்கள் இருக்கின்றன. அதுபோலக் கண்ணாலே பார்க்க முடியாத ஒலியின் அடையாளமாகக் கண்ணால் பார்க்கும் வரியெழுத்துக்கள் விளங்குகின்றன. இப்படி அடையாளமாக வேறொன்றைக் குறித்து நிற்பவற்றையே 'எழுத்து' என வழங்குவது மரபு. ஓவியம் முதலிய கலைகளும் மேலே விளக்கியபடி வேறொன்றைக் குறிக்கும் அடையாளங்

களாக விளங்குவதால் 'எழுத்'தென்றும் கூறத் தக்கவையே. 'எழுத்' தென்பதற்கு ஓவியம் என்ற பொருளும் உண்டு. இங்கே நாம் விளக்கியபடி பார்த்தால் 'எண்'ணோ நாகரிகத்தில் முடிவதையும், 'எழுத்தோ' பண்பாட்டில் முடிவதையும் காணலாம்.'

(பக். 6, தமிழும் பிறபண்பாடும் - தெ.பொ.மீ.)

இப்படி "எண்ணென்ப ஏனை எழுத்தென்ப இவ்விரண்டும் கண்ணென்ப வாழும் உயிர்க்கு" என்ற குறளுக்குப் பண்பாட்டின் சிறப்பியல்புகளை விளக்கும் தெ.பொ.மீ. அவர்களும், பண்பாட்டின் உறைவிடமாகவே வாழ்ந்து வந்தார்கள்.

மனிதநேயமிக்க வாழ்வே சிறந்த சமயவாழ்வு என்று போதித்து அவ்வாறு தூய்மையையும், வாய்மையையும் வாழ்வின் இரு கண்களாகக்கொண்டு வாழ்ந்த தெ.பொ.மீ. அவர்கள் 'சமய வாழ்வு' பற்றிக் குறிப்பிடுகையில்,

'மக்களிடையே கடவுளைக் காணும் கண்ணிலாத போது சமயச் சின்னங்கள் நரகத்திற்கே வழியாகும். இந்த மனநிலையைத்தான் வள்ளுவர் 'மனத்துக்கண் மாசிலன் ஆதல்' என்று விளக்குகிறார். மாசின்மை என்ன என்பதை மற்றோர் இடத்தில் 'தூய்மை என்பது அவாவின்மை' என்று அவரே பொருள் கூறியுள்ளார். அந்தத் தூய்மை வாய்மை வேண்டவரும் என்று அவரே வழியும் காட்டுகிறார். இங்கே வாய்மை என்பது எங்கும் நிறைந்த ஆண்டவன் மக்களிடத்தும் ஜீவலிங்கமாக விளங்குகிறான் என்ற உண்மையை அறிந்து உயிர்வாழ்தலே ஆகும். 'காதலாகிக் கசிந்து கண்ணீர் மல்கி, நாதன் நாமத்தை ஓதுவது' அதனை இவ்வாறு

மக்களிடையே கண்டு நெஞ்சுருகித் தொண்டு செய்யும்போதுதான். எனவே, அந்தச் சமய வாழ்வு வாழ்க' என்று வள்ளுவர் நெறியில் தன் வாழ்க்கையையும் அமைத்துக் கொண்டவர் அறிஞர் தெ.பொ.மீ.

தெ.பொ.மீ. அவர்களின் படிப்பார்வத்தையும், வேகமாகப் படிக்கும்பொழுதே செய்திகளைக் கிரகித்துக் கொள்ளும் பண்புகளைப் பற்றியும், 'சேக்கிழாரும் திருக்கண்ணப்பரும்' என்னும் தெ.பொ.மீ.யின் நூலுக் கிட்ட அணிந்துரையில் பேராசிரியர் அ.ச. ஞான சம்பந்தனார் பின்வருமாறு கூறுகிறார்.

'விவேகானந்தருக்கு 'ஏகசந்த க்ரஹி' என்ற ஒரு சிறப்புப்பெயர் உண்டு. உலகப் பிரசித்திப்பெற்ற சிகாகோ நூல் நிலையத்தில் தினம் பத்து அல்லது இருபது நூல்கள் எடுத்துச்சென்று அவ்வளவையும் அன்றிரவே படித்துவிட்டு மறுநாள் திருப்பி கொடுத்துவிடுவாராம். அவரை நேரில் பார்க்காத என் போன்றோருக்கு அறிஞர் தெ.பொ.மீ.யைப் பார்த்தபிறகு விவேகானந்தரைப் பற்றி சொல்லியது உண்மை என்று அறிய முடிந்தது.'

தென்பட்டினம் பொன்னுசாமி மீனாட்சி சுந்தரனார் பல்கலைச் செல்வர், பன்மொழிப்புலவர். தந்தையைப் போலவே வடமொழி, தென்மொழி இரண்டிலும் புலமை பெற்றவர்' எனப் பாராட்டியுள்ளார் அறிஞர் அ.ச.ஞா.

'மேனாட்டுக் கருத்துக்களையும், புதுமை முற்போக்குகளையும் தமிழ் பெற்று விளங்கவேண்டும்' என்றும், 'ஒரு மொழி வளர வேண்டுமானால் அம்மொழியின் பிற குடும்ப மொழிகளையும் காழ்ப்பின்றி அறிய வேண்டும்' என்பதும் அவர் கருத்துக்களாகும்.

'தமிழ் தவிர்த்த பிற திராவிட மொழிகள் பிராகிருதமே' என்றும், இந்தோ ஆரிய வடமொழியின் சிதைந்த வடிவங்கள் எனவும், மக்கள் தவறாக உணர்ந்து வாதிக்கத் தலைப்பட்டனர். எனவே, ஊடாட்டமாகப் பரந்து விளங்கும் இப்பண்பாட்டு உறவினைக் கண்டறிய முதலில் தமிழையே கொள்வது எளிதானது. அதிலும் திராவிடக் கூறுகளைக் கண்டறிந்துகொள்ளத் தமிழிலிருந்து தொடங்குவது எளிதாகிறது. ஆனால் அதேபோல் தமிழ்ப் பண்பாட்டிலும் பிற கூறுகளின் பிணைப்பு உண்டு என்பதையும் நாம் மறக்கவில்லை. இன்னொன்றையும் நாம் நினைவிற் கொள்ள வேண்டும். வடமொழியை நாட்டின் எல்லாப் பகுதியைச் சேர்ந்த மக்களும் கருத்துப் பரிமாற்ற மொழியாகப் பயன்படுத்தினர். இதனால் ஒரு நூல் வடமொழியில் எழுதப்பட்டிருக்கின்றது என்பதாலேயே அது முழுதும் ஆரியப் பண்பாட்டிலேயே விளங்கி நிற்கின்றது என்று கொள்ளவேண்டியதில்லை.'

இதுபோன்ற சிறந்த பேருண்மையைக் கூறுவது ஆழ்ந்த அனுபவமுள்ள பன்மொழிப் புலவருக்குத்தான் இயலும் என்று அறிஞர் மயிலை சீனி வேங்கடசாமி 'தெ.பொ.மீ. எழுதிய - தமிழும் பிறபண்பாடும்' என்னும் நூலின் முன்னுரையில் சிறப்பித்து குறிப்பிட்டுள்ளதையும் எண்ணிப்பார்க்க வேண்டியுள்ளது.

தெருவில் மின்விளக்குகள் இல்லாத காலம். லாந்தர் விளக்குகள் மினுக்மினுக்கென்று அங்கொன்றும் இங்கொன்றுமாய் கண்சிமிட்டிக் கொண்டிருக்கும். பாட்டிகள் தங்கள் பேரக் குழந்தைகளுக்கு ராஜா, ராணி கதைகள் சொல்லுவார்கள். உலகெங்கும் கதை என்றால் ராஜா ராணிக் கதைகள்தான். காப்பியம் என்றாலோ

குடிமக்கள் காப்பியம் என்று அங்கலாய்த்துக் கொண்டே சிலப்பதிகாரத்தின் பெருமையைக் கூற முற்படுவார் தெ.பொ.மீ. உலகக் காப்பியங்கள் அனைத்தும் முடி மக்கள் காப்பியமாக விளங்கின. ஆனால் சிலப்பதிகாரம் மட்டுமே 'குடிமக்கள் காப்பியமாக' விளங்குகிறது என்று ஆணித்தரமாக எடுத்துரைத்தவர்.

தமிழ் இலக்கணத்தை மொழியியல் நோக்கிலும், இலக்கியங்களை அறிவியல் நோக்கிலும் அணுகி ஆராய்ந்தவர். சங்க இலக்கியங்கள், சிலப்பதிகாரம், பாரதியின் கவிதைகள் இவற்றிற்குப் புது விளக்கங்களைக் கொடுத்தவர். இவர் 'அன்பு முடி', 'அன்னீத நாடகம்', 'உலக நாகரிகத்தில் தமிழரின் பங்கு', 'சேக்கிழாரும் திருக்கண்ணப்பரும்', 'தமிழும் பிற பண்பாடும்', 'கல்விச் சிந்தனைகள்', 'கால்டுவெல் ஐயர் இயற்றிய திராவிட மொழிகளின் ஒப்பிலக்கணம்' (மொழிபெயர்ப்பு), 'கானல்வரி', 'குடிமக்கள் காப்பியம்', 'சமணத்தமிழ் இலக்கிய வரலாறு', 'சம்பந்தரும் சமணரும்', 'தமிழா நினைத்துப்பார்', 'தமிழ்மணம்', 'மனோதத்துவ சாத்திரம்', 'வள்ளுவரும் மகளிரும்', 'வள்ளுவர் கண்ட நாடும் காமமும்', 'பிறந்தது எப்படியோ?', 'வாழுங்கலை', 'The Pageant of Tamil Literature', 'The Tamil Plutarch' இப்படி ஏறக்குறைய முப்பத்து நான்கு நூல்கள் எழுதியுள்ளார். இவைத் தவிர நூற்றுக்கணக்கான தமிழ், ஆங்கில கட்டுரைகளையும் எழுதியுள்ளார். நூலாக வரவேண்டியவை இன்னும் ஏராளமாக இருக்கலாம் என்று கருதப்படுகிறது.

தொண்டரடி வணங்குவோம்

பொதுத் தொண்டராய், தமிழ்த் தொண்டராய், திருத்தொண்டராய் சுமார் அறுபது ஆண்டு காலம்

தெ.பொ. மீனாட்சி சுந்தரனார்

பணியாற்றி, தம்முடைய எண்பதாம் அகவையில் அதாவது 27.8.1980 அன்று அறிஞர் தெ.பொ.மீ. அவர்கள் தமிழன்னையின் புகழொளியில் கலந்து நிறைவு பெற்றார்.

மூன்று பல்கலைக்கழகங்கள் இவருக்கு டாக்டர் பட்டம் கொடுத்துக் கௌரவித்தன. தமிழக அரசோ, பல்கலைக்கழக துணைவேந்தர் பதவியையும், கலைமாமணி பட்டத்தையும் வழங்கியது. சோவியத் யூனியனுக்கும், ஜப்பானுக்கும் இந்திய அரசு கலாச்சாரக் குழு உறுப்பினராகவும், தலைவராகவும் சென்றுவந்தார். சாகித்ய அகடமி பரிசு, தேசிய பேராசிரியர் விருதும் பெற்ற தெ.பொ.மீ. அவர்கள் 1997-ஆம் ஆண்டு பத்மபூஷண் விருதையும் பெற்றார்.

எந்தவொரு தமிழறிஞருக்கும் கிடைக்காத பல விருதுகளையும், பட்டங்களையும் பெற்ற, பத்து மொழிகள் அறிந்த, தமிழ்ப் பேரறிஞர் தெ.பொ. மீனாட்சி சுந்தரனாரின் கழல் வணங்கி அவரது அருந்தொண்டினைப் போற்றி வாழ்த்துவோமாக!

24

அறிவொளி தந்த அவினாசிலிங்கனார்
(1903 - 1992)

'நாடு சுதந்திரம் பெற்ற பின்னர் பழைய பெரிய சென்னை மாகாணத்தின் முதல் கல்வி அமைச்சராக வரும் பேற்றினையும் பெற்றார். அந்தப் பதவியில் அவர் இருந்த காலத்தில் பல்வேறு துறைகளிலும் தமிழுக்குப் புதுவாழ்வு அளிக்க அடித்தளம் அமைத்துக் கொடுத்தார். இந்திய மொழிகளிலேயே முதன் முதலாக முழு அளவில் 10 பகுதிகளைக் கொண்ட கலைக் களஞ்சியம் வெளியானது தமிழ்மொழியில்தான். அது 'ஐயா (அவினாசிலிங்கனார்) அவர்களின் தொண்டாகும்.'

- சிலம்புச் செல்வர் ம.பொ.சி.

இளமைப் பருவம்

இந்திய விடுதலைக்குப் பின் ஒருங்கிணைந்த அன்றைய சென்னை மாநிலத்தின் கல்வி அமைச்சராய்த் திறம்படப் பணியாற்றித் தமிழுக்கு அரியாசனம் அமைத்துத்தந்த ஐயா அவினாசிலிங்கனார், 5.5.1903-ஆம் ஆண்டு, திருப்பூரில் வாழ்ந்த கே. சுப்பிரமணிய செட்டியார், பழனியம்மாள் தம்பதியருக்குப் பிறந்தார்.

பள்ளிப்படிப்பை கோவையில் முடித்து, கல்லூரிப் படிப்பை சென்னையில் பச்சையப்பன் கல்லூரியில் தொடர்ந்தார். சட்டக்கல்வியும் பயின்று சட்டப் பட்டதாரியானார். கல்லூரியில் படிக்கும் காலத்திலேயே பரமஹம்சரின் சிறந்த சீடரும், ராமகிருஷ்ணாமிஷனின் இரண்டாவது தலைவருமான சுவாமி சிவானந்தரின் ஆசியைப் பெற்று, பரமஹம்சர், விவேகானந்தர் தெய்வீகத் தாக்கத்திற்கு ஆட்பட்டார். 1920-ஆம் ஆண்டு சென்னையில் படித்தபோது மகாத்மா காந்தியை முதலில் பார்த்தார். அதன் மூலம் தேசியத்திலும் ஈர்க்கப்பட்டார். விடுதலைப் போராட்டத்திலும், தேசிய நிர்மாணத் திட்டங்களிலும் தம்மை ஈடுபடுத்திக் கொண்டார்.

சமுதாயப் பணியும் தமிழ்ப் பணியும்

கல்வியின் மீது கொண்ட ஆர்வம் காரணமாக 1930-ஆம் ஆண்டு ஸ்ரீ ராமகிருஷ்ணா மிஷன் வித்யாலயம் தொடங்கப்பட்டது. இக்கல்வி நிறுவனத்திற்குரிய கட்டடத்திற்கு அண்ணல் காந்தியடிகள் 7.2.1934-இல் அடிக்கல் நாட்டினார் என்பதும் குறிப்பிடத்தக்கதாகும். விடுதலை உணர்வு மேலோங்கவே போராட்டக் களத்திலும் ஐயா அவினாசிலிங்கம் குதிக்கத் தொடங்கி னார்.

உப்பு சத்தியாகிரகத்தில் ஆறு திங்களும், சட்டமறுப்பு இயக்கத்தில் ஓராண்டும், தனி நபர் சத்தியாகிரகத்தில் ஆறு திங்களும், இறுதியாக வெள்ளையனே வெளியேறு இயக்கத்தில் 15 திங்களும் ஆக பலமுறை சிறை சென்றார்.

1935 - 1946-இல் இந்திய சட்டசபைக்கும், 46 - 51-இல், சென்னை சட்டமன்றத்திற்கும், 51-64-இல்

பாராளுமன்றத்திற்கும் தேர்ந்தெடுக்கப்பட்டார். சிறந்த பணிகள் பலவற்றை ஆற்றித் தமிழுக்கும் தமிழருக்கும் பெருமை சேர்த்தார் ஐயா அவினாசிலிங்கனார்.

1946 முதல் 1949 வரை சென்னை மாநிலக் கல்வி அமைச்சராகப் பணியாற்றியபொழுது அவர் ஆற்றிய அரும்பணிகள் (1) உயர்நிலைப் பள்ளிகளில் தமிழ்வழிக் கல்வி, (2) கல்லூரிகளில் தமிழ் பயிற்று மொழி, (3) உயர்நிலைப் பள்ளிகளில் திருக்குறளை கட்டாயமாகச் சேர்த்தது, (4) பட்டதாரி ஆசிரியர்கட்கு ஒப்பான ஊதியமும், தகுதியும் தமிழாசிரியர்க்கு உயர்த்தி அமைத்தது, (5) சென்னைப் பல்கலைக்கழகத்தில் தமிழ்ப் பேராசிரியர் கட்டில் அமைக்கும் அறக்கட்டளைக்கு உதவியது, (6) பாரதியாரின் பாடல்கள் உரிமையை வாங்கி நாட்டுமக்கட்கு உரிமையாக்கியது, (7) அண்ணாமலையில் முதல் முதலாகத் தமிழில் பட்டமளிப்பு உரையாற்றியது, (8) அரசவைக் கவிஞர் என்ற கௌரவப் பதவியை உருவாக்கி, முதன் முதலாக நாமக்கல் கவிஞர் வெ. இராமலிங்கனாரை நியமனம் செய்தது, (9) தமிழ் வளர்ச்சிக் கழகத்தைத் தோற்றுவித்தது, (10) அடிப்படைக் கல்வியின்போதே சிறுவர் கைத்தொழில் கற்பிக்கும் முறையைப் புகுத்தியது, (11) சாரணர் இயக்கம் அறிமுகப்படுத்தியது, (12) தேசிய மாணவர் படை அமைக்கத் திட்டமிட்டு உருவாக்கியது, (13) நூலகச் சட்டம் உருவாக்கி நூலகங்களின் எண்ணிக்கையை உயர்த்தியது, (14) சமூகநூல் என்னும் தனிப் பாடப்பிரிவு வகுப்பு சேர்க்கப்பட்டது, (15) உதவி பெறும் பாடசாலைகளுக்கு வரையறுக்கப்பட்ட நிதி ஆதாரத்தை உயர்த்தியது, (16) காந்தியடிகளின் படைப்புகளை 17 பகுதிகளாகத் தமிழில் உருவாக்கச் செய்தது, (17) திருக்குறள் ஆராய்ச்சி பேருரையினைத் தம்

வித்தியாலயத்தின் வழியாக வெளியிடச் செய்தது, (18) தமிழ்க் கலைக்களஞ்சியம், குழந்தைகள் களஞ்சியம் போன்றவற்றை உருவாக்கியது. இவை தவிர கலைத் தமிழில் ஆண்டுதோறும் வெளிவரும் இலக்கியம், அறிவியல், பொருளியல், கலை, பண்பாடு போன்ற சிறந்த நூல்களுக்குப் பரிசளிக்கும் திட்டத்தை அறிமுகப்படுத்தினார்.

கலைக்களஞ்சியம் துவக்கப்பணி 1948-இல், சுதந்திரதினத்தன்று தொடங்கப்பட்டது. சென்னைப் பல்கலைக்கழகங்களில் தனி அலுவலக அறையும் அதற்கென ஒதுக்கப்பட்டது. 1954-இல் முதல் தொகுதியும், 1968-இல் பத்தாவது தொகுதியும் வெளியானது. இதைப்போலவே குழந்தைகள் கலைக்களஞ்சியம், படங்களுடன் தொகுக்கப்பட்டு முதல் தொகுதி 1968-லும், பத்தாவது தொகுதி 1975-லும் வெளியானது.

தமிழறிஞர் கி.வா. ஜகந்நாதன் அவர்கள் தலைமையில் திருக்குறள் ஆய்வுக்குழு அமைத்து, ஆய்வு நூலினை சுவாமி விவேகானந்தர் நூற்றாண்டு விழாவின்போது 1963-இல் வெளியிடச் செய்த பெருமையும் உண்டு.

நூல்கள்

கல்விப்பணி, சட்டமன்றப் பணி, சமுதாயப் பணிகளோடு அய்யா அவினாசிலிங்கனார் ஏராளமான நூல்களைத் தமிழிலும், ஆங்கிலத்திலும் படைத்தருளினார்கள். அவற்றுள், 'நான் கண்ட மகாத்மா', 'அடியார் பெருமை', 'அன்பின் ஆற்றல்', 'இந்தியப் பொருளாதார நூல்', 'குழந்தை வளர', 'திருக்கேதார யாத்திரை', 'வாழ்க்கையின் அடிப்படை' போன்றவை குறிப்பிடத் தக்கவை. ஆங்கிலத்தில் 'Sacred Touch', 'Understanding

Basic Education', 'Gandhiji's Experiment in Education, Swami Vivekananda on Education', மொழிபெயர்ப்பு நூல்களாக 'Colombo to Almora', 'Satyagraha in South Africa' போன்றவை.

ஐயா பெற்ற அருஞ்சிறப்புகள்

அண்ணல் காந்தியடிகளை வைத்து 1934-இல் அடிக்கல் நாட்டி கல்வி நிறுவனத்தை (ஸ்ரீ இராமகிருஷ்ணா வித்யாலயம்) அமைத்தவரும், அண்ணல் காந்தியடிகள் மறைந்த உடன் 1948-இல் அவரது அஸ்தியை எடுத்துச் சென்று புனித காவிரியாற்றில் கரைத்த புண்ணியம் பெற்றவருமான காந்தியச் செம்மல் அவினாசிலிங்கனார் மகளிர் கல்விக்கென 1957-இல் தனி நிறுவனம் ஒன்றை உருவாக்கினார். அது நாளடைவில் வளர்ந்து 1988-இல், ஸ்ரீ அவினாசிலிங்கம் மனையியல் மகளிர் பல்கலைக்கழகமாக விரிவடைந்து அதன் வேந்தராகவும் விளங்கிய ஐயா பெற்ற சிறப்புகள் அளவிட முடியாதது. அண்ணல் காந்தியடிகளிடமும், பண்டித ஜவகர்லால் நேரு அவர்களிடமும் பழகி அவர்களின் அன்புக்குப் பாத்திரமாக அமைந்ததே பெருஞ்சிறப்புதானே.

ஐயா அவர்கள் ஆற்றிய அரும் பணிகளைப் பாராட்டி அமெரிக்க அரசு அழைத்து சிறப்பித்தது. இந்திய அரசு 1970-இல், பத்மபூஷண் விருது வழங்கி சிறப்பித்தது. 1974-இல் நேரு இலக்கியப் பரிசான 'நேரு லிட்டிரஸி அவார்ட்' முன்னாள் குடியரசுத் தலைவர் டாக்டர் ஜாகீர் உசைன் அவர்களால் வழங்கப்பட்டது. தமிழக அரசு 1978-இல் 'செந்தமிழ்ச் செல்வர்' பட்டம் வழங்கி கௌரவித்தது. மதுரைப் பல்கலைக்கழகம் 'தமிழ்ப் பேரவைச் செம்மல்' பட்டத்தினை 1983-இல்

வழங்கியது. 'டாக்டர் ஆஃப் சயின்ஸ்' பட்டத்தினை 1984-இல் தஞ்சைத் தமிழ்ப் பல்கலைக்கழகம் வழங்கியது. 1985-இல் இந்திய நாட்டின் பெருமைமிக்க விருதுகளில் ஒன்றான பஜாஜ் விருதும் வழங்கப்பட்டது. இப்படி தன்னலமற்ற தனிப்பெரும் கல்விப் பணிக்காக, நாட்டு நற்பணிக்காகத் தன்னை அர்ப்பணித்துக்கொண்ட அவினாசிலிங்கனார் ஆன்மிகத்திலும் ஆழ்ந்த நம்பிக்கை கொண்டவர்.

கல்வித்தந்தை

1930-இல், இராமகிருஷ்ணா மிஷன் வித்யாலயம் தொடங்கி, கிராமியக் கேந்திரங்கள், அவிநாசிலிங்கம் அறக்கட்டளை நிறுவனங்கள் மூலம் சுமார் 25க்கும் மேற்பட்ட கல்வி - அறிவியல் - மனையியல் - ஆன்மிகம் எனப் பெரும் பல்கலைக்கழகமாக உயர்ந்து இன்றளவும் சுமார் 73 ஆண்டுகளாக இயங்கிவரும் கல்வி நிறுவனங்களை உருவாக்கித் தமிழகத்தைக் கல்வித்துறையின் முன்னோடியாகத் திகழச் செய்த கல்வித்தந்தை, 'ஐயா' என்று அனைவராலும் பேரன்பு மதிப்புடன் அழைக்கப்படும் அவினாசிலிங்கனார் தமது 89-ஆவது அகவையில், 21.11.1992-இல் இயற்கை எய்தினார்.

தேசப்பணியோடு, தமிழ்ப் பணியையும், தெய்விகப் பணியும் ஆற்றி, தமிழின், தமிழரின் பெருமை அகில இந்திய அளவிற்கு உணர்த்திய பெருமகனார், தமிழை அரியணை ஏற்றிய முதல் கல்வி அமைச்சர் என்ற பெருமைக்குரிய கல்வி வள்ளல், ஐயா அவினாசிலிங்கனாரின் பொற்பாதங்களை வணங்கிப் போற்றுவோமாக!

■■

25

நாம் தமிழர் இயக்கம் கண்ட தினத்தந்தி ஆதித்தனார்
(1905 - 1981)

'ஆதித்தனார் பார்-அட்-லா படித்தவர். சிங்கப்பூரில் பாரிஸ்டராகப் பணியாற்றியவர். நல்ல வளமான வருவாய் அதில் கிடைத்துக்கொண்டுவந்ததாக நான் சிங்கப்பூரில் பலபேரைக் கேட்டு அறிந்து கொண்டேன். அப்படிப்பட்டவர் பத்திரிகை நடத்த வேண்டும் என்ற ஆர்வத்தைக் கொண்டது, உண்மையிலேயே அவருக்குப் பத்திரிகைத் தொழிலிடத்தில் உள்ள ஆர்வத்தையும், பத்திரிகை மூலமாகத் தமிழ் நாட்டுக்கும், தமிழ் மொழிக்கும் தொண்டாற்ற வேண்டும் என்ற ஆர்வத்தையும் எடுத்துக் காட்டுகிறது.'

- பேரறிஞர் அண்ணா

கற்றறிந்த மேல் அதிகாரியாக இருந்தாலும், கை ரிக்ஷா இழுக்கும் கூலித் தொழிலாளியாக இருந்தாலும், மாட மாளிகையில் வாழ்பவராயினும், மண் குடிசையிலே வாழ்பவனாயினும், வயதில் மூத்தவராயினும்,

இளையவராயினும் இப்படி அனைத்துத் தரத்து மக்களும் தினம் பத்திரிகை படிக்க வேண்டும் என்று ஒரு பேரார்வத்தைத் தருவது தமிழ் செய்தி நாளேடான தினத்தந்திதான். இந்தியாவிலேயே பல ஆண்டுகளாகத் தொடர்ந்து முதலிடம் வகிக்கும் நாளேடாகத் திகழ்ந்துகொண்டு, பிறமொழி பேசும் மக்களையும் தமிழ்மொழிபால் படிக்க ஆர்வம் ஏற்படுத்திவரும் தினத்தந்தியின் இம்மாபெரும் சாதனைக்குக் காரணம் அதன் நிறுவனர் சி.பா. ஆதித்தனார்தான்.

'தினத்தந்தி' பத்திரிகை ஒரு இலட்சியத்துக்காக நடத்தப்படுகிறது. வெறுமனே அதில் சம்பாதிப்பதற்கு என்று யாராவது கருதினால், அது என்னையோ அல்லது என் குடும்பத்தையோ அவர்கள் சரியாகப் புரிந்துகொள்ளவில்லை என்று பொருள்.

'தினத்தந்தி'க்கு விற்பனை ஒன்றுதான் இலட்சியம் என்று யாராவது எண்ணிக் கொண்டிருந்தால் அது தவறு என்பது அதைத் தொடர்ந்து படிக்கிறவர்களுக்கு நன்றாகத் தெரியும். என்றைக்காவது தமிழுக்கு எதிராக 'தினத்தந்தி' போயிருக்கிறதா? அல்லது தமிழ் இனத்துக்கு எதிராக எழுதி இருக்கிறோமா? அல்லது, தமிழ்நாட்டுக்கு, தமிழ் மக்களுக்கு எதிராக என்றைக்காவது ஒரு நாள் தினத்தந்தி எழுதி இருக்குமா? எழுதி இருக்காது.

கடந்த இந்தி எதிர்ப்புப் போராட்டத்தில் என் வீட்டில் ஆண்கள் ஒருவர்கூட கிடையாது. மகன், மருமகன் எல்லோரையும் கைது செய்து கொண்டுபோய் விட்டார்கள். வீட்டில் ஆண்களே கிடையாது. அப்போதும் பத்திரிகையை நடத்தினோம். அது எப்படி முடிந்தது? 'தினத்தந்தி'க்கு என்று ஓர் இலட்சியம்

இருப்பதால்தான் முடிந்தது என்று இலட்சிய வெறியோடு வெற்றிநடைபோடும் ஏடு பற்றி அமரர் ஆதித்தனார் அவர்கள் அடிக்கடி கூறுவதுண்டு. கீழ்த்திசை நாடுகளிலேயே பத்திரிகைத் துறையில் தமிழகம் முன்னணியில் வீற்றிருந்தது என்றால் அதற்குரிய பெரிய பொறுப்பும், பெருமையும் சி.பா. ஆதித்தனார் அவர்களையே சாரும்.

1923-ஆம் ஆண்டு திருச்சி புனித சூசையப்பர் கல்லூரியில் படித்துக் கொண்டிருந்த காலத்திலேயே அவர் ஓர் அச்சகத்தை விலைக்கு வாங்கினார். 'ஆர்ட் புக் கம்பெனி' என்ற அச்சகத்தையும், பதிப்பகத்தையும் தொடங்கினார். அதன் வாயிலாகப் பல புத்தகங்களையும் அச்சிட்டு வெளியிட்டார். சோப்பு, மெழுகுவர்த்தி, தீக்குச்சி முதலியவை செய்யும் விதங்களை விவரித்துப் பல சிறிய சிறிய நூல்களாக வெளியிட்டார். அக்காலத்தில் அவருக்குக் கிடைத்த வருமானம் ஒரு நடுத்தரக் குடும்பத்தின் செலவுக்குப் போதுமானதாக இருந்தது.

திருச்சியில் படிப்பை முடித்துக்கொண்டு, சென்னைக்கு சட்டம் படிப்பதற்காக வந்தார். அப்பொழுது அவர் நடத்திவந்த அச்சகத்தையும் தன்னுடன் சென்னைக்குக் கொண்டுவந்து, பிராட்வேயில் அச்சகத்தை அமைத்து தொடர்ந்து புத்தகங்களை வெளியிட்டு வந்தார் சட்டக்கல்லூரி மாணவரான சி.பா. ஆதித்தனார்.

சென்னையில் படிப்பைப் பாதியிலேயே நிறுத்தி விட்டு ஆதித்தனார் இலண்டனுக்குச் சென்றார். அங்கு ஏறத்தாழ ஐந்து ஆண்டுகள் இருந்தார். இலண்டனில் படிப்புச் செலவுக்கோ, சொந்தச் செலவுகளுக்கோ அவர்

யாரையும் எதிர்பார்க்கவில்லை. பணம் கேட்டு வீட்டுக்குக்கூட கடிதம் எழுதுவதில்லை. தனது செலவுகளுக்கு வேண்டிய பணத்தைத் தன் உழைப்பின் மூலமே சம்பாதித்தார்.

பத்திரிகைகளுக்கு கட்டுரைகள், கடிதங்கள் எழுதி அவற்றின் மூலம் வரும் வருவாயில் செலவுகளை ஈடுகட்டினார். சென்னையில் இருந்த 'சுதேசமித்திரன்' பத்திரிகைக்கு அவர் இலண்டனில் இருந்து செய்திக் கடிதங்கள் எழுதி வந்தார். வேறுசில இந்தியப் பத்திரிகைகளுக்கும், சில ஆப்பிரிக்க நாட்டு பத்திரிகைகளுக்கும் செய்திக் கடிதங்கள், கட்டுரைகள் எழுதினார்.

வழக்கறிஞர் தொழிலில், சிங்கப்பூரில் பிரபலமாகியிருந்தபொழுது தனியே ஒரு பத்திரிகை தொடங்க வேண்டும் என்ற எண்ணம் எழுந்தது. ஆனால் அப்பொழுது சரியான வாய்ப்புகள் கூடிவரவில்லை. 'தமிழ்முரசு' பத்திரிகையைத் தொடங்க கோ. சாரங்கபாணி என்பவருக்கு உறுதுணையாக இருந்து செயல்பட்டார். சிங்கப்பூரிலிருந்து 1942-ஆம் ஆண்டு ஏப்ரல் மாதம் தமிழ்நாட்டுக்குத் திரும்பினார். அதே ஆண்டு ஜூன் 15-ஆம் தேதி 'தமிழன்' வார இதழை வெளியிடவும், அக்டோபர் 15-ந்தேதி 'தந்தி' நாளிதழ் வெளியிடவும் பதிவு செய்துகொண்டார். அதற்குப் பின் அவரது வாழ்க்கையிலே மறுமலர்ச்சியும், பல்வேறு மாற்றங்களும் ஏற்பட்டு "தற்காலத் தமிழ்", செய்தித் தாட்கள் மூலம் வளர்ச்சியடைவதற்கு ஒரு முன்னோடி யாகத் திகழ்ந்தார்.

இளமைப் பருவம்

திருநெல்வேலி மாவட்டத்தின் தென்கிழக்குக் கோடியில் கடற்கரையோரம் அமைந்துள்ள காயாமொழி என்ற சிற்றூரில் சிவந்தி பாலசுப்பிரமணிய ஆதித்தனார், 1905-ஆம் ஆண்டு செப்டம்பர் 27-ஆம் நாள், புகழ்பெற்ற வழக்கறிஞர் சிவந்தி ஆதித்தனார் - கனகம்மையார் இல்லறப் பயனாய்ப் பிறந்தவர் (சி.பா. ஆதித்தனார்).

தொடக்கக் கல்வியை திருவைகுண்டத்தில் பெற்றார். பள்ளிக்கூடத்தில் அந்நாளில் பெரும்பாலும் எல்லோரும் இரண்டாவது மொழியாக சமஸ்கிருதம்தான் படிப்பது வழக்கம். ஆனால், ஆதித்தனாரோ இரண்டாவது மொழியாகத் தமிழை விரும்பிப் படித்தார். திருவைகுண்டத்தில் உயர்நிலைப் பள்ளிப்படிப்பு முடித்து திருச்சி புனித சூசையப்பர் கல்லூரியில் முதன்மையாகத் தேறி எம்.ஏ. பட்டம் பெற்றார். திருச்சியில் படிக்கும்பொழுதே அச்சகம் ஒன்றை வாங்கி, சிறுசிறு நூல்களை அச்சிடத் தொடங்கினார். சட்டம் படிக்க சென்னைக்கு வந்தார். ஆனால் இடையிலேயே அதை விட்டுவிட்டு பாரிஸ்டர் படிப்புக்கு 1928-இல் இலண்டன் சென்றார்.

இலண்டனில் ஆதித்தனார் படிக்கும்பொழுது சென்னை உயர்நீதிமன்ற நீதிபதியாக இருந்த சீனிவாசன், டெல்லி அமைச்சராக இருந்த சேலம் எஸ்.வி. இராமசாமி, இலங்கையில் இந்தியத் தூதராக விளங்கிய கண்டேவியா ஆகியவர்கள் உடன் படித்தவர்கள் ஆவர். 1933-இல் பாரிஸ்டர் பட்டம் பெற்று சிங்கப்பூர் வந்து அங்கு பெருஞ்செல்வந்தராய் வாழ்ந்த ஓ. இராமசாமிநாடார் என்பவரின் மூத்தமகள் கோவிந்தம்மாளை செப்டம்பர் 1-

இல் திருமணம் (1.9.1933) செய்துகொண்டார். சிங்கப்பூரில் திருமணம் செய்துகொண்டு பின் சென்னை திரும்பினார். அப்பொழுதுதான் தந்தை பெரியாரையும், பேரறிஞர் அண்ணாவையும் முதன் முறையாகச் சந்தித்தார். அவருக்குப் பத்திரிகை நடத்தவேண்டும் என்ற எண்ணம் உதித்தது. அதற்குப் பணம் திரட்டுவதற்காக மீண்டும் சிங்கப்பூர் சென்றார்.

சிங்கப்பூர் பாரிஸ்டர்

சிங்கப்பூருக்கு 1934-இல் வந்த ஆதித்தனார் வெகு விரைவிலேயே வழக்கறிஞர் தொழில்மூலம் இலட்சக் கணக்கில் சம்பாதித்தார். சிங்கப்பூரில் ஆதித்தனாருக்கு வந்த வழக்குகளைப்போல தனிப்பட்ட பாரிஸ்டர் எவருக்கும் வழக்குகள் வந்ததில்லை. சிங்கப்பூர் வழக்கறிஞர்கள் சங்கத்தின் நிர்வாகக் குழு உறுப்பினர் தேர்தலுக்குப் போட்டியிட்டு வெற்றிபெற்ற, ஆங்கிலேயர் அல்லாத முதல் இந்தியர் ஆதித்தனார் என்பதும் குறிப்பிடத்தக்கது. 'சிங்கப்பூர் பாரிஸ்டர்' என்று பட்டப் பெயரைப் பெற்றவரும் இவரே.

தமிழர் தந்தை

செல்வச் செழிப்புடன் சிங்கப்பூரில் வாழ்ந்த காலத்தில் ஒரு தமிழ் நாளிதழ் தொடங்க முயற்சித்தார். ஆனால், மாமனார் விரும்பாததால், அந்த முயற்சியை கைவிட்டார். ஆனால் சிங்கப்பூரில் இன்றும் நல்ல பெயருடன் விளங்கும் 'தமிழ் முரசு' பத்திரிகையைத் தொடங்க உறுதுணையாயிருந்தார் ஆதித்தனார்.

தந்தை ஈ.வெ. ராமசாமி பெரியார் மலாயா நாட்டுக்கு 1930-இல் சுற்றுப்பயணம் செய்தபொழுது

சிங்கப்பூரில் இவர்கள் வீட்டில்தான் தங்கியிருந்தார். அதைத் தொடர்ந்து சிங்கப்பூரிலே 'தமிழர் சீர்திருத்த சங்கம்' அமைக்கப்பட்டது. இந்தச் சங்கம் இன்றும் இருக்கிறது. இதன் புரவலராக ஆதித்தனாரே நீண்டகாலம் இருந்தார்.

1942-இல் இரண்டாவது உலகப் பெரும்போர் மூண்டு, சிங்கப்பூர் ஜப்பானின் ஆதிக்கத்திற்குள் விழும் நிலை ஏற்பட்டபொழுது ஆதித்தனார் தாயகம் திரும்பினார். 4.2.1942-இல் சிங்கப்பூரிலிருந்து கிளம்பி 4.4.1942-இல் தாயகம் வந்தடைந்தார்.

ஜூலை மாதத்தில் 'மதுரை முரசு' வாரமிருமுறை செய்தித்தாளையும், ஆகஸ்டு 23-இல் 'தமிழன்' வார இதழையும், நவம்பர் 1-இல் தந்தி நாளிதழையும் தொடங்கினார்.

ஆதித்தனார் 'தந்தி'யின் தந்தையாக மட்டுமல்லாமல், தமிழ்மக்களின் தந்தையாகவும் விளங்கினார். 'உடல் மண்ணுக்கு உயிர் தமிழுக்கு' என்பதே அவரது வாழ்க்கையின் குறிக்கோளாய் இருந்தது. தமிழ் மக்களின் உரிமைகளைக் காக்க, தமிழ் மொழியின் தனித் தன்மையைக் காக்க தொடர்ந்து போராடினார். 1942-இல், 'தமிழ் இராச்சிய'க் கட்சியைத் தொடங்கினார். பின்னர் அது 'நாம் தமிழர்' இயக்கமாக பெயர் மாற்றம் பெற்றது.

'வெள்ளையனே வெளியேறு' என்ற முழக்கம் அந்த ஆண்டில் (1942)தான் உச்சக்கட்டம் அடைந்து போராட்டமாக வெடித்தது. நேதாஜி சுபாஷ் சந்திரபோஸ் தலைமையில் துப்பாக்கி ஏந்திப் போராடிய இந்திய தேசிய இராணுவத்தினருக்கு உதவ 1946-இல் ஆதித்தனார் நிதி திரட்டித்தந்தார்.

இந்தியா விடுதலை அடைந்தபின் தொடங்கப்பட்ட 'நாம் தமிழர்' இயக்கத்தின் சார்பில் 'தமிழ்க்கொடி' என்ற வார இதழை நடத்தினார். 'தமிழன் துணி', 'தமிழன் கோழிப்பண்ணை', 'தமிழர் விளையாட்டு', 'தமிழன் கால்வாய்' என்று எல்லாம் தமிழ் உணர்வு பூர்வமாகவே அமையச் செய்தார். அப்பொழுது 'தமிழ்ப்பேரரசு' என்ற நூலையும் எழுதினார்.

இந்தி எதிர்ப்புப் போர், பட எரிப்புப் போர், மாத்தூர் உழவர் போராட்டம் இப்படி பலவற்றில் ஈடுபட்டு பலமுறை சிறை சென்றுள்ளார். 1966-இல் பாதுகாப்புச் சட்டப்படி கைது செய்யப்பட்டு கோவையில் தனிமைச் சிறையில் அடைக்கப்பட்டார்.

சட்டமன்றப் பணி

பிரபல வழக்கறிஞராகவும், மக்கள் மனங்கவர்ந்த பத்திரிகை ஆசிரியராகவும், தீவிர விடுதலைப் போராட்ட இயக்க ஆதரவாளராகவும், தமிழர்களின் உரிமைக்குப் பாடுபடுபவராகவும் விளங்கிய ஆதித்தனார், 1947 முதல் 1953 வரை தமிழ்நாடு சட்டமன்ற மேலவை உறுப்பினராகவும், 1957 முதல் 1962 வரை சட்டப் பேரவை உறுப்பினராகவும் பணியாற்றினார். மீண்டும் 1954-இல் சட்ட மேலவைக்குத் தேர்ந்தெடுக்கப்பட்டார். 1967-இல் சட்டப்பேரவைக்குத் தேர்ந்தெடுக்கப்பட்டு, பேரறிஞர் அண்ணா முதலமைச்சர் பொறுப்பை வகித்தபொழுது சட்டப்பேரவையைத் திறம்பட நடத்திச் சென்றார்.

ஆங்கிலத்தில் இருந்த சட்டப்பேரவை விதிகளைத் தமிழில் மொழிபெயர்த்து 'தமிழ்நாட்டுச் சட்டப்பேரவை நடைமுறை விதிகள்' என்ற பெயரில் தனி நூலாக

வெளியிடச் செய்தார். 'நீண்ட நாட்களாக நிலவிவந்த குறையினைக் களைந்தெறியும் முறையிலே கிடைத்துள்ள இந்தத் தமிழாக்கம் தந்துள்ள சி.பா. ஆதித்தனாருக்குத் தமிழ்நாடு பெரிதும் கடமைப்பட்டுள்ளது' என்று இந்நூலின் அணிந்துரையில் அன்றைய முதலமைச்சர் பேரறிஞர் அண்ணா அவர்கள் பாராட்டியுள்ளது நினைவு கூரத்தக்கதாகும்.

3.2.1969-இல் பேரறிஞர் அண்ணா காலமானார். அதற்குப்பின் கலைஞர் கருணாநிதி அவர்கள் முதன்முறையாக முதலமைச்சர் பொறுப்பை ஏற்றார். புதிய அமைச்சரவையில் முதலில் கூட்டுறவுத் துறை அமைச்சராகவும், பின் விவசாயத்துறை அமைச்சராகவும் ஆதித்தனார் பணியாற்றினார். 1971-இல் மீண்டும் சட்டப்பேரவைத் தேர்தலில் வென்று, அமைச்சர் பதவியில் தொடர்ந்து நீடித்துப் பணிகளைச் செவ்வனே கவனித்து வந்தார்.

1953 மற்றும் 1956-இல் ஆதித்தனார் வெளிநாட்டுப் பயணங்களை மேற்கொண்டுள்ளார். 1953-இல் வியன்னாவில் நடந்த உலக சமாதானக் குழுவின் மாநாட்டில் தமிழகத்தின் பிரதிநிதியாகக் கலந்து கொண்டார். பின் ரஷ்யா போன்ற நாடுகளுக்கும் சென்றுவந்தார். 1956-இல் அமெரிக்கா, ஜப்பான், இந்தோசீனா, மலேசியா போன்ற நாடுகளுக்கு சென்றுவந்தார்.

மீண்டும் பத்திரிகையாளனாகவே பிறக்க ஆசை

மதுரையில் 1942-ஆம் ஆண்டு 'தந்தி' பத்திரிகையைத் தொடங்கியபோது,

'சென்னையில் அச்சடிக்கும் பத்திரிகைகள் மதுரைக்கு வரும்போது பழசாகி விடுகின்றன. ஆறின கஞ்சி பழங்கஞ்சிதானே.

100 மைல் சுற்றளவு என்றால் சுடச்சுடச் செய்தி களைச் சேகரித்து, ரெயில், பஸ் மூலம் உடனுக்குடன் அனுப்ப முடியும்.

தமிழ்நாட்டில் படித்தவர்கள் குறைவு; அதனால் விற்பனை பாதிக்கும் என்று சுட்டிக்காட்டுகிறார்கள். இது தவறு.

கிராமங்களில் இன்றுகூட பார்க்க முடியும். பெற்றோர்கள் படிக்காதவர்களாக இருக்கலாம். படிக்க வைத்தப் பிள்ளைகளைக் கொண்டு பாரதம் போன்ற கதைகளைப் படிக்கச் சொல்லிக் கேட்டுக் கொண்டே இருப்பார்கள். இதேபோல பத்திரிகைகளையும் படிக்கச் சொல்லிக் கேட்கும் பழக்கம் நாளடைவில் அவர்களுக்கும் வந்துவிடும்.

அதனால்தான் அந்த மக்களுக்குப் பழக்கப்பட்ட எளிய தமிழில் செய்திகளை வெளியிட இருக்கிறோம். வாக்கியங்களும் மூச்சு முட்டவைக்கும் அளவுக்கு நீளமாக அமைக்காமல், சின்னச்சின்ன வாக்கியங்களாக இருக்கும்.'

என்று *பாமர மக்களின் உள்ளமறிந்து அவர் ஆற்றிய உரையும், எடுத்துக்கொண்ட முயற்சிகளும் வீண்போக வில்லை.* 'நான் பணத்துக்காகப் பத்திரிகை தொடங்க வில்லை. அந்த நினைப்பு இருந்திருந்தால், சிங்கப்பூரில் வக்கீல் தொழிலை கவனித்துக் கொண்டிருப்பேன் அல்லது பிறந்த மண்ணுக்கு வந்ததும், வியாபாரியாக மாறியிருக்கலாம். அதுவல்ல என் நோக்கம்.

என் குறிக்கோள் எல்லாம் தமிழர்கள் வாடிய பயிர்போல் இல்லாமல், எல்லாத் துறையிலும் தலைநிமிர்ந்து நிற்கவேண்டும் என்பதே. பத்திரிகை மூலம் அதைச் செய்யவேண்டும் என்பது என் ஆசை.'

....

ஒவ்வொரு ஜில்லாவின் தலைநகரிலும் பத்திரிகையை தொடங்கி, மக்களுக்காக விரைவாக செய்தி கொடுக்க வேண்டும் என்பது என் ஆசை. தமிழுக்கும், தமிழர்களுக்கும் உழைக்க சபதம் ஏற்போம்.

'உடல் மண்ணுக்கு உயிர் தமிழுக்கு
என்பதே என் முழக்கம்.'

என்று முழங்கிய ஆதித்தனாரின் இலட்சியங்களும், ஆசைகளும் அவரது காலத்திலேயே நிறைவேறின.

'இதழாளர் கையேடு' என்ற வழிகாட்டி நூலையும் எழுதிய ஆதித்தனார், 24.5.1981 அன்று காலமானார். 21.8.1981 அன்று தமிழ்நாடு சட்டப்பேரவை நிறைவேற்றிய தீர்மானத்தில், 'பத்திரிகைத் துறையில் தனக்கென ஒரு வழியை வகுத்துக்கொண்டு பாமரர்களுக்கும் பத்திரிகை படிக்கும் ஆர்வம் ஏற்படும் வகையில் ஆதித்தனார் திறம்படச் செயலாற்றினார்' என்று புகழப்பட்டது.

1987-ஆம் ஆண்டு மே 24-ஆம் தேதி சென்னையில் அன்றைய முதல்வர் எம்.ஜி.ஆர். அவர்கள் ஆதித்தனார் சிலையைத் திறந்துவைத்து, அச்சிலை நிறுவப்பட்டுள்ள சாலைக்கு 'ஆதித்தனார் சாலை' என்று பெயர் சூட்டினார்.

'அடுத்தப் பிறவியிலும் பத்திரிகையாளனாகவே பிறக்க ஆசைப்படுகிறேன்' என்று மரணத்தின்போதும் கூறியது நெஞ்சை நெகிழச் செய்கிறது. பண்டிதர் தமிழைப் பாமரனுக்குக் கவிதையாகத் தந்தார் பாரதியார். படித்த மேல்மட்ட மக்களுக்கு மட்டுமே கிடைத்த செய்தியறிவை பாமரர்களுக்கும் பத்திரிகையாக்கித் தந்தார் ஆதித்தனார். அன்னாரது தமிழ்ப் பணியை, தமிழர் தம்மீது கொண்டிருந்த அக்கறையைப் போற்றி வணங்கி, வாழ்த்துவோமாக!

ஆதாரம் : தினத்தந்தி பொன்விழா மலர்

■■

26

இலக்கிய விருந்து படைத்த ஏந்தல் கோ. சுப்பிரமணியனார் (1906 - 1971)

'சால்பு என்பது நற்குணம், மேன்மை, நிறைவு, மனவமைதி, உயர்வு போன்ற பல பொருள் தரும் ஒரு சொல். தமிழ்மொழி தன்னைப் பயில்வோருக்கு இத்தகைய மேன்மைக் குணங்களையெல்லாம் தரவல்லது. அது முத்தமிழாய் விளங்குகிறது. ஆதலால் அதனைச் 'சால்பாய மும்மைத் தமிழ்' என்றார். இயல், இசை, கூத்து என்னும் மூன்று பிரிவினை யுடையமையால் அது மும்மைத் தமிழ் எனப்பட்டது. மனம், மொழி, செயல் என்ற மூன்றையும் ஆட்சிபுரிவது மொழி. தூய எண்ணங்களை மனத்திடை நிறைவிப்பது இயற்றமிழ். தூய இனிமை பயக்கும் சொற்களை வாயால் வழங்குவது இசைத்தமிழ். நன்மை பயக்கும் தூய செயல்களை நிகழ்த்துவது கூத்துத் தமிழ். தூய மனம், தூய சொல், தூய செயல் இம்மூன்றும் ஒருங்கே நிகழ்வதே அறம் எனக் கண்டார் தமிழர்.'

- கோ. சுப்பிரமணியம் பிள்ளை - *முத்தமிழ் முழக்கம்*

கோ. சுப்பிரமணியனார்

ஆங்கிலேயர்கள் ஆட்சி இம்மண்ணில் ஆட்டம் கண்ட இறுதிக்காலக் கட்டத்திற்கும், இந்திய விடுதலைக்குப்பின் ஜனநாயக ஆட்சியில் பணியாற்றி, செந்தமிழின் வளர்ச்சிக்காகப் பாடுபட்ட மேதைகள் பலர். புதுப்புது நூல்களைப் படைத்தும், பதிப்பித்தும், மொழிபெயர்த்தும், உரையெழுதியும், உரையாற்றியும் தமிழ் மொழிக்குப் பணியாற்றிய பல பெருமக்களுள், நெல்லையில் வழக்கறிஞராகப் பணியாற்றிப் பின் அண்ணாமலைப் பல்கலைக்கழகத்தில் நீண்ட காலம் தமிழ்ப் பேராசிரியராகப் பணியாற்றிய கோ. சுப்பிரமணிய பிள்ளையும் ஒருவர்.

இளமையும் கல்வியும்

தமிழும் சைவமும் தழைத்தோங்கிய திருநெல்வேலி மாவட்டத்தில் சிந்துப்பூந்துறையில், கோமதிநாயகம் பிள்ளை, உலகாம்பாள் தம்பதியினருக்கு மூத்த மகனாக 7.10.1906-இல் பிறந்தார் சுப்பிரமணியம்.

இளமையிலேயே கல்வி, கேள்விகளில் தேர்ச்சி பெற்றிருந்த இவருக்கு விளையாட்டுப் பொருட்களுக்குப் பதிலாக ஆங்கில அகராதி ஒன்றை வாங்கித் தந்தார் இவரது தந்தை. அச்சிறுவயதிலேயே அதை மனப்பாடம் செய்யவும் பயிற்சி பெற்றார். நெல்லையில் உயர்நிலைப் பள்ளியிலும், பின் இந்துக்கல்லூரி, புனித சேவியர் கல்லூரியிலும் கல்வி கற்றார். சுப்பிரமணியம் 1928-இல், அதாவது அவரது இருபத்திரண்டாம் அகவையில் பொருளாதாரத்துறையில் இளங்கலைப் பட்டம் பெற்ற பிறகு சென்னை சட்டக்கல்லூரியில் பயின்று பட்டம் பெற்றார்.

இல்வாழ்வும் - தமிழ்ப் பணியும்

'வாய்மை எனப்படுவது யாதெனின் யாதொன்றும்
தீமை இலாத சொலல்'

என்ற குறளுக்கு எடுத்துக்காட்டாய் வாழ்ந்த பிள்ளையவர்களால் வழக்கறிஞர் தொழிலில் பணியாற்ற இயலவில்லை. ஆயினும் மெய்ப்பொருள் காண்பதறிவு என்ற கருத்தின்படி, சமன் செய்யும் துலாக் கோல்போல் நடுவுநிலை தவறாது சுமார் ஏழு ஆண்டுகள் வழக்கறிஞர் பணியை நெல்லையில் மேற்கொண்டார்.

கோ. சுப்பிரமணியம் அவர்கள் 'திலகவதி' என்ற அம்மையாரை மணந்து இல்லற வாழ்க்கையை நடத்தினார். கல்விச் செல்வமும், பொருட்செல்வமும் தழைத்த அக்குடும்பத்தில் மக்கட்செல்வம் இல்லாமல் போயிற்று.

தமிழின்பால் பற்றுக்கொண்டிருந்த சுப்பிரமணியம் வழக்கறிஞர் தொழிலைத் துறந்து தமிழில் முதுகலை படித்துப் பட்டமும் பெற்றார். இலக்கண இலக்கியங் களைப் பயின்று 1931-ஆம் ஆண்டு வித்துவான் பட்டமும் பெற்றார்.

'தமிழிலக்கியத்தில் வரலாற்றுச் செய்திகள்' என்னும் ஆய்வுக் கட்டுரையை எழுதி, வையாபுரிப்பிள்ளையின் பாராட்டைப் பெற்றார். அவருடன் சேர்ந்து தமிழ் அகராதிப் பதிப்புப் பணியும் செய்தார்.

1952-ஆம் ஆண்டு அண்ணாமலைப் பல்கலைக் கழகத்தில் துணைவேந்தராகப் பதவி ஏற்ற டாக்டர் ஆர்.கே. சண்முகம் செட்டியாரின் விருப்பத்திற்கேற்ப

தமிழாராய்ச்சித் துறை ஒன்று தனியே ஏற்படுத்தப் பட்டது. அத்துறைக்குத் தலைவராக கோ. சுப்பிரமணியம் நியமிக்கப்பட்டார்.

சைவப்பேரறிஞர் ஔவை துரைசாமிப்பிள்ளை எழுதிய 'வைச சமய இலக்கிய வரலாறு', கல்வெட்டு ஆய்வாளர் பேரறிஞர் திரு. வை. சதாசிவப்பண்டாரத்தார் எழுதிய 'சங்க இலக்கிய வரலாறு', திருமுறைச் செல்வர் க. வெள்ளைவாரணார் எழுதிய 'இலக்கிய வரலாறு', திரு. இ.எஸ். வரதராச ஐயர் எழுதிய 'வைணவ சமய பௌத்த வரலாறு' வெளிவர உதவியாக இருந்தார் பிள்ளையவர்கள். சொல்லின் செல்வர் ரா.பி. சேதுப்பிள்ளையுடன் சேர்ந்து கம்பராமாயணப் பதிப்புப் பணிகளையும் கவனித்துவந்தார்.

வால்மீகி இராமாயணத்தோடு கம்பஇராமாயணத்தை யும் ஒப்பிட்டு, கம்பர் இராமாயணமே சிறந்தது என்று விளக்கிய கோ.சு. பிள்ளையவர்கள், தாம் எழுதிய 'கம்பர் விருந்து' என்னும் நூலில், ஒரு திருத்தமான கம்பஇராமாயணப் பதிப்பு வெளிவர எவ்வாறெல்லாம் அணுக வேண்டும் என்பதைத் தெளிவுறுத்துகின்றார். அவர் கூறுவதாவது:

'பதிப்பு வேலையை எவ்வாறு செய்ய வேண்டுமெனின், கிடைக்கக்கூடிய கம்பராமாயணச் சுவடிகளை எல்லாம் திரட்ட வேண்டும். பிறகு ஒவ்வொரு பாட்டாக விடாமல் படித்துப் பாட பேதங்களைக் குறிக்க வேண்டும். இவ்வாறு ஏடு படிக்கும்பொழுது, ஒவ்வொரு பகுதிக்கும், ஒவ்வொரு ஊருக்கும், ஒவ்வொரு பிராந்தியத்திற்கும் ஓர் ஏடு அல்லது இரண்டு ஏடு பார்த்தால் போதுமென்று எண்ணக்கூடாது...'

'ஒரு சுவடியில் பதினாயிரம் பாடல்களைப் படித்துப் பார்த்ததில் ஒரே ஒரு திருத்தமான பாடம் கிடைத்தது. ஆனால் அந்த ஒரு பாடமும் ஒரு கோடி பொன் கிடைத்தது போன்ற மகிழ்ச்சியை உண்டாக்கியது. இந்த ஒரு பாடம் கிடைப்பதற்காக நாலைந்து மாதங்களாய் ஒரு சுவடியைப் படித்துக் காலத்தை வீணாக்குவதா என்று விட்டிருந்தால் வேறு எந்த ஏட்டிலும் கிடைக்கக் கூடாத அந்த ஒரு பாடம் நமக்குக் கிடைக்காமலேயே தொலைந்து போயிருக்கும்' என்று கூறியுள்ளார். கம்பராமாயணத்தில் பாடவேறுபாடுகள் குறித்துப் பல ஆய்வுகளை மேற்கொண்டுள்ளார் பிள்ளையவர்கள்.

படைப்புகள்

கோ. சுப்பிரமணியனார், 'அப்பர் விருந்து', 'இளங்கோ விருந்து', 'கம்பர் விருந்து', 'மாணிக்க விருந்து', 'வள்ளுவர் விருந்து' என்ற பல இலக்கிய விருந்துகளைப் படைத்ததோடு, 'இலக்கியச் செல்வம்', 'இன்ப வாழ்வு', 'கவி இன்பம்', 'துள்ளி வருகுதுவேல்', 'தமிழ் உள்ளம்', 'முத்தமிழ் முழக்கம்', 'வாலிவதை', 'வெண்ணிலவில்', 'புதுமனைப் பரிசு', 'வாசகரும் வாகீசரும்' போன்ற தமிழ் நூல்களையும்,

'சைவ சித்தாந்த அகமும் வரலாறும்', 'பழந்தமிழர் வாழ்வில் சகுனங்களும் நம்பிக்கைகளும்', 'மரபு வழிபாடும் நாக வணக்கமும்' போன்ற ஆங்கில நூல்களையும் எழுதியுள்ளார்.

இவை தவிர, செந்தமிழ்ச்செல்வி, தமிழ்ச்செல்வி, தமிழ்ப்பொழில், செந்தமிழ், திருவள்ளுவர், ஞானசம்பந்தன், பொன்னி, அணிகலன், தொண்டன்,

சுதர்சன், சித்தாந்தம், தமிழ்நாடு போன்ற இதழ்களிலும் பல கட்டுரைகளையும் எழுதியுள்ளார்.

சமயப்பணி

சைவ வேளாளர் மரபில் தோன்றிய கோ. சுப்பிரமணியப்பிள்ளை சமயம் தழைக்க, தமிழ்ப் பணியோடு பல பணிகளை ஆற்றினார். இசையோடு பக்திப் பாடல்களைப் பாடி மக்களைக் கவர்ந்தார்.; சித்தாந்த சொற்பொழிவாற்றும் திறமையைக் கண்டு 'சித்தாந்த செந்நாவலர்' என்னும் சிறப்புப் பட்டம் வழங்கப்பட்டது.

கோ.சு. பிள்ளையின் சமயப் புலமையை கௌரவப்படுத்தும் வகையில் தருமபுர ஆதீனம் அவருக்குத் 'திருநின்ற நெறியாளர்' என்ற பட்டத்தை வழங்கியது. மதுரைத் திருஞான சம்பந்த ஆதீனத்தார் 'சைவப் பேராசிரியர்' என்னும் பட்டத்தினை வழங்கினார்கள். 'செந்தமிழ்ச் செல்வர்', 'சித்தாந்த செந்நாவலர்' போன்ற பட்டங்களைப் பெற்றிருந்த பிள்ளையவர்களின் மணிவிழாவின்போது 'திருநின்ற தனியாளர்' என்னும் சிறப்புப் பட்டமும் வழங்கப் பெற்றது.

'பல சமயங்கள் பரந்து கிடக்கின்ற இந்த நாட்டிலே எல்லாச் சமயங்களும் கடைசியாக ஆண்டவனிடத்திலே போய்ச் சேருவதைத்தான் குறிப்பிடுகின்றன' என்னும் கருத்துள்ள இவர், சைவசித்தாந்தம் பற்றிக் குறிப்பிடும் போது, 'சைவசித்தாந்திகள் குற்றங்குறைகளை நீக்கி நல்லதை ஏற்றுக்கொள்வர். மற்றைச் சமயவாதிகளுடைய கொள்கையைக் காட்டி குழிகளில் விழாமல் காத்துக் கரை சேர்ப்பது சைவசித்தாந்தம்' என்பார்.

"திருமந்திரத்தைப் படித்துவிட்டு மோட்சம் எங்கே என்று கேட்டால் முடியுமா? அதில் தேறித் தெளிய வேண்டும். ஊறித் திளைக்க வேண்டும். அவன்தான் பயனைப் பெறுவான்'' என்று பெயரளவில் திருமந்திரத்தைப் படித்துவிட்டு மோட்சம் தேடும் சமயவாதிகளுக்கு உரைத்தார். சமயம் தொடர்பாக பல நூல்களை எழுதியுள்ள இவர் சமயபேதம் பார்ப்பவர்களையும் இடித்துரைத்துள்ளார்.

முடிவுரை

தமிழுக்காகவும், சைவ சமயத்திற்காகவும் பெருந் தொண்டாற்றிய பேராசிரியர் கோ. சுப்பிரமணியனாரின் மணிவிழா 1966-ஆம் ஆண்டு நடைபெற்றது. 'மரணத்தால் ஒருவரின் நினைவுகளையும், செயல்களையும் அழிக்க முடியாது. ஒருவன் நல்ல உடல்நிலையிலும், புகழிலும் இருக்கும்போது இறந்துவிடுவதே சிறந்த மரணம்' என்னும் கருத்துடைய கோ.சு. பிள்ளையவர்களும், புகழின் உச்சியில் இருக்கும்போது, தமது 65-ஆவது வயதில், 26.8.1971 அன்று திருநெல்வேலியில் தமது இல்லத்தில் காலமானார்.

பிள்ளையவர்கள் மறைந்துபோனாலும் அவர் இலக்கியத்திற்கும், சமயத்திற்கும் விருந்தாய்ப் படைத்துச் சென்றுள்ள நூல்கள் யாவும் தமிழுக்கும் தமிழினத்திற்கும் புத்துணர்ச்சியையும், ஆரோக்கியத்தையும் அளிக்க வல்ல அமிழ்தாகும். அத்தகையப் பெருந்தகையின் மலரடி போற்றி, அவர் வழியில் நின்று நாமும் தமிழ்ப்பணியைத் தொடருவோமாக!

27

திருவாசகமணி கே.எம். பாலசுப்பிரமணியம்
(1908 - 1974)

இளமைக் காலத்தில் தீவிர நாத்திகராய் விளங்கி முதுமைக் காலத்தில் ஆத்திகராய் மாறிய பல சான்றோர்களுள் குறிப்பிடத் தகுந்தவர் திருவாசகமணி கே.எம். பாலசுப்பிரமணியமும் ஒருவர். சொல்வன்மையும், எழுத்துவன்மையும் மிக்கவர். ஜஸ்டிஸ் கட்சியின் தலைவர்களில் ஒருவராய் விளங்கிய காலத்திலும் சரி, பின்னாளில் ஆன்மிகத்தில் அருள்நெறிச் செல்வராய் விளங்கிய காலத்திலும் சரி, அவரது சொல்லாற்றல் சுடர்விட்டு ஒளிர்ந்தது. கணீர் கணீரென்று கருத்துக்களை மிடுக்குடன் பேசும்போது அந்தப் பேச்சை மகுடி கேட்ட நாகம்போல் மெய்மறந்து கேட்டு ரசிப்பார்கள்.

பிறந்தது தாராபுரம். ஆயினும் சொந்த ஊர் கருவூரே. திருச்சிராப்பள்ளி ஜோசப் கல்லூரியில் பி.ஏ. மற்றும் எம்.ஏ. படித்தார். பின் சென்னை சட்டக்கல்லூரியில் பி.எல். படித்துப் பட்டம் பெற்றார். சிறு வயதிலேயே பகுத்தறிவு இயக்கத்தின்பால் ஈடுபாடு ஏற்படவே, அதில் இணைந்து முனைந்து விளங்கினார். 'ஜஸ்டிஸ்' இதழின் ஆசிரியராகவும் சிறிது காலம்

பணியாற்றினார். சிறிது காலம் வழக்கறிஞராகவும் பணியாற்றினார்.

1932-இல் துறையூரில் நடைபெற்ற இளைஞர் மாநாட்டிற்கு திரு.வி.க. அவர்கள் தலைமை ஏற்றார். அப்பொழுது திரு. கே.எம். பாலசுப்பிரமணியம் அவர்கள் வாதத்தில் பங்கேற்க வந்திருந்தார். அப்பொழுது திரு.வி.க. இவரைப் பார்த்து, 'உமது தோற்றத்திலும் நாத்திகங் காணோம். அதனால் உமது கொள்கை மாறுதல் உறும்' என்று கூறினாராம். பெரியோர் வாக்கு பொய்ப்பிப்ப தில்லை என்பதற்கு ஏற்ப, சிறிது காலங்களுக்குப்பின் அவர் ஆத்திகராகவே மாறிவிட்டார். அவரை மாற்றியது, உவட்டாமல் உவக்கும் உன்னதத் தமிழ்வாசகம் 'திருவாசகம்'தான்.

உளமுருக்கும் ஊனுருக்கும் திருவாசகத்தை ஓதி உணர்ந்த உலகறியச் செய்யுமளவிற்குப் பெருந் தொண்டாற்றிய இவர் 'திருவாசகமணி' என்னும் பட்டத்தையும் பெற்றார். Saiva Siddhantam, South Indian Celebrites போன்ற நூல்களை எழுதிய இவர் திருவாசகத்தையும், திருக்குறளையும் ஆங்கிலத்தில் மொழிபெயர்த்தார். பெரிய புராண மொழிபெயர்ப்பு முடிவதற்கு முன் இறையடி சேர்ந்துவிட்டார்.

ஐந்தாண்டுத் திட்ட மண்டலப் பரப்புநராகவும், இரண்டாம் உலகப் போரின்போது போரினை ஆதரித்துப் பேசுபவராகவும் பணியாற்றினார். தத்துவமேதை முன்னாள் குடியரசுத் தலைவர் டாக்டர் இராதா கிருஷ்ணனின் நண்பருமாவார். முற்பகுதியை முழுக்க முழுக்க நாத்திகப் பணிக்கு அர்ப்பணித்து மேடைகளில் முழங்கியவர். வாழ்நாளின் பிற்பகுதியில் முழுக்க முழுக்க

தன்னை சைவசமயப் பணிக்கே அர்ப்பணித்துக் கொண்டார்.

பேச்சாற்றல்மிக்க கே.எம்.பி. அவர்கள் இனிமையாகப் பாடுவதிலும் வல்லவர். மணிவாசகர் மாலை, திருத்தொண்டர் கீதம், திருப்பழனி வெண்பா அந்தாதி, திருவள்ளுவர் பிள்ளைத் தமிழ் போன்றவற்றைப் பாடிய இவர், திரு.வி.க. அவர்களின் மணிவிழாவையொட்டி திருப்போரூரில் முருகன் சதகம் பாடிக் கொண்டாடினார்.

ஆங்கிலத்திலும் தமிழிலும் ஊற்றம் பெற்றவர். இம்மொழிகளிலும் அழகும் தெளிவும் மிக்க பேச்சாற்றல் கைவரப் பெற்றவர். இவரது திருவாசக ஆங்கில மொழிபெயர்ப்பும், திருக்குறள் ஆங்கில மொழி பெயர்ப்பும் இரு பெரும் கொடையாகும். அவ்வப்போது உடல்நலங்குன்றிய இவர் இதயநோயால் பாதிக்கப் பட்டார். 3.10.1974 அன்று வெங்கலக்குரலால் வித்தகம் பேசி, சைவத் திருமுறைகளைத் தரணியெங்கும் ஒலிக்கச்செய்த குரல் ஓய்ந்துபோனது. 'திருவாசகமணி'யின் பூதவுடல் மறைந்தாலும் அவர் புகழுடல் வாசகஒலியை எதிரொலித்தவண்ணமே வலம் வருகிறது. அந்தத் தமிழ்ப் பெரியாரின் பொன்னடிகளைப் போற்றி வணங்குவோமாக!

■■

28

தமிழ் ஆட்சிமொழியாக அரும்பாடுபட்ட பொருளாதார மேதை சி. சுப்ரமணியம் (1910 - 2000)

'இனிமேல் இன்னும் தீவிரமாக முயற்சிசெய்து, தமிழை எல்லாத் துறைகளிலும் நாம் உபயோகப் படுத்துவதற்குப் போதிய அளவுக்குத் தமிழை வளர்க்க வேண்டியது அவசியமாக இருக்கிறது. இந்த வளர்ச்சி நல்ல முறையிலே ஏற்பட்டால்தான் நாம் இன்றைக்கு ஏற்றுள்ள முயற்சி நல்ல முறையிலே அமல்படுத்தப்பட்டு அதன் மூலமாக தேசத்திற்கும், மக்களுக்கும் நன்மை ஏற்படும். அந்த வளர்ச்சி நல்லமுறையிலே ஏற்படாமல் போனால் இந்த முயற்சியினால் பிரயோசனம் இல்லாமல் போய்விடும்.'

- பாரத ரத்னா சி. சுப்பிரமணியம்

ஆரவாரமில்லாமல், ஆத்மார்த்தமான ஈடுபாட்டுடனும், செயல் திறனுடனும், கடமைகளையாற்றுவது, சாதனை நிகழ்த்துவது என்பது ஒரு சிலருக்கே கைவரப்பெற்ற கலையாகும். அத்தகைய மேன்மையாளர்களுள் குறிப்பிடத் தகுந்தவர் தமிழ் அறிஞர் பாரத ரத்னா சி. சுப்பிரமணியம்.

தமிழ்மொழியை ஆட்சி மொழியாக்கவும், பயிற்று மொழியாக்கவும் அடித்தளம் அமைத்தவர்களுள் அவர் குறிப்பிடத்தகுந்தவர். இந்தியத் திருநாடு வறுமையின் கோரப்பிடியில் சிக்கித் தவித்தபோது அதன் நிதி அமைச்சராகப் பொறுப்பேற்று பணவீக்கத்தைக் கட்டுப்படுத்தி, பசுமைப்புரட்சியை ஏற்படுத்தியவர். கிராமப்புற, வேளாண்மை சார்ந்த வளர்ச்சிதான் தேசிய மேம்பாட்டின் திறவுகோல் என்பது சி.எஸ். (சி. சுப்பிரமணியம்) அவர்களுடைய எண்ணம்.

அறிஞர் சி.எஸ். 90-ஆவது பிறந்தநாள் விழாவை எவ்வாறு கொண்டாடலாம் என்று வினவியபோது 'தமிழ்நாட்டில் பிறந்தநாள் விழாக்கள் கொச்சைப்படுத்தப் பட்டுவிட்டன. விழா என்பதே ஒரு விரயம். நாட்டு மேம்பாட்டுக்கு ஊக்கியாகச் செயல்படத்தக்க ஓர் அமைப்பை நிறுவுவது பற்றிச் சிந்திக்கலாம்' என்று விளக்கியவர், தமிழ் மொழி வளர்ச்சிக்கான அடிப்படைக் கட்டுமானப் பணிகளை இனங்கண்டு, அவற்றை நடைமுறைப்படுத்துவதில் பெரும் பங்காற்றியவர். அதே நேரத்தில், கண்மூடித்தனமான பழைமைவாதப் போக்குகளையும் மாற்றியமைக்க வேண்டுமென்று விரும்பியவர். அவர் கூறுவதாவது:

'இன்று, நாளை, நேற்று, நடப்பவை, நடக்க வேண்டியவை, நடந்தவை அனைத்தையும் கவனித்துத் தொடர்ச்சியாகத் தேவையான முறையில்தான் தமிழும் வளர்ச்சியடைய வேண்டும். வருடத்துக்கு வருடம் பருவத்துக்குப் பருவம், மரம், செடி, கொடிகளில் புதுப்புது மலர்கள் பூத்து, காய்கள் காய்த்து, பழங்கள் கனிந்து குலுங்கி மணமும் பயனும் சுவையும் தருவதைப் போலத்தான் தமிழிலும் காலத்தையொட்டிய மாறுதல்

களும், கருத்துகளும் பூத்து, காய்த்து, கனிந்து பலன் தரவேண்டியது அவசியம்.

இளமையும் கல்வியும்

கோயம்புத்தூர் மாவட்டத்தில், பொள்ளாச்சி வட்டத்தில் உள்ள செங்குட்டைப் பாளையத்தில், சிதம்பரம் கவுண்டர் - வள்ளியம்மாள் இருவரின் இல்லறப் பயனாய்ப் பிறந்தவர் சி. சுப்பிரமணியம். அவரது பிறந்தநாள் 30.1.1910 ஆகும். வசதியான விவசாயக் குடும்பத்தில் பிறந்தவர் சி.எஸ். அவருடைய தாத்தா பெரியண்ண கவுண்டர் சொல்வாக்கும் செல்வாக்கும் கொண்டவர். சித்தப்பா சின்னு (பிற்காலத்தில் சுவாமி சித்பவானந்தராக மலர்ந்தவர்) இவருடைய தாக்கம் சி.எஸ்.அவர்களிடம் நிறைந்திருந்தது.

பொள்ளாச்சி கழக உயர்நிலைப் பள்ளியில் முதல்நிலை மாணவராகத் தேர்ச்சியடைந்து, 1926-30களில் சென்னை மாநிலக் கல்லூரியில் பயின்றார். கல்லூரியில் படிக்கும் காலத்திலேயே தமிழ்மொழி ஈடுபாடு, தேசாபிமான உணர்வுகள் உடைய நண்பர்கள் இணைந்து 'வனமலர்ச் சங்கம்' என்ற அமைப்பை உருவாக்கினர். வெள்ளை வேட்டி, வெள்ளைச் சட்டை இச்சங்கத்தின் அடையாள முத்திரையாகும். தொழிற்சங்க இயக்கத் தந்தை சர்க்கரைச் செட்டியாரால் White Company (புகழ்பெற்ற ஒரு ஷெர்லாக் ஹோம்ஸ் நாவலின் பெயர்) என்று செல்லமாக அழைக்கப்பட்டவர்கள். இச்சங்கத்தைச் சேர்ந்தவர்களுள் சி.எஸ்., பெ. தூரன், ஓய்வுபெற்ற உச்சநீதிமன்ற நீதிபதி ஏ. அழகிரிசாமி, பி.வி. தாஸ், நெ.து. சுந்தரவடிவேலு, பேராசிரியர் ஏ. சீனிவாசன், சீனாவில் நம் நாட்டுத் தூதுவராகப் பணியாற்றிய ஜி. பார்த்தசாரதி போன்றோர் அடங்குவர்.

முழுக்க முழுக்க தமிழிலேயே பேசவேண்டும் என்னும் நடைமுறை மரபில், இச்சங்கத்தினர் 'பித்தன்' என்ற கையெழுத்துப் பிரதியையும் நடத்தினர். கல்லூரியில் படிக்கும் காலத்தில், சைமன் கமிஷன் எதிர்ப்பு ஆர்ப்பாட்டத்தில் கலந்துகொண்டு அதற்குத் தண்டனையும் பெற்றார்.

1932-ஆம் ஆண்டு சட்டப்படிப்பை முடித்துக் கொண்டு தன் கிராமத்திற்குத் திரும்பினார் சி. சுப்பிரமணியம். பொள்ளாச்சியில் 1932-ஆம் ஆண்டு ஜூலை 17-ஆம் நாள் நடைபெற்ற கள்ளுக்கடை ஏலத்தை எதிர்த்து மறியல் போராட்டத்தில் கைது செய்யப்பட்டு ஓராண்டு சிறைவாசம் அனுபவித்தார்.

தொழிலும் தொண்டும்

சிறையிலிருந்து விடுதலையாகிவந்து, கோவையில் இரண்டு ஆண்டுகளும், பின்னர் சென்னை உயர்நீதிமன்றத்திலும் வழக்கறிஞராகப் பணியாற்றினார். சிறந்த முதுநிலை வழக்கறிஞரான பி. சோமசுந்தரம் பிள்ளையிடம் சேர்ந்து வழக்குகளை நடத்தினார். இத்தருணத்தில்தான், மகாத்மா காந்தி தனி நபர் சத்யாகிரகப் போராட்டத்தைத் தொடங்கினார்.

1941-இல் தனி நபர் சத்யாக்கிரகத்தில் பங்குபெற்று ஆறு மாதம் அலிப்பூர் சிறைவாசம் பெற்றார். 'வெள்ளையனே வெளியேறு' இயக்கத்தின்போது கைதாகி ஆறு மாதச் சிறைத் தண்டனை பெற்றார்.

'வனமலர்ச் சங்க' நண்பர் பி.வி. தாமஸின் தங்கை சகுந்தலாவை 1945-இல் கலப்புத் திருமணம் செய்து கொண்டார். சகுந்தலா நாயுடு வகுப்பைச் சேர்ந்தவர்.

அவரது குடும்பத்தில் பின்னாளில் நடந்த கலப்புத் திருமணங்களை ஆதரித்தவர் சி.எஸ். என்பது குறிப்பிடத்தக்கது.

இரண்டாம் உலகப்போர் முடிந்து 1946-இல் அமைக்கப்பட்ட அரசியல் நிர்ணயசபையில் (Constituent Assembly) உறுப்பினராகத் தேர்ந்தெடுக்கப்பட்டு அதில் பணியாற்றினார். பின் இந்திய சுதந்திரப் பிறப்பு நிகழ்ச்சியிலும் பங்கேற்றார். வரலாற்றுச் சிறப்புமிக்க இந்த நிகழ்ச்சியில் பங்கேற்றது 'இது என் வாழ்வின் மிகவும் மகத்தான தருணம்' எனத் தன் வாழ்வு நினைவுகள் நூலில் குறிப்பிட்டுள்ளார்.

மாநில ஆட்சிப்பணி (1952 - 62)

1952-இல் முதல் சட்டப் பேரவைத் தேர்தலில் வெற்றிபெற்று இராஜாஜி அமைச்சரவையில் நிதி, உணவு அமைச்சராகவும், பின் காமராஜர் அமைச்சரவையில் நேரு, இராஜாஜி போன்றவர்களின் வற்புறுத்தலின்பேரில் கல்வி அமைச்சராகவும் பணியாற்றினார்.

தமிழ் ஆட்சிமொழி

முதன் முதலில் தமிழை ஆட்சிமொழி ஆக்கிய நிகழ்வு மிகவும் சுவையானது. இதற்கான தீர்மானத்தை அவை முன்னவராக இருந்து சி. சுப்பிரமணியம் சட்டப்பேரவையில் அறிமுகம் செய்தார். அதில் அவர் கூறிய செயல்பாட்டுக் கூறுகள் பற்றிய தகவல்களாவது:

'தமிழை மாநில ஆட்சி மொழியாகச் செய்வதிலும் சரி, கல்லூரிகளில் போதனா மொழியாக்குவதிலும் சரி, நாம் தமிழ் ஆர்வத்தை மட்டுமே அடிப்படையாகக்

கொண்டு செயலாற்றவில்லை. இவற்றிலுள்ள சங்கடங்கள், பிரச்சினைகளையெல்லாம் உணர்ந்து, அவற்றைப் படிப்படியாகக் கடப்பதற்கான வழிவகைகளை ஆராய்ந்து நிதானத்துடன், ஒருமுறையாகத்தான் செயலாற்றி வருகிறோம்...

இதில் முதல் பிரச்சினை, ஆங்கிலத்தில் உள்ள சொற்களுக்கெல்லாம் அவற்றிற்கு நேரான தமிழ்ச் சொற்களை நிர்ணயிக்க வேண்டியிருந்தது. ஆங்கிலத்தில் உள்ள நிர்வாகத் துறைச் சொற்கள், சட்டத்துறைச்சொற்கள் போன்றவற்றையெல்லாம் தமிழ்ப்படுத்த வேண்டியிருந்தது. அதேபோல், அரசாங்க அலுவல்களில் டைப்ரைட்டர்கள் உபயோகம் ஒரு முக்கிய அம்சமாக இருப்பதால் தமிழில் டைப்ரைட்டிங்கில் நிறைய பேருக்குப் பயிற்சி அளிப்பது, டைப்ரைட்டர் இயந்திரங்களை அபிவிருத்தி செய்வது, தமிழ் சுருக்கெழுத்து பயிற்சி அளிப்பது ஆகியவையும் அவசியமாயின. அதேபோல் ஆங்கிலத்தையே நிர்வாக மொழியாகப் பயன்படுத்திப் பழக்கப்பட்ட அதிகாரிகளுக்குத் தமிழில் பயிற்சி அளிக்க வேண்டிய அவசியம் ஏற்பட்டது. ஆனால், அவர்களுக்கு அத்தகைய பயிற்சி அளிப்பதற்கும், பிறகு அவர்கள் உபயோகிப்பதற்கும் ஆட்சிச் சொல் அகராதியைத் தமிழில் தயாரிக்க வேண்டியிருந்தது. இந்தக் காரியங்கள் எல்லாம் படிப்படியாக, முறையாகச் செயல்பட்டு வந்துள்ளன.'

இவ்விதமாக தமிழ் ஆட்சிமொழியாகச் செயல் வடிவம் பெற சி. சுப்பிரமணியம் அவர்கள் ஆற்றிய அரும்பணி போற்றுதலுக்குரியது.

தமிழ் பயிற்று மொழியாக்கம்

தாய் மொழியை உயர்கல்வித் தளத்தில் பயிலு மொழியாக ஏற்றுக்கொள்வதற்கான தர்க்க ரீதியான காரணங்களையும், இக்கொள்கையைச் செயல்படுத்துவதற்கான உள்ளீடுகள் (inputs) குறித்த பிரச்சினைகளையும் நன்கு தெளிந்து ஓர் உறுதிப்பாட்டுடன் செயல்புரிந்த தமிழர் சி.எஸ். இத்திக்கில் பல்கலைக் கழகங்கள் செயலாக்க முன்வராத நிலையில், அரசே பொறுப்பேற்க, செயலில் இறங்கவேண்டிய காலக்கட்டாயத்தை சி.எஸ். உணர்ந்தார். படிப்படியாக நிறைவேற்ற வேண்டிய ஒரு செயல்திட்டத்திற்குக் கால்கோள் நாட்டினார். அவரது கருத்துக்களாவன.

'பல்வேறு சந்தர்ப்பங்களிலும் ஏற்படுத்தி இருக்கக் கூடிய எந்த யூனிவர்சிடி கமிட்டிகளாக இருந்தாலும் சரி, எந்த வல்லுநர்கள் அடங்கிய குழுவாக இருந்தாலும் சரி, நம்முடைய மாணவர்களிடையே சிந்தனா சக்தி வளருவதற்கு ஒரு பெரும் தடையாக அந்நியமொழி இருக்கிறது என்பதைப் பற்றி அவர்கள் எல்லோரும் ஒப்புக்கொண்டு, சொல்லி இருக்கிறார்கள்.

அந்த அடிப்படையிலேதான் ஒருபடி நாம் எடுத்து வைப்போம் என்ற முறையிலே இன்றைக்கு கல்லூரிகளில் தமிழ் போதனை மொழி என்ற ஆரம்பம் செய்யப்பட்டுள்ளது.... இதிலே ஆரம்பம் செய்வதற்கே நாம் தயங்கிக்கொண்டு இருப்போமானால், அந்த ஆரம்பம் எப்பொழுது வரப்போகிறது என்பதைப் பற்றி நமக்கே மனத்தில் ஒரு குழப்பமான நிலைமை ஏற்பட்டுவிடுகின்றது.... இந்த முயற்சியில் வெற்றிபெற்று அதன் மூலமாகப் புதியதொரு சமுதாயம் உருவாவதற்கு இன்றைக்கு வித்திட்டிருக்கிறோம்.''

இயற்றமிழ் வளரப் பாடுபட்டதுபோல தமிழ் இசை இயக்கத்துக்குத் தன் முழுமையான ஆதரவையும் நல்கினார் சி. சுப்பிரமணியம்.

'ஒரு மலர் அழகாக இருந்துவிட்டால் மட்டும் அது நல்ல மலராகிவிடாது. அது மணமுள்ளதாகவும் இருக்க வேண்டும். அதுபோலப் பாட்டும் இசையும் இனிமையாக மட்டுமிருந்தால் போதாது. பொருள் உள்ளதாகவும் இருக்கவேண்டும். ஆகையால், தமிழில் பாடினால்தான் தமிழர்கள் முழுமையாக ரசிக்க முடியும்' என்பது சி. சுப்பிரமணியத்தின் கருத்து.

'தமிழ்க் கலைக்களஞ்சியம்' பதிப்புத் திட்டத்திற்கு தாராளமாக நிதியுதவி அனுமதித்து அதன் வெற்றிக்கு உறுதுணையாய் இருந்தார் சி.எஸ்.

எல்லாக் கட்சிகளையும் சேர்ந்தவர்களையும், கல்வித்துறை நிபுணர்களையும், தமிழ் ஆர்வலர்களையும் உறுப்பினர்களாகக் கொண்ட 'தமிழ் வளர்ச்சி ஆராய்ச்சி மன்றம்' ஒன்றினை தமிழின் மேன்மைக்கென்றே அமைத்ததில் பெரும் பங்கு சி.எஸ்.ஸுக்கு உண்டு.

கல்லூரிகளில் தமிழ்ப்பாட போதனைத் திட்டத்தைச் சிறப்பாக நிறைவேற்ற 'கல்லூரித் தமிழ்க் குடி' என்ற அமைப்பையும் நிறுவினார்.

தமிழ் மொழியின் முன்னேற்றத்திற்காக கல்வி அமைச்சராய் இருந்த காலத்திலும், அதற்குப் பிறகும் அரும்பாடுபட்டார் அறிஞர் சி. சுப்பிரமணியம்.

மத்திய அரசில் (1962 - 1980)

சி. சுப்பிரமணியம் அவர்கள் 1962 முதல் 1967 வரை யிலும், 1971 முதல் 1977 வரையிலும், பின்னர் 1979-லும்

அமைச்சரவையில் பொறுப்பு வகித்தார். பண்டித நேரு, லால்பகதூர் சாஸ்திரி, இந்திராகாந்தி போன்றவர்கள் அமைச்சரவையிலும், 1979-இல் சரண்சிங் அமைச்சரவையிலும் இடம்பெற்றிருந்த சி.எஸ்., உருக்கு, சுரங்கம், கனரகத் தொழில்கள், உணவு, விவசாயம், விஞ்ஞானத் தொழில்நுட்பம், பாதுகாப்பு போன்ற முக்கியமான துறைகளுக்குப் பொறுப்பேற்று அத்துறைகளில் பல சாதனைகள் செய்துள்ளார்.

சேலம் உருக்காலை, திருச்சியில் கனரக மின் தொழிற்சாலை போன்றவை அமையவும், தத்துவார்த்த இயற்பியல், கணிதம் ஆகியவற்றின் வளர்ச்சிக்காக ஒரு நிறுவனத்தை தனியாக நிறுவ பெரிதும் முயன்றார்.

1990 முதல் 93 வரை மகாராட்டிர மாநில ஆளுநராகப் பணியாற்றி, கருத்து வேற்றுமை காரணமாக அப்பதவியைத் துறந்தார்.

1990 முதல் இறுதிவரை பாரதீய வித்யா பவன் என்னும் மதிப்பு மிகுந்த கலாச்சார நிறுவனத்தின் தலைமைப் பொறுப்பை ஏற்று மகாத்மா காந்தியின் நூல்களை பதிப்பு செய்தார்.

சி. சுப்பிரமணியம் அவர்களின் அருமை பெருமைகளைப் பாராட்டி, 19.2.1998 அன்று 'பாரத ரத்னா' விருது அவருக்கு வழங்கப்பட்டது.

இந்திய அளவில் பசுமைப் புரட்சிக்கு வித்திட்டவர். அவரது அரிய ஆலோசனையின் பேரில் பல நிறுவனங்கள் உருவாக்கப்பட்டன.

தேசிய பால்வள வாரியம் நிறுவி 'வெண்மைப் புரட்சிக்கு' உதவினார் சி.எஸ். இந்திய உணவுக்கழகம்

(Food Corporation of India), தேசிய விஞ்ஞான - தொழில்நுட்ப ஆணையம் (National Commission on Science and Technology), இந்திய வேளாண்மை ஆராய்ச்சிக் கழகம் (Indian Council of Agriculture Research) இப்படிப் பல நிறுவி இந்தியாவின் ஒட்டுமொத்தமான வளர்ச்சிக்கு அயராது உழைத்தார்.

அரசியலிலும், பொதுவாழ்க்கையிலும் நேர்மையும், ஒழுக்கத்தையும் போதித்து, தானும் அதைத் தீவிரமாகக் கடைப்பிடித்த பண்பாளர் சி.எஸ்.

ஊழலும், குழுநலம், குறுகிய தன்னல - சாதிநல - கட்சிநலச் சார்புகளும் பெருகிவரும் இந்நாளில் அப்பழுக்கற்ற நேர்மையின் சின்னமாக வாழ்ந்தவர் சி. சுப்பிரமணியம். அவர், அவருடைய நெருங்கிய நண்பர் டாக்டர் கே.எஸ். சுப்பிரமணியன் அவர்களிடம் ஓர் அந்தரங்கத்தைப் பகிர்ந்துகொண்டதாக பாரத ரத்னா சி. சுப்பிரமணியம் பற்றி 'தமிழ் மூதறிஞர் வாழ்வும் வாக்கும்' என்ற தொடரில் தஞ்சாவூரில் நிகழ்த்திய சொற்பொழிவில் (கட்டுரையாக வந்தது) குறிப்பிடத்தக்கது.

'நான் முதலில் அமைச்சர் பதவியை ஏற்றுக் கொண்ட உடனேயே ஒரு விரதம் பூண்டேன். உறவினர்களிடமிருந்தும், நண்பர்களிடமிருந்தும் உதிக்க வாய்ப்புள்ள கோரிக்கைகளிலிருந்து என்னைக் காத்துக்கொள்ள வேண்டும். இதன் பொருட்டு அண்ட முடியாதவன் என்ற கவசத்தை அணிந்துகொண்டேன். என்னை அவர்கள் அணுகினாலும் நெறிமுறைகளுக்கு மீறிய எந்த உதவியையும் நான் செய்யப்போவதில்லை. இதனால் என்மேல் அவர்களுக்கு எரிச்சல் வரலாம். நான் இக்கவசத்தை அணிந்துகொண்டால், என்னை அணுகவே தயங்குவார்கள். இந்நிலையிலும் அவர்கள்

எரிச்சலுக்கு ஆளாவேன்; ஆனால் நாளடைவில் என்னை அணுகலாம் என்ற எண்ணத்தையே அவர்கள் கைவிட்டு விடுவார்கள். எனவே அதிகாரத்தில் இருந்தவரை இக்கவசத்தை அணிந்தே இருந்தேன். என் எண்ணத்திற்கு ஏற்ப இது எனக்கு உதவியது. இதுகுறித்து எனக்கு ஒரு மனநிறைவே உள்ளது' என்று சி. சுப்பிரமணியம் கூறினாராம். சலனமில்லாத நேர்மை யாளராக வாழ்ந்தவர்.

ஏறக்குறைய 90 ஆண்டுகள் வாழ்ந்து இருபதாம் நூற்றாண்டின் அரசியல் வாழ்க்கையோடு தன்னைப் பின்னிப்பிணைத்துக் கொண்ட சி. சுப்பிரமணியம் அவர்கள், உடல்நலக் குறைவால் 7.11.2000 அன்று இயற்கை எய்தினார்.

இந்திய சுதந்திரத்தின்போது அரசியல் அரங்கில் பிரவேசித்து, அதற்கு முன்பும் - பின்பும் தமிழ் உணர்வால் உந்தப்பட்டு, தமிழுக்காகப் பல வளர்ச்சித் திட்டங்களை வகுத்து, அவற்றை செயல்படுத்திய தமிழ்ச்செம்மல், ஆரவாரமின்றி அன்னைத் தமிழுக்குப் பணியாற்றியவர். இன்றைய அரசியல் மோசடிகளை எதிர்த்து மக்கள் கிளர்ந்தெழ வேண்டுமென்று அறைகூவல் விடுத்தவர். அவர் விட்டுச்சென்ற ஆட்சிமொழிப் பணிகளை, பயிற்று மொழிப்பணிகளை, மொழியாக்கப் பணிகளை துறைகள் தோறும் செய்து மாண்டுவரும் தமிழ் உணர்வை மீளச் செய்ய வேண்டியது நம் ஒவ்வொருவரின் கடமையாகும். அரசியலில் நேர்மையும், பண்பையும் வளர்த்த அந்த ஆட்சிமொழிக் காவலருக்கு நம் அஞ்சலியைச் செலுத்திப் போற்றுவோமாக!

■■

29

சட்டத் தமிழ் வளர்த்த
நீதியரசர் எஸ். மகராஜன்
(1913 - 1982)

'மனிதப் புதிரை அறிந்துகொள்ள விரும்பும் எழுத்தாளர்களுக்கு நீதிமன்றம் ஓர் அரிய பயிற்சிசாலை. நீதிமன்றத்தினுள்ளிருந்து வாழ்க்கையைப் பார்க்கும்போது எழுத்தாளர்களுக்கு ஒரு பெரிய வசதி கிடைக்கிறது. நாற்பது ஆண்டுகளாக நடந்த வரலாற்றை வடிகட்டி நான்கு நாட்களில் வழக்கறிஞர்கள் காட்டிவிடுகிறார்கள். வேண்டாத நிகழ்ச்சிகளை ஒதுக்கிவிட்டு, சாராம்சமான செய்திகளை மாத்திரம் பாத்திரங்கள் மூலமும், சாட்சிகள் மூலமும் எடுத்து விளக்குகிறார்கள். அதன் பயனாக காரிய காரணத் தொடர்புகள் எளிதில் நமக்கு விளங்கிவிடுகின்றன. நாற்பது ஆண்டுகள் வாழ்ந்து பெறக்கூடிய அனுபவத்தை நான்கே நாட்களில் பெற்றுவிடுகிறோம். எழுத்துக்கும் நீதிமன்றத் தொழிலுக்கும் இருக்கும் உறவு அவ்வளவு நெருக்கமானது.'

- நீதியரசர் எஸ். மகராஜன்

இளமைப் பருவம்

'என் குழந்தைப் பருவத்தில் வாரந்தோறும் பழநியிலிருந்தும், திருச்செந்தூரிலிருந்தும் விபூதி பிரசாதம் தபாலில் வரும். தபாலை உடைத்து என் தாயார் எனக்குத் திருநீறை அணிவிப்பது வழக்கம். அப்படிப் பூசும்போதெல்லாம் 'நீ ஊருக்கு நல்ல பிள்ளையாக வாழ வேண்டும்' என்று சொல்லி வாழ்த்துவார்கள். இந்த வாழ்த்தை அடிக்கடி கேட்டுவந்த என் குழந்தை உள்ளத்திலே, 'ஊருக்கு நல்ல பிள்ளையாக இருக்க வேண்டியது என்னுடைய கடமை' என்ற உணர்ச்சி என்னையறியாமலே வேரூன்றி வளரத் தொடங்கியது. பிற்கால வாழ்க்கையில் நான் எந்தச் செயலைச் செய்தாலும், 'என் செயலைப் பற்றி ஊர்க்காரர்கள் என்ன நினைப்பார்கள்? இதை அவர்கள் கண்டிப்பார்களா? அல்லது ஏற்றுக்கொள்வார்களா?' என்று என்னையே கேட்டுக்கொள்வதுண்டு. கண்டிப்பார்கள் என்று தோன்றினால், அந்தச் செயல் என் சுயநலத்துக்கு உகந்ததாக இருந்தாலும், அதைச் செய்யாமல் விட்டுவிடுவேன். சில சமயங்களில் 'ஊராரையும்' மதிக்காமல் தவறுகளும் செய்திருக்கிறேன். ஆனால், பெரும்பாலும் என் தாயாரின் வாழ்த்து என் செயல்களை உரைத்துப் பார்க்கும் உரைகல்லாக அமைந்து, பெருந்தவறுகள் செய்யாமல் என்னைப் பாதுகாத்து வந்திருக்கிறது. இளம் வயதில் உள்ளத்தில் ஒரு கருத்தை ஊன்றிவிட்டால், சரியோ, தப்போ, அது உள்ளத்தின் மீது செலுத்தும் ஆதிக்கம் பிற்காலத்தில் ஏற்படும் கருத்துக்கு இருப்பதில்லை' *(25.3.1973 - ஆனந்தவிகடன் பேட்டி)* என்றுரைத்த நீதியரசர் *மகராஜன் திருநெல்வேலி மாவட்டம், பாளையங்*

கோட்டையைப் பூர்வீகமாகக் கொண்டவர். ஆனால் பிறந்ததோ திருச்சியில்.

1.4.1913-இல் சி. சுப்பிரமணியம் பிள்ளை - அன்னம்மாள் ஆகியோரின் இல்லறப் பயனாய்ப் பிறந்தார்.

உயர்நிலைப் பள்ளியில் படிக்கும் காலத்திலேயே பல அறிஞர்களின் சொற்பொழிவுகளைக் கேட்டு தன் அறிவை வளர்த்துக் கொண்டவர். மாணவராக இருந்த காலத்தில் திருநெல்வேலி இந்துக் கல்லூரியில் நடந்த சுயமரியாதை மாநாடு இவரது உளமாற்றத்திற்குக் காரணமாயிருந்தது. அதைப்பற்றி அவர் கூறும்பொழுது, 'அந்தக் காலத்தில் சமயத்தைப் பற்றிப் பேசுபவர்கள் வெறும் மடிசஞ்சிகளாயிருப்பார்கள்; அவர்களுடைய பேச்சு விளக்கெண்ணெயாயிருக்கும்; உயர்நிலைப் பள்ளி மாணவனாக இருந்த எனக்கு சுயமரியாதைத் தலைவர்களுடைய பேச்சு இருளூடு வந்த ஒளியைப் போலிருந்தது. பேச்சைக் கேட்பதற்கு முன்னால் தினந்தோறும் கோயிலுக்குப் போய் இறைவனை வணங்கிவந்தேன். பேச்சைக் கேட்ட பிறகு, 'சாமியாவது! சாத்தானாவது! மந்திரமாவது! மண்ணாங்கட்டியாவது!' என்று சொல்லி, கடவுள் நம்பிக்கையுள்ளவர்களைப் பார்த்துப் பழிக்கத் தொடங்கினேன். இப்படியாகப் பல ஆண்டுகள் திரிகரண சுத்தியாக கடவுள் இல்லை, இல்லவே இல்லையென்று உறுதியில் நின்றேன். இந்த உறுதிக்கு ஊட்டம் கொடுப்பதற்காக வால்டேர் (Voltaire), இங்கர்சால் (Ingersol), பெட்ரன்ட் ரஸ்ஸெல் (Betrand Russel) போன்ற சிறந்த நாத்திகவாதிகளுடைய நூல்களை கவனத்தோடும், ஆர்வத்தோடும் தேடிப் படித்து வந்தேன்.'

மாணவப் பருவத்தில் தீவிர நாத்திகம் பேசிய மகராஜன், சில ஆண்டுகள் சென்றபின், கொல்லங்கோட்டிலிருந்த கண்ணப்ப சுவாமிகள் என்ற சித்தர் மூலம் மனம் மாறினார். நம்மை மறந்து நமக்கு அப்பாலிருக்கும் செம்பொருளை ஆசையோடு சிந்தித்து வணங்கினால் மன ஒருமை ஏற்படும் என்பதை உணர்ந்து அதன் வழி நடக்கலானார். அண்ணாமலைப் பல்கலைக் கழகத்தில் பி.எஸ்.சி. பட்டம் பெற்றார். தமிழிலும், ஆங்கிலத்திலும் முதல் வகுப்பில் தேறினார்.

வழக்கறிஞர் பணியும் - தமிழ்ப் பணியும்

சட்டப்படிப்பை முடித்தபிறகு 1935-இல் வழக்கறிஞராகத் தம்மைப் பதிவு செய்துகொண்டு பாளையங்கோட்டையில் தொழிலைத் தொடங்கினார்.

1943-இல் மாவட்ட முன்சீப்பாக அமர்த்தப்பட்ட இவர், சப்-ஜட்ஜாகவும் (Chief Du Service Judiciair) பதவி உயர்வு பெற்றார். 1959 முதல் 1975 ஆம் ஆண்டுவரை சென்னை உயர்நீதிமன்ற நீதிபதியாகப் பெரும் பணியாற்றினார்.

பெரும் பதவிகள் வகித்துவந்த காலத்திலேயே இலக்கியத்தில் தமக்குள்ள ஆர்வத்தை வளர்த்துக்கொண்டு வந்த திரு. மகராஜன் அவர்கள் ஓய்வுபெற்றபின் முழுக்க முழுக்க இலக்கியப் பணிகளுக்காகவே தம்மை அர்ப்பணித்துக் கொண்டார்.

1976 முதல் 1981 வரை தமிழ் மாநில சட்டத்துறை ஆட்சிமொழி ஆணையத்தின் (State Official Language Legislative Commission) தலைவராகப் பணியாற்றிய காலத்தில், 'குற்ற விசாரணை முறைச்சட்டம்' (Criminal

Procedure Code), 'இந்திய தண்டனைச் சட்டம்' (Indian Penal Code), மற்றும் 'சட்டச் சொல் அகராதி' (Legal Glossary) ஆகிய நூல்களைக் கொண்டுவர அரும்பாடுபட்டார்.

1978 முதல் 1981 வரை தமிழ்நாடு சிறப்பிலக்கிய மொழிபெயர்ப்புத் திட்ட வல்லுநர் குழுவின் தலைவராகப் (Chairman, Expert Committee for Translation of Classics, Tamil Nadu) பொறுப்பேற்றார். இக்குழுவானது தமிழிலுள்ள பேரிலக்கியங்களைப் பிற மொழிகளிலும், பிற மொழிகளிலுள்ள நல்லிலக்கியங்களைத் தமிழ் மொழியிலும் மொழிபெயர்த்து வெளியிடவேண்டி உருவாக்கப்பட்டதாகும். இவ்வமைப்பின் மூலம் பல அரிய நூல்களை வெளியிட பெருந்தொண்டாற்றினார்.

திரு. மகராஜன் அவர்களின் இலக்கியச் சேவையைப் பாராட்டி தருமபுரி ஆதீன மடம் 'இலக்கிய ரசிகமணி' என்ற பட்டத்தை வழங்கியது.

சென்னையில் 'ரசிகமணி டி.கே.சி. வட்டத்தொட்டி' என்ற இலக்கிய அமைப்பை ஏற்படுத்தி அதன் தலைவராகச் செயல்பட்டு வந்தார். ரசிகமணி டி.கே.சி.யின் தலை மாணாக்கர்களில் குறிப்பிடத்தக்கவரா யிருந்த மகராஜன், ரசிகமணி டி.கே.சி.யின் கடிதங்களைத் தொகுத்து நூல் வெளியிட்டார்.

புதுவையில் தலைமை நீதிபதியாக இருந்தபோது, 'பிரெஞ்சு சிவில் புரொஸீஜர் கோட்' (French Civil Procedure Code) இவரால் ஆங்கிலத்தில் மொழிபெயர்க்கப் பட்டது.

ஷேக்ஸ்பியரின் 'ஹாம்லெட்' (Hamlet), 'லியர் அரசன்' (King Lear), 'மாக்பெத்' (Macbeth) நாடகங்களைத் தமிழில்

மொழிபெயர்த்துள்ளார். இவை தவிர மகாகவி கம்பனின் சுமார் 3000 பாடல்களையும், திருமூலரின் திருமந்திரப் பாடல்கள் பலவற்றையும் ஆங்கிலத்தில் மொழிபெயர்த் துள்ளார்.

கம்பர் மற்றும் திருவள்ளுவரைப் பற்றி ஆங்கிலத்தில் எழுதிய நூல்கள் சாகித்ய அகாடமியினால் வெளியிடப் பட்டுள்ளன.

'ஒலிச்செல்வம்', 'ஆடத்தெரியாத கடவுள்', 'தெய்வமாக்கவி', 'சொல்லின்பம்', 'கவிதையில் விடுமுறை', 'பாராட்டுத் தமிழ்', 'நீதிமன்ற நினைவுகள்' முதலிய நூல்களையும் எழுதியுள்ளார்.

1979-ஆம் ஆண்டில் அண்ணாமலைப் பல்கலைக் கழகம் திரு. மகராஜன் அவர்களுக்கு டாக்டர் பட்டம் வழங்கி கௌரவித்தது.

சாகித்ய அகாடமி, பாரதீய ஞான பீடம் ஆகிய இலக்கிய அமைப்புகளுக்கு ஆலோசகராகப் பணியாற்றிய மகராஜன், கோலாலம்பூர், சென்னை மற்றும் பாரிசில் நடைபெற்ற உலகத் தமிழ் மாநாடுகளில் பிரதிநிதியாகக் கலந்துகொண்டு கருத்துரைகள் வழங்கியுள்ளார். பல வெளிநாடுகளுக்குச் சென்றுவந்த இவர், 1981-ஆம் ஆண்டில் நடைபெற்ற ஐந்தாம் உலகத் தமிழ் மாநாட்டின் செயல்முறைக் கமிட்டியின் தலைவராகவும் பணியாற்றியுள்ளார்.

'சட்டக் கருத்துக்களைத் தமிழ் மொழியில் சொல்லிச் சொல்லிப் பழகிவிட்டது என்றால் தமிழருடைய சிந்தனையிலே ஒரு புது நுணுக்கம் ஏற்படும். தமிழ் இலக்கியத்திற்கும் ஒரு புதிய ஆற்றல்

ஏற்படும். உதாரணமாக 'When to the sessions of sweet silent thought I summon up remembrance of things past' என்று ஷேக்ஸ்பியர் சொல்லுகிறார். 'இனிய மௌனமான கருத்துக்கள் மனமாகிய செஷன்ஸ் நீதிமன்றத்திலே அமர்ந்திருக்கையில், பழைய நிகழ்ச்சிக்கு அழைப்பாணை (Summons) அனுப்பி அவற்றை இழுத்துக்கொண்டு வந்து, என் மன மன்றத்திலே நான் நிறுத்தும்போது' என்று ஷேக்ஸ்பியர் பாடல் ஒன்று தொடங்குகிறது. இவ்வாறாக ஆங்கிலக் கவிக்கும் இலக்கியத்துக்கும் ஆங்கிலச் சட்டச் சொற்கள் ஊட்டம் கொடுத்துக்கொண்டு வந்துள்ளன. ஆனால், சென்ற பல நூற்றாண்டுகளாகத் தமிழ்மொழி இருக்க வேண்டிய அரியாசனத்திலே பல வேற்று மொழிகள் இருந்துவந்த காரணத்தால் சட்டத்தமிழ் வளராமல் இருந்துவிட்டது. அதன் விளைவாக, சட்டத்தமிழின் வளமும், நுணுக்கமும் தமிழ் இலக்கிய ஊட்டத்துக்குக் கிடைக்காமல் போய்விட்டன. சட்டத்தமிழ் வளர்ந்தால் இலக்கியத் தமிழும் கட்டாயம் வளரும்' என்று நம்பிக்கையுடன் இறுதி மூச்சுவரை உழைத்த நீதியரசர் மகராஜன் அவர்கள் 9.9.1982 அன்று இயற்கையோடு இணைந்துவிட்டார். நீதிமன்றத் தமிழுக்குப் புத்துயிரூட்டிய நீதியரசரின் தமிழ்ப் பணிகளைப் போற்றி வணங்குவோமாக!

30

திருக்குறளார் வீ. முனிசாமி
(1913 - 1994)

....

....

ஔவையார் அருளிய ஆத்திசூடியில்
ஒரு தொடர்தன்னை ஒன்றுக்காண்
உரையை – எப்படி ஒருவர் இலேசாய்
நினைவில் நிறுத்தி இனிதுரைப்பாரோ
அப்படித் திருக்குறள் முனுசாமி அறிஞர்
குறளையும் அவற்றிற்குக் கொடுத்த பொருளையும்
நினைவில் நிறுத்தி இனிது விளக்கும் ஓர்
ஆற்றல் உடையவர் அவர். திருக்குறள் மலர்
வழங்கும் நகைச்சுவை மறச்சுவை பிறசுவை
ஆர்த்த சொல் அனைத்தும் பெரும்பயன் அளிப்பவை
அரிசிமா இட்டலி அளிப்பதாய்ச் சொல்லி
பாசிப் பயிற்றுமி படைப்பார் அல்லர்;
அறிஞரின் பேச்சும் எழுத்தும் அருங்குறள்
தேன் ஆற்றினின்றும் செம்பில் மொண்டளிப்பவை!
குறட்பயன் கொள்க நம்திருக்
குறள்முனி சாமிசொல் கொள்வது போதுமே!

- பாவேந்தர் பாரதிதாசன்

திருக்குறளார் வீ. முனிசாமி | 265

பாவேந்தரால் பாராட்டப்பெற்ற அறிஞர் திருக்குறள் முனிசாமி கூட்டத்தினரை வயிறு குலுங்கச் சிரிக்கவைத்து, சிந்திக்கவும் வைத்து நகைச்சுவையோடு சொற்பொழி வாற்றும் திறமை கொண்டவர். 'நான் மூன்று மணி நேரம் சிரிக்க வைப்பேன். அண்ணார் திருக்குறளார் மூன்று நாட்கள் சிரிக்க வைப்பார்' என்று நகைச்சுவை மன்னர் கலைவாணர் என்.எஸ். கிருஷ்ணனால் போற்றப்பட்டவர்.

ஏறக்குறைய தம்முடைய இருபதாம் வயதில் பாமரமக்கள் மத்தியில் திருக்குறள் பரப்பும் பணியைத் தொடங்கிய முனிசாமி அவர்கள் தம் இறுதிமூச்சுவரை சுமார் அறுபத்தோராண்டு காலம் தொடர்ந்து கடைப்பிடித்து வந்தார். பண்டிதர்கள் மத்தியில் இருந்த பாட்டு இலக்கியத்தைப் பாமரனுக்கும் பயன்படுமாறு செய்த பாரதியைப் போல, பண்டிதர்கள் மன மாளிகையில் வீசிய திருக்குறள் தென்றலை, தெருவாசியும் அனுபவித்துச் சுகம் பெறச் செய்தவர் திருக்குறள் முனிசாமி. அதனாலேயே அவர் 'திருக்குறளார்' என்று அனைவராலும் அன்போடு அழைக்கப்பட்டார்.

எழுபது ஆண்டுகளுக்கு முன் திருக்குறளைப்பற்றி பொதுமக்களிடையே அவர் பேச ஆரம்பித்த பிறகுதான், தமிழறிஞர்களும், பேராசிரியர்களும் தங்கள் ஆய்வுப் பலன்களை, ஆக்கப் பயன்களை அருங்குறட்பாக்கள் மீது செலுத்தினார்கள். வெறும் பேச்சோடு மட்டும் நின்றுவிடாமல், அவரது கருத்துக்களைச் சிறுசிறு நூல்கள் வடிவிலும் எளிமையாக வெளியிட்டு உலகப் பொதுமறையின் உயர்வை எடுத்தியம்பினார். வழக்கறிஞர் தொழிலுக்குப் படித்துவிட்டு, வளர்தமிழ்ப் பணிக்குத் தன்னை அர்ப்பணித்துக் கொண்ட திருக்குறளாரின்

திருக்குறள் பணிகளைப் பாராட்டாத அறிஞர்களே இல்லை எனலாம். அப்பெருமகனாரின் வாழ்க்கைப் பயணம் பற்றி இனி காண்போம்.

திரு. வீராசாமி, திருமதி வீரம்மாள் தம்பதியரின் இல்லறப் பயனாய் 26.9.1913 அன்று விழுப்புரத்தில் பிறந்தவர் திரு. முனிசாமி. பரம்பரை பூசாரிகளாக இருந்தவர் குடும்பத்தைச் சேர்ந்தவராதலால், சிறு தெய்வங்களுள் ஒன்றான முனீஸ்வரன் அவர்களுடைய குலதெய்வம் என்பதால், முனிசாமி என்ற பெயர் அவருக்கு சூட்டப்பட்டது.

முனிசாமிக்கு சிறுவயதிலேயே திருக்குறளின் மீது ஆர்வம் இருந்தது. 'வள்ளுவன் தன்னை உலகினுக்கே தந்து வான் புகழ் கொண்ட தமிழ்நாடு' என்னும் பாரதியின் பாடலடிகள் அவருள் ஒரு தாக்கத்தை ஏற்படுத்தியது. அதனால் குறளைப் படிக்க வேண்டும் என்ற ஆர்வமிகுதியால் அவற்றைப் படித்து மனப்பாடம் செய்யும் திறமையையும் வளர்த்துக்கொண்டார். தன்னுடைய பத்தாம் வயதிலேயே திருக்குறள் 1330 பாக்களையும் கூறுமளவிற்குத் தேர்ச்சி பெற்றிருந்தார் முனிசாமி.

திருச்சியிலுள்ள புனித சூசையப்பர் உயர்நிலைப் பள்ளி மற்றும் கல்லூரியில் பயின்று பி.ஏ. பட்டம் பெற்றார். பின்னர் சென்னை சட்டக்கல்லூரியில் சேர்ந்து பி.எல். பட்டமும் பெற்றார். கல்லூரி நாட்களில் தமிழ், ஆங்கிலம் ஆகிய இரு மொழிகளிலும் நல்ல புலமை உடையவராய் விளங்கினார். சட்டக் கல்லூரியில் படிக்கும் காலத்திலேயே திருக்குறள் பரப்பும் பணியைத் தொடங்கிவிட்டார் என்றே கூறலாம். ஏனெனில் சக

மாணவர்களிடையே தம் திறமையை அப்போதே வெளிப்படுத்தியவர் முனிசாமி. முதன் முதலாகத் திருக்குறள் பரப்பும் அரங்கேற்ற நிகழ்ச்சி திருச்சி மலைக்கோட்டையிலுள்ள நூற்றுக்கால் மண்டபத்தில் நிகழ்ந்துள்ளது. அதன் பின் 1935 முதல் அதை அவர் முழுநேரத் தொண்டாகவே ஏற்று இறுதி மூச்சுவரை வள்ளுவத்தை வளப்படுத்தியுள்ளார்.

குறள் பணியும், தமிழ்ப் பணியும்

குறளுக்காகப் பணியாற்றினால் தமிழுக்காகத் தனிப்பணியாற்ற வேண்டுமென்பதில்லை. இரண்டும் ஒரே பணிதான். 1939-ஆம் ஆண்டு ஞானாம்பாள் என்னும் பெண்ணைத் திருமணம் செய்துகொண்டு ஆறு ஆண் மக்களையும், இரண்டு பெண் மக்களையும் பெற்றெடுத்த இத்தம்பதியர், குறள் நெறியில் சிறப்புற வாழ்ந்து வந்தார்கள். முனிசாமி அவர்களின் குறள்பரப்புப் பணிக்குப் பெருந்துணையாக இருந்த அவரது துணைவியார் ஞானாம்பாள் 1985-ஆம் ஆண்டு ஜூலையில் காலமானார். வயது முதிர்ந்த நிலையில், மனைவியை இழந்தபோதிலும், சிறிதும் அயர்வின்றி தம் தமிழ்ப்பணியைச் செம்மையாகச் செய்துவந்தார் முனிசாமி.

தொடக்கக் காலத்தில் முனிசாமி அவர்களின் குறள்நெறி பரப்பும் பணியானது திருச்சியைச் சுற்றியே வலம் வந்துகொண்டிருந்தது. முதன்முதலாக 1941-இல் சேலத்தில் திருக்குறள் மாநாட்டை நடத்திய பெருமை இவருக்கு உண்டு. அதைப்போலவே 1948 முதல் 1952 வரை ஏறக்குறைய நான்கு ஆண்டுகள் 'குறள் மலர்' என்னும் வார இதழை முழுக்க முழுக்க குறள் நெறியைப்

பரப்புவதற்காகவே நடத்திய பெருமையும் இவருக்குண்டு. பணம், பதவி, புகழ் என்றென்றால் எதையும் எதிர்பாராமல் தன்னலமின்றி குறளுக்காகவே தன்னை அர்ப்பணித்துக் கொண்டார் முனுசாமி.

திருக்குறளார் தமிழகத்தில் மட்டுமன்றி சிங்கப்பூர், மலேசியா போன்ற நாடுகளுக்கும் சென்று திருக்குறள் நெறி பரப்பும் பணியைச் செய்துள்ளார். தமிழகத்தைப் பொறுத்தமட்டில் சேலம் மாவட்டத்திலும், திருச்சி மாவட்டத்திலும் அதிகமான சொற்பொழிவுகளை நிகழ்த்தியுள்ளார். வள்ளுவர் வழி நெறியில் ஏராளமான திருமணங்களையும் செய்து வைத்துள்ளார்.

அரசியல் பணி

திருக்குறள் ஈடுபாடும், சட்டப் பயிற்சியும், திருக்குறளாரை அரசியலிலும் ஈடுபடச் செய்தது. தந்தை பெரியாரின் சுயமரியாதை இயக்கத்தில் ஈடுபாடு கொண்டு இவர் சில காலம் பெரியாரின் கொள்கை பரப்புச் செயலாளராகக் கருஞ்சட்டைப் படையினராகப் பணியாற்றினார். ஆனால், வன்னியர் இன உணர்வின் மேலீட்டால் பெரியாரிடமிருந்து மெதுவாக விலகி எஸ்.எஸ்.இராமசாமி படையாச்சியாரைத் தலைவராகக் கொண்ட உழைப்பாளர் கட்சியில் சேர்ந்து பணியாற்றினார். பின் 1952-இல் திண்டிவனம் தொகுதியில் அக்கட்சி வேட்பாளராக நின்று வெற்றி பெற்றார்.

பாராளுமன்ற உறுப்பினராக இருந்த காலத்தில் அம்பேத்கர் போன்ற பெருந்தலைவர்களுடன் நெருங்கிப் பழகும் வாய்ப்பு ஏற்பட்டது. அவர் நெருங்கிப் பழகிய அரசியல் தலைவர்களுள் அவரைக் கவர்ந்தவர் கர்மவீரர்

காமராசர் ஆவார். தந்தை பெரியார், பெருந்தலைவர் காமராசர் போன்றவர்களுடன் பழகிய திருக்குறளார், தினத்தந்தி நிறுவனர் திரு. சி.பா. ஆதித்தனாருடன் நெருக்கமாகப் பழகக்கூடியவர். அதனால் அவரது 'நாம் தமிழர்' இயக்கத்தில் சேர்ந்து சிறிது காலம் பணியாற்றினார்.

அரசியலைப் பொறுத்தவரையில் அவர் எந்த ஒரு கட்சியிலும் நிலையாக இருந்ததில்லை. அதனால் அரசியல் பணி அவ்வளவு பெருமையை அவருக்குச் சேர்க்கவில்லை. அதனால் தொடர்ந்து இலக்கியப் பணிகளையும், தமிழ்ப் பணிகளையும் செய்துவந்தார்.

படைத்த நூல்களும், பெற்ற சிறப்புகளும்

தம்முடைய பேச்சுக்கள் காற்றோடு கலந்து கரைந்து போய்விடக் கூடாது என்பதற்காக, தம் சிந்தனைகளைத் தொகுத்து பாமரனும் பயனுறும் வகையில் நூல்களாக வெளியிட்டார் திருக்குறளார். அளவில் சிறிதும் பெரிதுமாக அவர் படைத்த நூல்களாவன:

மயங்கிய நெஞ்சம் (1946), திருவள்ளுவரும் திராவிடக் கொள்கையும் (1948), இன்பத் தோட்டம் (1949), காதல் உழவன் (1949), காதல் கணவன் (1949), காமத்துப்பால் விளக்கவுரை (1949), வள்ளுவனார் உள்ளம் (1949), வள்ளுவரைக் காணோம் (1949), வள்ளுவர் பேசினால் (1956), திருக்குறள் இன்பம் (1960), வள்ளுவரும் பெரியாரும் (1956), குறள் தந்த குழந்தை உள்ளம் (1963), வள்ளுவர் வழிப்பயணம் (1962), திருக்குறளில் நகைச்சுவை (1966), வள்ளுவர் பூங்கா (1968), வள்ளுவர் காட்டிய வழி, அவர் சிரித்த சிரிப்பு, மானத்தை விற்காதே, அகமும் முகமும், வள்ளுவர்

உலகம், வள்ளுவர் குறளும், ஈ.வெ.ரா. வாழ்க்கையும் திருவள்ளுவரும், வடலூரும் ஈரோடும், திருக்குறள் தெளிவுரை (1989) என அவரது நூல்களை வரிசைப்படுத்தலாம்.

வள்ளுவரிடம் இருந்த ஈடுபாட்டைப்போல், திருக்குறளாருக்கு வடலூர் வள்ளல் இராமலிங்க அடிகளாரிடமும் அதிக ஈடுபாடு உண்டு. வள்ளல் பெருமான் வழங்கிய திருவருட்பா கருத்துக்களை அவர் கையாளத் தவறுவதில்லை. தமது பேச்சினாலும், எழுத்தினாலும் மக்களிடம் திருக்குறள் கருத்துக்களைப் பரப்பி வந்த முனிசாமி அவர்களுக்குப் பாராட்டுத் தெரிவிக்கும் வகையில் பல சிறப்புக்கள் செய்யப்பட்டன.

24.6.1951 அன்று கும்பகோணம் நகர் மன்றத்தில் நடைபெற்ற பாராட்டு விழாவில் உடையார் பாளையம் குறுநில மன்னர் கச்சியுவரங்கக் காளாக்கத் தோழ உடையார் அவர்களால், 'திருக்குறளார்' என்ற பட்டம் வழங்கப்பட்டது. அவருக்கு முதன் முதலாக வழங்கப்பட்ட அந்தப் பட்டமே பின்னாளில் அவரது பெயராக மலர்ந்துவிட்டது. முனிசாமி என்ற இயற்பெயரே பலருக்குத் தெரியாது திருக்குறளார் என்ற பெயரே நிலைத்துவிட்டது.

1954-ஆம் ஆண்டு சேலத்தில் 'தமிழ்மறைக் காவலர்' என்ற பட்டமும், 1956-ஆம் ஆண்டு, ரிஷிகேஷத்தில் சுவாமி சிவானந்தரால் 'திருக்குறள் கேசரி' என்ற பட்டமும், 1960-ஆம் ஆண்டு மலேசியாவின் ஈ.போ. நகரில், 'குறள்நெறிக் காவலர்' என்ற பட்டமும், 1970-ஆம் ஆண்டு திருச்சி தமிழ்ச் சங்கத்தால் 'முப்பால் வித்தகர்' என்ற பட்டமும், 1979-ஆம் ஆண்டு திருவண்ணா

மலையில் 'திருக்குறள் இரத்தினம்' என்ற பட்டமும் வழங்கப்பட்டது.

1983-ஆம் ஆண்டு தமிழ்நாடு அரசால் திரு.வி.க. விருதும், 1984-ஆம் ஆண்டு தமிழ்நாடு இயல் இசை நாடக மன்றத்தால் 'கலைமாமணி' பட்டமும் வழங்கப்பட்டது. அதே ஆண்டு, 'முப்பால் மூதறிஞர்' பட்டமும், கடலூரில் 'திருக்குறள் திலகம்' பட்டமும், பாண்டிச்சேரியில் 'திருக்குறள் தெய்வமணி' என்ற பட்டமும் வழங்கப்பட்டது. 1986-ஆம் ஆண்டு வி.ஜி.பி. அறக்கட்டளை சார்பில் பொற்கிழியும், 1988-இல் சென்னையில் 'குறள்நெறிச் செல்வர்' என்ற பட்டமும் வழங்கப்பட்டது.

திருக்குறள் ஒன்றை மட்டுமே எடுத்துப்பேசி குறளுக்காகவே வாழ்ந்த கொள்கைக் கோமான் திருக்குறளாரின் பெருமை உணர்ந்த தமிழக அரசு அவருக்கென்றே திருக்குறள் நெறி பரப்பு மையம் என்ற ஒன்றைத் தொடங்கி அவரை அதன் முழுநேர இயக்குநராக்கிப் பெருமைப்படுத்தியது. பணி ஓய்வு பெற்ற நிலையிலும் மீண்டும் அவரை அப்பணிக்கு நியமித்தது. அப்பணியில் இருந்துகொண்டு அருந் தொண்டாற்றினார் திருக்குறளார்.

திருக்குறளாரின் பணிகளுக்கெல்லாம் பாராட்டுச் சிகரம் வைத்தாற்போல் தமிழக அரசு 1994-ஆம் ஆண்டு 'திருவள்ளுவர் விருது' வழங்க முடிவு செய்து அறிவிப்பு வெளியிட்டது. ஆயினும் அவ்விருதினை நேரில் பெறும் வாய்ப்பில்லாமல் போய்விட்டது. ஆம், அவ்விருது வழங்குவதற்குச் சில நாட்களுக்கு முன்னதாக (4.1.1994) திருக்குறளார் பொய்யுடல் நீங்கி புகழுடம்பைப் பெற்றார்.

வள்ளுவரிடமும், வள்ளாரிடமும் பக்திகொண்டு, பெரியாரிடமும், காமராசரிடமும் பாசங்கொண்டு, ஆதித்தனாரிடம் நட்புகொண்டு, நாளெல்லாம் திருக்குறள் நெறி பரப்பும் பணியே, தம் பணியாக வாழ்ந்து, பாமர மக்களிடையேயும், படித்தவர்களிடையேயும் திருக்குறளின் பெருமைகளைப் போதித்து விழிப்புணர்வை ஏற்படுத்திய பண்பாளர் திருக்குறளாரின் பொன்னடிகளை வணங்கிப் போற்றி வாழ்த்துவோமாக!

■■

31

தொழிலாளர் தோழர் கே.டி.கே. தங்கமணி (1914 - 2001)

'புரட்சி' என்ற சொல்லே மிகவும் கேவலப்படுத்தப் படும் இன்றைய காலக்கட்டத்தில் உண்மையான புரட்சியாளர்களை அடையாளங் காட்டத் தவறிவிடுவோ மானால் அது வரலாற்றுக்கு இழைத்த அநீதியாகிவிடும் என்பதால், அவர்களது வரலாறுகளை பதிவுசெய்வது அவசியமாகிவிடுகிறது. இதோ நம்மிடையே வாழ்ந்து மறைந்த ஒரு புரட்சியாளர், பொதுவுடைமைவாதி, தொழிலாளர்களின் தோழர் கே.டி.கே. தங்கமணி அவர்கள் ஓர் இலக்கியவாதி என்பது பலருக்குத் தெரியாத தகவலாகும். வழக்கறிஞராகவும் பணியாற்றிய பண்பாளர். மிகப்பெரிய செல்வந்தர் குடும்பத்தில் பிறந்து, பொதுவுடைமை இயக்கத்தில் இணைந்து, கொண்ட கொள்கைக்காக 30 முறை சிறை புகுந்து, இறுதிவரை செவ்வாடை இயக்கத்துக்காகத் தொண்டாற்றிய தூய மனிதரைப் புரட்சியாளர் என்று விளிப்பது தவறில்லை. அத்தகைய அபூர்வ தலைவர்கள், அருகிவரும் காலக்கட்டத்தில் தமிழகம் தள்ளப்பட்டுள்ளது.

இளமைப் பருவம்

மதுரைக்கு அருகில் உள்ள திருமங்கலத்தில் 1914-ஆம் ஆண்டு மே மாதம் 19-ஆம் தேதி (19.5.1914) பெருந்தனவந்தர் கூளைய நாடார் - காளியம்மாள் தம்பதியருக்கு அருமைப் புதல்வராகப் பிறந்தார் கே.டி.கே. தங்கமணி. சர்க்கரை ஆலைகள் இல்லாத அந்நாளில் கூளையநாடார் ஏகபோக ஏஜெண்டாக ஜாவாலிருந்து சர்க்கரையை இறக்குமதி செய்து பெரும் லாபம் சம்பாதித்தவர்.

தங்கமணி திருமங்கலத்தில் உள்ள பி.கே.என். நடுநிலைப்பள்ளியில் எட்டாம் வகுப்புவரை படித்தார். பின் மதுரையிலும், திருச்சியிலும் படித்து 1935-இல் பி.ஏ. ஆனர்ஸ் பட்டம் பெற்றார். தமையனார் சின்னமணி நாடார் உதவியோடு இலண்டன் சென்று 1940-இல் பாரிஸ்டர் பட்டம் பெற்றார். இலண்டனில் படித்தபோது கம்யூனிஸ இயக்கத்தின் மீது ஈர்ப்பு ஏற்பட்டது. மேலும் முன்னாள் வங்க முதல்வர் ஜோதிபாசு, பூபேஷ் குப்தா, ஏ.கே. சென், மோகன் குமாரமங்கலம், இந்திராகாந்தி போன்ற பலர் சக மாணவர்களாக அமைந்திருந்தனர்.

இலண்டனிலிருந்து தமிழகம் வந்து சென்னை உயர்நீதிமன்றத்தில் வழக்குரைஞராகத் தம்மைப் பதிவு செய்துகொண்டார்.

வழக்கறிஞர் பணியும் - சமுதாயப் பணியும்

தினத்தந்தி ஆசிரியர் சி.பா. ஆதித்தனாரின் அழைப்பை ஏற்று சிங்கப்பூர் சென்று அவருடன் பணியாற்றினார். சிங்கப்பூர் தனவந்தர் ஏ. ராமசாமி நாடார் தன் மூத்த மகளை ஆதித்தனாருக்கும், அடுத்த

மகளை கே.டி.கே. தங்கமணிக்கும் திருமணம் செய்து வைத்தார். தங்கமணி - வள்ளியம்மாள் திருமணம் 31.10.1941-இல் நடைபெற்றது.

இந்தியா திரும்பிய தங்கமணி 1943-இல் கம்யூனிஸ்ட் கட்சியில் சேர்ந்தார். அதுமுதல் தன் இறுதிக்காலம் வரை தொழிலாளர், விவசாயிகள், நடுத்தர மக்கள் நலனுக்காக அருந்தொண்டாற்றினார். பல தொழிற்சங்கங்களுக்காக நீதிமன்றத்தில் வாதாடி தொழிலாளர் உரிமைகளை மீட்டுத் தந்தார்.

1945-இல் நடந்த தொழிலாளர் போராட்டத்தின் போது முதன் முதலாக தங்கமணி கைது செய்யப்பட்டு சிறையிலடைக்கப்பட்டார். ஆனால், அதற்குப் பிறகு ஏறக்குறைய 30 முறை கைது செய்யப்பட்டு, மொத்தத்தில் ஆறு ஆண்டகளுக்கு மேலாக சிறைவாசம் அனுபவித்துள்ளார். அவர் அனுபவித்துள்ள சித்ரவதை களை அவர் உடலில் இருந்த தழும்புகளே சாட்சியம் கூறும்.

வியட்நாம் போரில் வெற்றிபெற்று அதிபரான ஹோ-சி.மின், சிங்கப்பூரில் தங்கமணிக்கு அறிமுகமானவர். அவர் இந்தியா வந்திருந்தபோது அப்போது தங்கமணி பாராளுமன்ற உறுப்பினராக இருந்தார். நேரு பிரதமராக இருந்தார். ஹோ-சி-மின்னுக்கு தங்கமணியை நேரு அறிமுகம் செய்து வைத்தபோது, 'தோழர் தங்கமணியை நான் ஏற்கனவே அறிவேன்' என்று ஹோசி-மின் கூறியது அனைவரையும் வியப்பில் ஆழ்த்தியது.

இதைவிட முக்கியமான வேறொரு நிகழ்ச்சியும் உண்டு. கே.டி.கே. தங்கமணி ஒரு முறை சீனா சென்றிருந்தார். மா–சே–துங்கை சந்திக்க விரும்பினார்.

பொதுவாக சீன அதிபர் மா–சே–துங் யாரிடமும் கை குலுக்குவது கிடையாது. அதற்குப் பல காரணங்கள் கூறுவர். ஆனாலும் அதையெல்லாம் மீறி மா–சே–துங் இவரோடு நீண்ட நேரம் கைகுலுக்கினாராம். இந்த நிகழ்ச்சி உலகையே வியப்பில் ஆழ்த்திய ஒன்றாகும். ஒரு தமிழன் உலக அரங்கில் ஏற்படுத்திய புரட்சி என்றுகூட இதைக் கூறலாம்.

தங்கமணி 1957-இல் மதுரைத் தொகுதியிலிருந்து பாராளுமன்றத்திற்கும், 1971-இல் தமிழக சட்டமன்றத்திற்கும் தேர்ந்தெடுக்கப்பட்டார். சங்க இலக்கியங்களில் மிகுந்த ஈடுபாடும், சொற்பொழிவுத் திறனும் உடையவர். ‘மணிமேகலை’ அவர் மனம் கவர்ந்த இலக்கியம். அதுபற்றி பல கட்டுரைகளையும், நூல் ஒன்றினையும் எழுதியுள்ளார்.

கம்யூனிஸ்ட் கட்சிக் கொள்கைகளையும், தொழிற் சங்கங்கள் பற்றியும், ஏஐடியூசி பற்றியும் ஏராளமான பிரசுரங்களைத் தயாரித்து வெளியிட்டவர். பொதுவுடைமைக் கொள்கைகளை தமிழகத்தில் வேரூன்றச் செய்தவர்களுள் தங்கமணியும் ஒருவர். வழக்கறிஞராக இருந்துகொண்டே பொதுவுடைமை இயக்க இலக்கியங்களைத் தமிழில் வளர்த்த பெருமை தங்கமணிக்கு உண்டு.

இறவாப் புகழ்

மாளிகையில் பிறந்தாலும் மண்குடிசையில் வாழ்பவன் நலனையே சிந்தித்தவர்; முதலாளியின் மகனாகப் பிறந்தாலும் தொழிலாளியின் துயர்துடைக்கப் பாடுபட்டார்; பாரிஸ்டர் பட்டம் பெற்றாலும் பைந்தமிழ் இலக்கியத்தைப் பரப்பியவர். சிறைக்

கே.டி.கே. தங்கமணி | 277

கோட்டத்தை அறக்கோட்டமாக்கிய 'மணிமேகலை'யின் இலக்கிய நயங்களை ஆய்ந்தவர்.

85 ஆண்டுகளுக்கு மேலாக வாழ்ந்து சுமார் 60 ஆண்டுகாலம் தொழிலாளி, விவசாயி, உழைக்கும் வர்க்கத்தினருக்காகப் பாடுபட்ட தங்கமணி அவர்கள் 26.12.2001 அன்று இயற்கை எய்தினார். அவரது தொண்டு மதிக்கப்பட வேண்டிய ஒன்று. தியாகம் துதிக்கப்பட வேண்டிய ஒன்று.

வசதிகளையும், வாய்ப்புகளையும் உதறித்தள்ளி வாழ்நாள் முழுதும் போராட்டம், போராட்டம் என்று பொதுமக்களுக்காகத் தன்னை அர்ப்பணித்துக் கொண்ட அந்தப் பொதுவுடைமைப் போராளி, புரட்சிச் சிந்தனையாளரைப் போற்றி வணங்குவோமாக!

■ ■

32

சமய சமரசம் சாற்றிய சைவர் நீதிமான் மு.மு. இஸ்மாயீல் (1921 - 2005)

'தானுயர்ந்து தமிழ்காக்கும் தஞ்சை மண்ணில்
சடையப்பன் மறுபிறவி பெற்றுவிட்டான்
வானுயர்ந்த மனுநீதிச் சோழன் இன்று
மறுபடியும் நீதிபதி ஆகிவிட்டான்
கோனுயரக் கொடைகொடுத்த சீதக் காதி
கொடுத்த கொடைப் பயனெல்லாம் ஒன்றுசேர்ந்தே
மானுடத்தின் வெற்றியினை மீண்டும் காட்ட
வடிவெடுத்தே இசுமாயீல் வந்து நின்றார்.'

- *சொ.சொ.மீ. சுந்தரம்*

'**நே**ர்மை நியாயம் இவற்றிலிருந்து பிறழாத உறுதியான மனம் என்னிடம் இருக்கிறது. யாருடைய நட்பும், பழக்கமும் என்னை ஒன்றும் செய்துவிடாது. நீதிபதிகள் பொதுவாழ்வில் ஈடுபடுவதா வேண்டாமா என்பது அவரவர்கள் மன இயல்பைப் பொறுத்தது. என்னிடம் யாரும் எந்தத் தயவுக்கும் வரமாட்டார்கள். நானும் அதைச் செய்து தரமாட்டேன்' என்றுரைத்த நீதிமான் மு.மு. இஸ்மாயீல், சென்னை உயர்நீதி

மன்றத்தின் தலைமை நீதிபதியாகப் பதவியேற்ற முதல் முஸ்லீம் நீதிபதி என்ற பெருமைக்குரியவர்.

பிறப்பால் இசுலாமியர், பள்ளி மாணவப் பருவத்திலேயே காந்தியக் கொள்கைகளால் கவரப்பட்டு, கதராடை அணிந்து அசைவத்திலிருந்து சைவத்திற்கு மாறி இறுதிவரை சைவராகவே வாழ்ந்தபோதிலும் அவர் விரும்பிப் படித்துப் பரப்புரை செய்தது வைணவக் காப்பியமான இராமாயணத்தைத்தான். கம்ப இராமாயணத்தைவிட உயர்ந்த இலக்கியம் இருக்க முடியாது என்பது அவரது அசைக்க முடியாத நம்பிக்கை.

கம்பராமாயணத்தில் 'வாலிவதை' பற்றிய திறனாய்வு நூலான இவரது 'மூன்று வினாக்கள்' நூலினைப் படித்து மகிழ்ந்த காஞ்சிப் பரமாச்சாரியார், இவரிடம், "நீங்கள் சீப் ஜஸ்டிஸ், ராமனுக்கும் ஜஸ்டிஸ் பண்ணிவிட்டீர்கள்" என்று கூறியதோடல்லாமல் பொன்னாடைஅணிவித்துப் பாராட்டினார். அந்த நூற்றாண்டுத் தவமுனிவர் மேல் மிகுந்த மரியாதை உடையவர் நீதிமான் இஸ்மாயீல்.

பிரதிவாதி பயங்கரம் அண்ணங்கராச்சாரியார் இவருக்குக் கடிதம் எழுதும்போது, 'உலகம் போற்றும் உத்தம' என்று தொடங்கித்தான் எழுதுவாராம். அவ்வளவு பிரியம் இவர் மேல்.

நீதிமன்றப் பணிகளை ஒருபுறமும், தமிழ்க் கம்பனின் இலக்கியப் பணிகளை மறுபுறமும் திறம்பட ஆற்றிய இவர், சென்னை கம்பன் கழகம் தொடங்கியது முதல் தன் இறுதி நாட்கள்வரை அப்பழுக்கற்ற தலைவராய்த் திகழ்ந்தவர்.

அநாதை என்னும் ஆழ்மனத் தழும்பை, தம் அயராத உழைப்பால், அறிவாற்றலால் மறையச் செய்து,

நீதித்துறையிலும், இலக்கியத்துறையிலும் தனக்கென்று ஒரு தனி வரலாற்றை உருவாக்கிய சமத்துவப் பெரியார் அவர். சாதி, மதங்களைக் கடந்து, தமிழ்நீதி தழைக்கப் பாடுபட்ட முன்னோடிகளில் ஒருவர்.

இளமைப் பருவம்

அனைத்து சமயத்தினரும் வந்து ஒற்றுமையாய் வழிபடும் நாகூரில் 8.2.1921-இல் முகம்மது காசிம் மரைக்காயரின் மகனாய்ப் பிறந்தவர். தன் 9-ஆம் வயதில் தாயாரையும், 13-ஆம் வயதில் தந்தையையும் இழந்து, உறவினர்கள் ஆதரவில் வளர்ந்தவர். ஐந்தாம் வகுப்பு படிக்கும்போதே, மாட்டுக் கொட்டிலை கவனிக்கும் கசப்பான, கஷ்டமான வேலைகளை செய்துவந்துள்ளார். ஆனால் அந்த அனுபவமே பின்நாளில் பிறரைச் சார்ந்து நிற்கும் பழக்கம் அறவே ஏற்படாமலிருக்க வழிவகுத்தது என்று ஒரு முறை குறிப்பிட்டுள்ளார்.

பள்ளியில் படிக்கும் நாட்களில், நாகப்பட்டினத்தில், மூதாட்டி ஒருவருக்காக வடுவூர் கே. துரைசாமி அய்யங்கார், ஜே.ஆர். ரங்கராஜு, வை.மு. கோதைநாயகி அம்மாள் போன்றவர்களின் நாவல்களைப் படித்துக் காட்டத் தொடங்கி அதன் மூலம் நாவல்கள் படிக்கும் ஆர்வமும் எழுந்தது.

மகாவித்துவான் ச. தண்டபாணி தேசிகர், டி. வேங்கடாச்சாரியார், என். ஆராவமுதன் (பின்னணிப் பாடகர் ஏ.வி. ரமணனின் தந்தை) போன்றவர்களிடம் பயின்று எஸ்.எஸ்.எல்.சி. தேர்வில் முதல் மாணாக்கராய் தேர்ச்சி பெற்றார். கதராடை அணிந்து, சைவ உணவே சாப்பிடத் தொடங்கி இறுதிவரை சைவராகவே வாழ்ந்தார்.

நாகையில் நேஷனல் உயர்நிலைப் பள்ளியில், மாணவர் தலைவராகத் தமிழ்ச் சங்கப் பொறுப்பாளராக இருந்து பாரதியார் படத் திறப்புவிழா நடத்தியதும், சென்னை மாநிலக்கல்லூரி படிப்பின்போது, விக்டோரியா மாணவர் விடுதியில் கவி இரவீந்திரநாத் தாகூர் படத்திறப்பு விழாவை நடத்தியதும், 1943 - 1945-இல் சென்னை சட்டக்கல்லூரியில் படித்தபோது தமிழ்ச்சங்கம் வைத்து அப்போது மாணவர்கள் யூனியன் தலைவராகப் பணியாற்றியதையும் பெருமையாக நினைவுகூறும் நீதிமான், எழுத்தாற்றல், சொல்லாற்றல் இரண்டிலுமே சிறு வயது முதல் திறமையுடன் விளங்கி பல சான்றோர்களின் நன்மதிப்பைப் பெற்றார்.

சட்டப் பணியும், இலக்கியப் பணியும்

சட்டக் கல்லூரியில் படித்தபோது (1945) மௌலானா அபுல்கலாம் ஆஸாத்தைப் பற்றி ஒரு நூல் எழுதினார். அந்நூலுக்கு மூதறிஞர் இராஜாஜி முன்னுரை வழங்கியுள்ளது ஒரு சிறப்பாகும். காந்தியின் கொள்கைகளில் பிடிப்புள்ள இவர், 1946 முதல் 1951 வரை விவேகானந்தா கல்லூரியில் விரிவுரையாளராகப் பணியாற்றினார். வழக்கறிஞராகவும் பணியாற்றிக் கொண்டு 1951 முதல் 1959 வரை சென்னை சட்டக் கல்லூரியில் பகுதிநேர விரிவுரையாளராகவும் பணி யாற்றினார்.

ஏறக்குறைய 12 ஆண்டுகள் வழக்கறிஞர் பணிக்குப் பின் டெல்லி உயர்நீதிமன்றத்தில் கூடுதல் நீதிபதியாக (Additional Judge) பிப்ரவரி 1967-இல் நியமிக்கப்பட்டுப் பின் நவம்பர் 1967 முதல் சென்னை உயர்நீதிமன்ற நீதிபதியாகப் பணியாற்றினார். 6.11.1979 முதல் தலைமை

நீதிபதியாக நியமிக்கப்பட்டார். மேதகு பிரபுதாஸ் பட்வாரி ஆளுநராக இருந்தபோது 27.10.1980 முதல் தற்காலிக ஆளுநராகப் பொறுப்பு ஏற்றார். கேரள உயர்நீதிமன்ற தலைமை நீதிபதியாக பணிமாற்றம் செய்தபோது அதற்கு எதிர்ப்பு தெரிவித்து 8.7.1981 அன்று தலைமை நீதிபதி பதவியைத் துறந்தார்.

முன்னாள் பிரதமர் இந்திராகாந்தி கொண்டுவந்த அவசர நிலைமையின்போது சென்னை சென்ட்ரல் ஜெயிலில் சில கொடுமைகள் நடந்ததாகவும், அவற்றைப் பற்றிய உண்மைகளைக் கண்டுபிடிக்கவும் நீதிமான் இஸ்மாயீல் நியமிக்கப்பட்டார். அதுபற்றிய உண்மைகளைக் கண்டறிய அயராது உழைத்தார்.

பதவியில் இருக்கும் அரசியல் தலைவர்களைத் திருப்திப்படுத்தச் சிறை அதிகாரிகள் கைதிகளிடம் கடுமையாக நடந்துகொண்டதாகத் தீரவிசாரித்து அறிந்து தமது நீண்ட அறிக்கை ஒன்றினை (Ismail Commission Report) அரசிடம் கொடுத்தார். 'பதவியில் இருக்கும் அரசியல்வாதிகள் மாறக்கூடியவர்கள், இவர்களைத் திருப்திபடுத்த மற்ற அதிகாரிகள் முயன்றால் தங்கள் கொள்கைகளை மாற்றிக்கொள்ள வேண்டிவரும். அவர்கள் அவ்வாறு தங்கள் கொள்கைகளை மாற்றிக் கொள்ளாமல் சட்டப்படி நேர்மையாக நடந்துகொள்ள வேண்டும்' என்று தீர்ப்பு வழங்கிய பெருமை இவருக்கு உண்டு.

1998 முதல் 2003 வரை சட்டக்கமிஷன் தலைவராகவும் பணியாற்றி, அரசுக்குப் பல அறிக்கைகளைச் சமர்ப்பித்துள்ளார்.

சட்டக்கல்லூரி மாணவராக இருந்த காலத்திலேயே 'மௌலானா அபுல் கலாம் ஆசாத்' (முன்னுரை: இராஜாஜி) பற்றி எழுதிய இஸ்மாயீல், 'அல்லாவுக்கு ஆயிரம் நாமங்கள்', 'இனிக்கும் இராஜநாயகம்' போன்ற நூல்களையும் படைத்துள்ளார்.

கம்பன் கழகம் கண்ட காவிய நேயர்

கம்பன் காவிய அழகில் ஆழ்ந்து அதில் தோய்ந்த ஏ.என். சிவராமன், சா. கணேசன், அ.ச. ஞானசம்பந்தம், கி.மு. அழகர்சாமி, பழ. பழனியப்பன் போன்ற சான்றோர்கள் ஒன்றிணைந்து 1975-ஆம் ஆண்டு கம்பன் கழகத்தை நிறுவினார்கள்.

மு.மு. இஸ்மாயீல் அதன் தலைவராக விளங்கினார். ஏறக்குறைய வாழ்நாள் முழுதும் அதன் தலைவராகவே விளங்கிய பெருமை இவருக்குண்டு.

இந்தக் காலக்கட்டத்தில் இராமாயணம் பற்றிய பல திறனாய்வு நூல்களையும், கட்டுரைகளையும் எழுதிக் குவித்தார். 'மும்மடங்கு பொலிந்தன', 'கம்பன் கண்ட சமரசம்', 'உந்தும் உவகை', 'இலக்கிய மலர்கள்', 'ஒரு மறக்க முடியாத அனுபவம்', 'கம்பன் கண்ட ராமன்', 'செவிநுகர் கனிகள்', 'வள்ளலின் வள்ளல்', 'பழைய மன்றாடி', 'மூன்று வினாக்கள்', 'நினைவுச்சுடர்', 'தாயினும்', 'உலகப் போக்கு', 'நயத்தகு நாகரிகம்' போன்றவை அவரது படைப்புகளாகும். கம்பனின் பெருமையை ஆங்கிலத்திலும் முழங்கியவர்.

இலக்கியச் சுவைக்காக சில எடுத்துக்காட்டுகள்

1) சமய நெறியும், ஆற்று நெறியும்:

"…. எங்கோ தோன்றிய ஆறு பல கிளை நதிகளாகப் பிரிகிறது. இக்கிளை நதிகள் பரந்த நிலப்பரப்பில் பாய்ந்து செல்கின்றன. உழவர்கள் தம் விளைநிலங்களுக்கு நீர் பாய்ச்ச வாய்க்கால்கள் வெட்டி நீரை எடுத்துச் செல்கின்றனர். இவற்றிலிருந்தே குளம், குட்டை, ஏரி ஆகியவற்றிற்கும் நீர் சென்று நிரம்புகிறது. இக்கிளை நதிகளும் வாய்க்கால்களும், குளம், குட்டை, ஏரி முதலியனவும் தத்தமக்கென்று ஒரு தனிப் பெயர் பெறுகின்றன. இப்படிப் பல இடங்களில் பரவி, மக்களுக்குப் பயன் தந்த பின்னரே இறுதியில் கடலொடு கலக்கிறது. இதைக் கவிஞன் தன் கற்பனைக் கண்கொண்டு காண்கிறான். தோற்றமும், முடிவும் ஒன்றுதான். இடையிலே நிலப்பரப்பிலே பலவாறாகப் பரந்து பல பெயர்களைப் பெறுகிறது. இந்நிகழ்ச்சி யிலிருந்து அவன் ஓர் உண்மையை உணர்கின்றான்; அதனைப் பிறருக்கும் உணர்த்த விரும்புகிறான்.

இதனைக் கம்பன் ஆற்றுப்படலத்தில் பாடியிருக்கும் ஓர் பாடலைக் கொண்டு தெரிந்துகொள்ளலாம்.

'கல்லிடைப் பிறந்து போந்து
கடலிடைக் கலந்த நீத்தம்
எல்லையில் மறைக ளாலும்
இயம்பரும் பொருள் ஈ தென்னத்
தொல்லையில் ஒன்றே ஆகித்
துறைதொறும் பரந்த சூழ்ச்சிப்

பல்பெருஞ் சமயம் சொல்லும்
பொருளும்போல் பரந்த தன்றே.'

(ஆற்றுப்படலம்: 19)

(கல் - மலை; நீத்தம் - வெள்ளம்; சூழ்ச்சி - நுண்ணறிவு, ஆராய்ச்சி; சமயத்திற்கு அடைமொழியாக வந்தது)

இங்குக் 'கல்லிடைப் பிறந்து' என்று கம்பன் கூறுவது இமயமலையிலிருந்து தோன்றும் சரயு நதியைப் பற்றித்தான். எனினும் மேற்குத் தொடர்ச்சி மலையில் தோன்றும் காவிரிக்கும் இது பொருந்தும். இப்பாடலில் உள்ள உவமையின் சிறப்பு, எல்லாச் சமயங்களும் எந்த வேதத்தினாலும் உணர்த்துவதற்கு அரிய ஒரு பரம்பொருளை உணர்த்த முயல்கின்றன என்பதாகும். சமயங்களை ஆற்றின் நெறிக்கு உவமையாகக் கூறுவது எளிமையாகவும், அருமையாகவும் அமைகிறது.

இதில் கடவுளின் பெயரையோ, பாலினையோ காட்டும் சொற்கள் எவையுமில்லை. 'எல்லையில் மறைகளாலும் இயம்பருள் பொருள்' என்பது மட்டுமே உள்ளது. அதுபோல மறைகள் எவை எவை என்று வரையறுத்துக் கூறாது, 'எல்லையில் மறைகள்' என்கிறது. மேலும் இறையுண்மையை நிலைநாட்ட முயலும் சமயங்களுக்கிடையே ஏற்றத்தாழ்வோ, வேறுபாடோ இல்லை என்பதுபோல் 'பல்பெருஞ் சமயம்' என்று சுட்டுகிறது. இந்தப் பாடலில் இடம் பெற்றிருக்கும் உவமை சமய உண்மையை அல்லது தத்துவப் பொருளை உணர்த்துவதாக அமைந்திருக்கிறது.

2) அழகெலாம் ஒருங்கே கண்டார்:

உமறுப்புலவர் யாத்த 'சீறா' என்னும் காப்பியம் என்னும் கட்டுரையில் உமறுப்புலவரின் தமிழ் மரபு சார்ந்த நயத்தை பின்வருமாறு தம் அழகிய நடையில் எடுத்துக்காட்டியுள்ளார்.

"அந்தப் பெண்ணுருவைக் கேசாதிபாதமாக, உச்சியிலிருந்து உள்ளங்கால்வரை இந்தப் படலத்தில் புலவர் வர்ணிக்கிறார். அவளுடைய கூந்தல், நெற்றி, புருவம், கண்கள், காதுகள், நாசி, வாயிதழ், பற்கள், முகம், கழுத்து, தோள், முன்கைகள், கைகள், விரல்கள், நகங்கள், மார்பு, இடை, தொடை, கனைக்கால்கள், பிராண்டைக் கால்கள், குதிக்கால்கள், புறவடி, கால் விரல்கள், பாதத்தடி ஆகிய ஒவ்வொன்றும் அழகிய சொற்களாலே உணர்ச்சிகளைக் கிளறும் வகையில் வர்ணிக்கப்படுகிறது.

கருநிறங்கொண்ட அந்தக் கம்பளிப் போர்வை யிலிருந்து வெளிப்பட்ட அந்தப் பெண்ணழகியின் தோற்றத்தைக் கவிஞர் பொதுவாக இவ்வாறு வர்ணிக்கிறார்.

'விண்ணகத்து அரம்பைக் குலத்தினும் வடிவாய்
விரிகடல் மகளினும் வியப்பாய்
மண்ணகத் துறையும் எழுவகைப் பருவ
மடந்தையர் அணிந்திடும் மணியாய்க்
கண்ணினுக் கடங்காத அழகினைச் சுமந்த
கனியுருவெடுத்த காட்சியதாய்ப்
பெண்ணலங் கனிந்து நலனெழில் பிறங்கப்
பெருநிலத் தெழுந்து நின்றனளே.'

(நுபுவ்வத்து - தசைக்கட்டி - 17)

அவள் எப்படித் தோன்றினாள் என்றால் தேவலோகத்தில் வசிக்கும் தேவ அரம்பையரினும் அழகாய், திருப்பாற்கடலில் தோன்றிய அமுத மங்கையினும் மேலாய், மூவுலகிலுமுள்ள பேதை, பெதும்பை, அரிவை, தெரிவை, மங்கை, மடந்தை, பேரிளம் பெண் என்னும் எழுவகைப் பருவப் பெண்களும் அணிந்திடும் ஆபரணமாய் கண்களுக் கடங்காத பேரழகைச் சுமந்த கனியுருவெடுத்த காட்சியாய்ப் பெண்ணலம் கனிதலென்னும் பருவமெய்தி எழில் கொழிக்க இந்தப் பூவுலகிலே எழுந்து நின்றாள். இந்தப் பாடலிலே பல சிறப்புகளைக் காணலாம்.

தேவலோகம், பாற்கடல், பூவுலகம் ஆகிய மூன்றின் மகளிரும் அவளோடு ஒப்புநோக்க எடுத்துக்கொள்ளப் படுகிறார்கள். விரிகடல் மகள் என்பது இந்திய மரபையும், இந்து மரபையும் சார்ந்தது. பெண்கள் எழுவகைப் பருவத்தினராகக் கருதுவது தமிழ் மரபைச் சார்ந்ததாகும். இத்தகைய எல்லா நயங்களும் பொருந்தியதாக அமைந்திருப்பது அதனுடைய தனிச்சிறப்பு...' இப்படியாக இந்தக் கட்டுரை நீள்கிறது. இசுலாமிய மரபு மட்டுமன்றி, இந்து சமய மரபும் பூரணமாய் அறிந்தவர் என்பதனால்தான் இதுபோன்ற சிறப்பான கவிதைகளை எடுத்தாண்டு திறனாய்வு செய்ய முடிந்துள்ளது அவரால். 'நித்திலப் பூம் பந்தர்க்கீழ்', 'கமழ்குய் அடிசில்', 'சீதக்களபச் செழும்சேறு', 'அயினி நீர் சுழற்றி', 'நாணிக்கண் புதைத்து' இவ்வாறெல்லாம் சிறுசிறு தலைப்புகளில் இதனைத் திறம்பட எழுதியுள்ளார்.

3) அடைக்கலம்:

இந்நூலில் 'சரணாகதி என்பது இந்திய நாட்டின் அடிப்படைத் தத்துவக் கருத்துக்களில் ஒன்று' எனத்

தொடங்கி, கம்பராமாயணத்தில் முதற்பாடலாக வரும் 'உலகம் யாவையும்' என்பதில், 'அன்னவர்க்கே சரண் நாங்களே' என்பதனை மனதிற்கொண்டு, கம்பனில் 'அடைக்கலம்' என சொல்வரும் இடங்களைத் தேர்ந்தெடுத்துக் காட்டுவதுடன், 'சரணம்', 'கையற' என்பனவும் அடைக்கலப் பொருளே தந்து நிற்றலையும் சுட்டிக்காட்டுகின்றார். இராமகாதைக்குச் 'சரணாகதி சாஸ்திரம்' என்ற வேறு பெயரும் இதனாலேற்பட்டது என்பதையும் இதில் தெளிவுபடுத்தியுள்ளார்.

4) மூன்று வினாக்கள்

சட்டவியல் வல்லுநரான நீதிமான் இந்நூலில்,

அ) வாலி இராமனால் கொல்லப்பட வேண்டியவன் தானா?

ஆ) கொன்ற முறை சரியானதா?

இ) அதனால் இராமனின் புகழுக்குப் பங்கம் ஏற்பட்டதா?

என்னும் மூன்று வினாக்களை எழுப்பி, காப்பியக் கட்டுக்கோப்புக்குள் நின்று புதிய அணுகுமுறையால் விடை கண்டுள்ளார். வாலிவதம் என்பது இராம காதையில் வரும் ஒரு சிறு பகுதி என்றாலும், இந்நூல் மூலம் முழு இராமாயணத்தையும் படித்த உணர்வு தோன்றும். திருமுருகாற்றுப்படையிலிருந்தே கம்பன் வாலிவதம் பற்றிய கருத்தை எடுத்துக்கொண்டான் என்னும் கருத்து, புதுமையும் அழகும் நிறைந்த திறனாய்வாகும்.

5) ஒரு மறக்க முடியாத அனுபவம்

ஸ்ரீ காஞ்சி பரமாச்சாரியார் அவர்களிடமும், ஸ்ரீமடத்திடமும் நேரிய தொடர்புகொண்டிருந்த நீதிபதியவர்களின் அனுபவம் பற்றிய கட்டுரையை இந்நூல் உள்ளடக்கியது.

கம்பனுடைய சொல்வளம், பொருட்செறிவு, அறிவுத்திறன் ஆகியவற்றை பல கட்டுரைகளில் ஆய்வுசெய்துள்ள நீதிபதியின் திறனாய்வுக்கு 'ஓதி' என்னும் கட்டுரை சிறப்பு சேர்ப்பதாகும்.

தன்னலமும் தன் குடும்பத்தின் நலமும் பேணாது, மன்னலமே என்றும் மதித்தொழுகி வாழ்ந்த பாவேந்தர் பாரதிதாசன் பற்றிய கட்டுரையும்,

'பாசத்தின் முடிவு துன்பம்
பயந்தவன் முடிவு ஈனம்
மோகத்தின் முடிவு தோல்வி
முயற்சியின் முடிவு வெற்றி
நாசத்தின் முடிவு நன்மை
நரகத்தின் முடிவு சொர்க்கம்
ஆசையின் முடிவு ஏக்கம்
அழுகையின் முடிவே ஞானம்!'

என்று பாட்டு அனுபவத்தையும், தத்துவத்தையும் ஒருங்கே பாடும் வல்லமை பெற்ற கவியரசு கண்ணதாசன் பற்றிய திறனாய்வுக் கட்டுரையையும் எழுதியுள்ளார்.

நீதிமான் மு.மு. இஸ்மாயீல் எழுத்துக்களையும், சொல்லோவியங்களையும் இப்படி ஏராளமாக எடுத்துக்காட்டலாம். இராஜாஜி, சத்தியமூர்த்தி,

காமராஜர், சர்தார் வேதரத்தினம், சி.என். முத்துரங்க முதலியார் போன்ற தலைவர்களுடனும் நெருங்கிப் பழகியவர். கம்பன் கழகம் நிறுவி ஏறக்குறைய முப்பது ஆண்டுகள் தலைமைப் பொறுப்பில் சிறப்புடன் பணியாற்றி பலரையும் ஆர்வமுடன் ஈடுபடச் செய்து அது இன்றளவும் வெகுசிறப்பாகச் செயல்பட்டு வருகிறது.

கம்பன் கழகத்தின் வெள்ளிவிழா ஆண்டில் (2000), தாம் பயின்ற சென்னை மாநிலக்கல்லூரியில், தமக்கு ஆங்கிலப் பேராசிரியராக இருந்து, தந்தை - மகன் உணர்வு முறையில், மகன்மை நிலையில், அப்பழுக்கற்ற காந்தியவாதியாகவும், தன்னை முதன்முறையாக ரமண மகரிஷியிடம் அழைத்துச் சென்றவருமான பேராசிரியர் கி. சுவாமிநாதன் அவர்கள் பெயரில் நினைவுப் பரிசு நிறுவி அதனை சேலம் - வேலூர் - அறிஞர் திருமிகு. எஸ்.கே. இராமராஜனுக்கு முதன் முதலாக வழங்கி மகிழ்ந்தவர்.

நீதிமான் மு.மு. இஸ்மாயீல் தன் குடும்பம் பற்றி அதிகம் வெளியில் பேசாதவர். அவருடைய மனைவி ஜுபைதா நாச்சியார் ஆவார். மூன்று மகன்களும், ஒரு மகளும் உண்டு. சென்னை மயிலாப்பூரில் வாழ்ந்துவந்த நீதிமான் 17.1.2005 அன்று தம் 84-ஆம் அகவையில் இயற்கை எய்தினார்.

பல விருதுகளையும், பட்டங்களையும் பெற்றவர். குறிப்பாக 1979-இல், அண்ணாமலைப் பல்கலைக்கழகம், 'டாக்டர்' பட்டம் வழங்கி கௌரவித்தது. தமிழக அரசு 1992-இல் 'கலைமாமணி' விருதும், ஆழ்வார்கள் மையம் 1997-இல் இராமானுஜர் விருதும், பரதக்கலை நாட்டிய விழாவில் 'இராமரத்னா' விருதும் வழங்கப்பட்டது.

சமய நல்லிணக்கத்தோடு, சகலரிடமும் வேற்றுமை பாராட்டாமல் பழகி, முழுக்க முழுக்க தன் வாழ்நாளை கம்பராமாயண இலக்கிய வளர்ச்சிக்காகவே அர்ப்பணித்துக்கொண்ட இலக்கியமேதை மு.மு. இஸ்மாயில் அவர்கள் பட்டமளிப்பு விழா ஒன்றில் ஆற்றிய உரையில், "..... that so long as a person is full of love towards others, eager to help others in their distress or difficulty, and anxious to alleviate the sufferings of others, he will be Good Human Being, whether or not he believes in a particular creed or dogma" என்று கூறியதை நினைவுகூர்ந்து, அருந்தமிழ்த் தொண்டினை வணங்கிப் போற்றுவோமாக!

■■

33

சட்டமன்றத் தமிழ் வளர்த்த மா. சண்முக சுப்பிரமணியம் (1922 - 1992)

இயற்றமிழ், இசைத்தமிழ், நாடகத் தமிழ், அறிவியல் தமிழ், ஆட்சித் தமிழ், சட்டத்தமிழ் எனத் தமிழின் வளர்ச்சி பல்வேறு துறைகளிலும் முன்னேற்றம் அடைந்துவந்த வேளையில் சட்டமன்றத்திலும் தமிழ் வளர்ச்சி அடையவேண்டும் என்று பலரும் முயற்சி செய்தனர். வழக்கறிஞர்களாக இருந்து தமிழ் வளர்த்த அத்தகைய சான்றோர்களுள், சட்டமன்றப் பணிக்குத் தன்னை அர்ப்பணித்துக்கொண்ட மா. சண்முக சுப்பிரமணியம் அவர்கள் குறிப்பிடத்தகுந்தவர்.

திருநெல்வேலி மாவட்டம் அம்பாசமுத்திரத்தில், 15.8.1922-இல் திரு. மாசிலாமணி - திருமதி. கைலாசத்தம்மாள் இருவரின் இல்லறப் பயனாய்த் தோன்றியவர் சண்முக சுப்பிரமணியம். மதுரை அமெரிக்கன் கல்லூரியில் படித்து பி.ஏ. பட்டம் பெற்றார். அதற்குப் பின் சிறிது காலம் மத்திய அரசில் பணியாற்றினார். அப்பொழுது அவர் சிறிது காலம் வெளிநாட்டில் பணியாற்றும் வாய்ப்பினையும் பெற்றார். சட்டம் பயில வேண்டும் என்ற ஆர்வத்தின் காரணமாக

சட்டம் பயின்று மதுரையில் சுமார் ஐந்து ஆண்டுகள் வழக்கறிஞராய்ப் பணியாற்றினார். அப்பொழுதெல்லாம் தமிழ் இலக்கியங்கள் மீது பெரிதும் ஆர்வங்கொண்டு படிக்கவும், படைக்கவும் முற்படலானார்.

வழக்கறிஞர் பணியின் பயனாய் இவருக்கு நீதிமன்ற நடுவராகப் பணியாற்றும் வாய்ப்பும் ஏற்பட்டது. திருப்பத்தூர், மாயவரம், மன்னார்குடி போன்ற பல இடங்களில் திறம்படப் பணியாற்றினார். தமிழ்மொழி, இலக்கியம் ஆகியவற்றின் மீது அலாதி ஈடுபாடும் அவரைப் பொதுமேடையில் பிரபலமாக்கியது.

1961-ஆம் ஆண்டு சட்டமன்றப் பணிக்கு நடந்த நேர்முகத் தேர்வில் வெற்றி பெற்று அங்கு அரசு சார்புச் செயலாளராகவும் பொறுப்பேற்றார். சுமார் பதினாறு ஆண்டகள் சட்டமன்றப் பணியில் குறிப்பிடத்தகுந்த சாதனைகளைப் புரிந்து 1976-இல் பணி ஓய்வு பெற்றார்.

1980 முதல் 1983 வரை மதுரை, தஞ்சைப் பல்கலைக் கழகங்களில் தமிழ்த்துறையில் பணியாற்றித் தமிழ் வளர்ச்சிக்குப் பெரிதும் பாடுபட்டார். சட்டத்தமிழ், பாரதியும் அறிவியலும், குறள் கூறும் சட்டமொழி போன்ற சுமார் 20 நூல்கள் எழுதியுள்ளார். 1989 முதல் 1992 வரை ஆட்சிமன்றத் தமிழ் வளர்ச்சிக்காகப் பாடுபட்டார். தமிழ் ஆட்சிமன்றக் குழுவின் (Official Language Commission) தலைவராகப் பொறுப்பேற்று இறுதிநாள்வரை தமிழ்மொழி வளர்ச்சிக்காகத் தொண்டாற்றினார்.

சட்டமன்ற, ஆட்சிமன்ற, தமிழ் வளர்ச்சிக்குப் பெரிதும் உழைத்த சான்றோர் மா. சண்முக சுப்பிரமணியம் அவர்களைப் போற்றி வணங்குவோமாக!

■■

34

குறளியச் செம்மல் கு.ச. ஆனந்தன்
(1934 - 1999)

'வழக்கறிஞர் பணியில் அவர் ஈட்டிய பொருள் வளத்திலும், சிந்தனை வளத்தால் ஈட்டிய புகழ்வளம் பெரிது. முறைமன்றங்களில் அவர் ஆற்றிய பணிகளுக்கு எவ்வகையிலும் குன்றாத அளவில் அறிஞர் அவை மன்றங்களில் அவர் அரும் பேருரையாற்றினார். தம் புகழ்த்தொண்டால் 'கூற்றையும் ஆடல் கொண்ட' பெற்றிமையது அது. அமரர் வேலா. அரச மாணிக்கனார் குறளியம் கண்ட காலையில் அதன் ஊற்றுக் கண்ணாக இருந்து சிந்தனை வளம் சேர்த்தவர் சிந்தனைச் செம்மல் திரு. கு.ச. ஆனந்தனார் அவர்கள்.'

- முனைவர் இரா. இளங்குமரன்

'அரசமைப்புச் சட்டத்தில் நீங்கள் ஏன் தனிக் கவனம் செலுத்தக் கூடாது? மத்திய - மாநில உறவுகள் போன்றவற்றில் நமக்குத் தேவையானவற்றை ஆய்வு செய்து எழுதலாமே! அது கழகத்திற்கும் பயன்படும். மக்களுக்கும் உண்மை நிலை தெரியும்' என்று என்னை வழிப்படுத்தினார் பேரறிஞர் அண்ணா அவர்கள். அந்த

அன்புக் கட்டளையே என் வாழ்க்கையின் முக்கியத் திருப்புமுனையாயிற்று. ஆய்வு நூல்களை எழுதத் தூண்டிய முதல் இயற்கை வெளிப்பாடு' என்று கு.ச. ஆனந்தன் தம்முடைய 'நினைவுத் தேடலில் சில நித்திலங்கள்' என்னும் நூலில், எழுத்துச் சிற்பியாக வடிவெடுத்தமைக்கான காரணத்தைக் குறிப்பிடுகின்றார்.

அரசமைப்பு, ஆட்சிமொழி, அரசியல், சமயம், தமிழ் வழிபாடு, திருக்குறள் போன்ற பல்வேறு துறைகள் பற்றி ஆய்வுகள் செய்தாலும், அவர் திருக்குறள் நெறி பரப்புவதற்காகவே தம் வாழ்க்கையை அர்ப்பணித்தவர். உடல்நலம் குன்றியிருந்தபோதிலும் இறுதி மூச்சு உள்ளவரை குறளாய்வில் ஈடுபட்டு திருக்குறளின் அருமை பெருமைகளை உலகுக்கு உணர்த்தியவர்.

தமிழ், ஆங்கிலம், இந்தி, தெலுங்கு ஆகிய மொழி களறிந்தவர். 'குறளியம்' அறிவாண்மைத் திங்களிதழின் சிறப்பாசிரியராகப் பணியாற்றியவர். ஏறக்குறைய நாற்பது ஆண்டுகளாக உரிமையியல் மற்றும் குற்றவியல் வழக்குகளை நடத்தி வெற்றிகண்ட வழக்கறிஞர்.

தமிழுக்கும், தமிழருக்கும், தமிழ்நாட்டுக்கும் உரிய அடிப்படை உரிமைகள் பறிபோகாமல் அனைத்திந்திய ஒற்றுமைக் கண்ணோட்டத்துடன் இந்திய ஆட்சி மொழிச் சிக்கலைத் தீர்க்க அரசமைப்பு, வரலாறு, அரசியல், மொழியினத் தேசியம் போன்ற கோணங்களில் ஆய்வு செய்தவர்.

பேரறிஞர் அண்ணா, டாக்டர் கலைஞர் கருணாநிதி, புரட்சித் தலைவர் எம்.ஜி. இராமச்சந்திரன் ஆகிய மூன்று பேரிடமும் பாசமாகப் பழகிய நல்ல பண்பாளர். பேராசிரியர் க. அன்பழகனாருக்கு அணுக்கமான அன்பர்.

தான் பெற்ற நுண்ணறிவையும், நூலறிவையும் பயன்படுத்திப் புதிய கருத்துப் படிவங்களை வெளிக் கொணரும் பணியை இவருடைய பெரும் பணி, முழுமையான மறுமலர்ச்சிச் சமுதாயமே இவரது குறிக்கோள்.

இளமைப் பருவம்

பிரிக்கப்படாத கோவை மாவட்டத்தில், பெத்தி செட்டிபாளையம் என்று வழங்கப்பட்டு, பின்னர் தெலுங்க பாளையம் என்று பெயர் பெற்ற சிற்றூரில், சி. குப்பு - அலமேலு அம்மாள் இருவரின் இல்லறப் பயனாய் 1934-ஆம் ஆண்டு, பிப்ரவரி 4-ஆம் நாள் (4.2.1934), பத்தாவது குழந்தையாகப் பிறந்தவர்தான் கு.ச. ஆனந்தன். இவருக்கு பெற்றோர் சூட்டிய பெயர் சண்முகானந்தன் பின்னாளில் அது சுருங்கி கே.எஸ். ஆனந்தன் என்றும், தமிழில் கு.ச. ஆனந்தன் என்றும் மாறியது.

ஈரோடு மாவட்டம் புன்செய் புளியம்பட்டியில் குடியேறி, கழக உயர் ஆரம்பப் பள்ளியில் எட்டாம் வகுப்புவரை பயின்று, சத்தியமங்கலத்தில் உயர்நிலைக் கல்வி பெற்றார். கோவை அரசினர் கலைக்கல்லூரியில் பி.காம். பயின்று 1955-இல் பட்டம் பெற்றார். சென்னை அரசினர் சட்டக்கல்லூரியல் சட்டம் பயின்று 1958-இல் சட்டப் பட்டதாரியானார்.

சிறுவயதிலேயே விவேகானந்தரிடம் ஈடுபாடும், வீரசிவாஜி மேல் பற்றும் ஆனந்தனை ஆட்கொண்டன. 'பள்ளிப் படிப்புக்கு அப்பாலும் கற்க வேண்டியவை பல உள்ளன. புறச்சமுதாயம் பல புதிர்களைப்

புரியவைத்துவிடும். அதுவே பட்டறிவு; கல்வி அறிவும் பட்டறிவும் ஒவ்வொருவருக்கும் தேவை' என்பதை 1948-ஆம் ஆண்டு சனவரி 30-ஆம் நாளில் காந்தியடிகள் கொலை யுண்டதற்குப் பிறகு நடந்த நிகழ்வுகள் மூலம் அறிந்துகொண்டார். 'விவேகானந்தரின் சம்பாஷணைகள்' என்ற நூல் மூலம், 'மனத்தை ஒருவழிப்படுத்துவதால் எதனையும் செய்து முடிக்கலாம்' உலகில் அற்புதம் எதுவுமில்லை. மனித ஆற்றல் மிகப்பெரிய ஆற்றல் என்பதைப் பயின்று சிந்திக்கலானார். பின்னாளில் மதம், இறைக்கொள்கை, தத்துவம் நீங்கலாகப் பெரும்பாலான சமுதாயப் புரட்சிக் கருத்துக்களில் தந்தை பெரியாரும், சுவாமி விவேகானந்தரும் இணைந்தே இருப்பதைப் பல இடங்களில் சுட்டிக்காட்டியவர்.

இளமைப்பருவத்தைப் பயனுடைய நூல்களைப் படிப்பதில் செலுத்தி, சிந்தனைப் பட்டறைக்கு வேண்டிய அறிவுக் கருவிகளைப் பெற்றுக்கொண்டார். படித்துக் கொண்டிருக்கும் காலத்தில் 'என் இன்பப் பெட்டகமே' என்னும் முதல் எழுத்தோவியத்தை வரைந்து அதன் வீச்சில் உறைந்து போனார் ஆனந்தன்.

வழக்கறிஞர் பணியும், தமிழ்ப் பணியும்

கு.ச. ஆனந்தன் 1959-ஆம் ஆண்டு கோவையில் வழக்கறிஞர் பணியைத் துவங்கினார். அவர் முதன் முதலாக 1959-ஆம் ஆண்டு ஆகஸ்ட் இரண்டாம் நாளில் தன்மானப் பொதுவுடைமைத் தலைவர் ப. ஜீவானந்தம் அவர்களுக்காகவும், பொதுவுடைமைத் தலைவர் திரு. கலியாண சுந்தரனாருக்காகவும் முதல் வழக்கேற்பிதழை நீதிமன்றத்தில் தாக்கல் செய்தார். இலக்கியத்திலும் பின்னாளில் அவர் முன்னோடியாக இருப்பார் என்பதை

அவர் எண்ணிக்கூட பார்த்ததில்லை. முதல் வழக்கிலேயே வெற்றிபெற்ற அவரது புகழ் நாளுக்கு நாள் வளரத் தொடங்கியது.

பின்னர் 1960-இல் நடந்த ஒரு வழக்கை தமிழிலேயே நடத்தினார். அன்றைய கோவை மாவட்ட நீதிபதியும் ஒத்துழைத்ததால் அது எளிதாயிற்று. சில நாள்களில், 'தமிழகத்தின் அனைத்து நீதிமன்றங்களும் தமிழிலேயே இயங்க வேண்டும்' என்றொரு தீர்மானத்தை பொது வழக்குரைஞர்கள் மாநாட்டில் கொண்டுவந்து அதற்கான காரணங்களை விளக்கினார். ஆனால்அந்தக் கோரிக்கை யானது பின்னாளில் எம்.ஜி.ஆர். முதலமைச்சராக இருந்தபொழுது, அறிஞர் கு.ச. ஆனந்தனின் 'மலர்க மாநில சுயாட்சி' நூலுக்குப் பரிசு கிடைத்த 1982-ஆம் ஆண்டில், திருவள்ளுவர் தினத்தன்றுதான் தமிழகத்தில் உள்ள அனைத்து மாவட்ட, சார் நீதிமன்றங்களில் அனைத்து நடவடிக்கைகளும் தமிழிலேயே நடைபெறும் என்ற அறிவிப்பு வெளியிடப்பட்டது. சட்டத் தமிழும் வெற்றி பெற்றது.

'அரசியல்!' இன்றைய நிலையில் ஒரு கவர்ச்சிகரமான பொய்ப்புனல் ஓடை; முதலில்லாமல் வருவாய் தரும் அரிய தொழில்; தகுதியின்றியே பெருமை தேடித்தரும் மந்திரவித்தை; பச்சோந்திபோலக் கொள்கை மாறுவது அதன் தனி இயல்பு; செயல் முறையோ சந்தர்ப்பவாதம். மக்களின் அறியாமையே அதன் நிலைக்களன். விந்தையானதொரு வழுக்குப் பாறை' என்று விளக்கமளிக்கும் ஆனந்தன் தன் கல்லூரி நாட்களிலிருந்தே அரசியல் ஆர்வம் உடையவர். ஆயினும் அண்ணாவின் கட்டளையை ஏற்று கல்லூரிப் படிப்பை முடித்த பின்னரே அரசியல் களத்தில் இறங்கினார்.

பொதுவாழ்க்கையில் இருப்பவனுக்குச் சீரிய இலக்கணமாகத் திகழ்ந்த உடுமலை ப. நாராயணன் அவர்களை வழிகாட்டியாகக் கொண்டவர்.

பேரறிஞர் அண்ணாவின் அன்புக் கட்டளையை ஏற்று தீவிர அரசியலில் இருந்து சற்று விலகி ஆய்வு நூல்களை எழுதத் தொடங்கினார். ஆயினும் கழக வழக்கறிஞராக இருந்து சுமார் ஒன்பது ஆண்டுகள் கழக வழக்குகளை நடத்தி 1969-இல், பொதுக்குழு உறுப்பினராகவும் இருந்தார். ஆயினும் கல்லூரி நாட்களில், பின்னாளில் ஒரு பாராளுமன்ற உறுப்பினராக வேண்டும் என்று கண்ட கனவு நிறைவேறாமலேயே போய்விட்டது.

திராவிட முன்னேற்றக் கழகம் தன் பிரிவினைக் கொள்கையை (1963-இல்) கைவிட்ட பின்னர், 'மாநிலத்திலே தன்னாட்சி, மத்தியிலே கூட்டாட்சி' என்ற நடைமுறைக் கொள்கையை ஏற்றுக்கொண்டது. அதனடிப்படையில் நீண்ட நாள் உழைப்பிற்குப் பின் 'முப்பது ஆண்டுகளும் மூன்று திங்களும்' என்ற நூல் ஆனந்தன் எழுதினார். அதுவே மலர்க மாநில சுயாட்சி நூலின் மூல வடிவம்.

பாவலர் பண்ணன் அவர்களால் 'மலர்க மாநில சுயாட்சி' என்று பெயர் வைக்கப்பட்டு அந்நூல் 1975-ஆம் ஆண்டு வெளியிடப்பட்டது. நூல் வெளியிட்ட 82 நாட்களுக்குள்ளாகவே இந்திய நாட்டில் நெருக்கடி நிலை நடைமுறைக்கு வந்ததால் பெரும் இன்னலுக்குள்ளாகி வீட்டுக் காவலிலும் வைக்கப்பட்ட ஆனந்தன் 1977-லிருந்து அரசியலைவிட்டு ஒதுங்கி இலக்கியத்திற்குத் தன்னை அர்ப்பணித்துக் கொண்டார்.

ஈரோட்டிலிருந்து திரு. வேலா இராசமாணிக்கனார் நடத்திய 'குறளியம்' இதழின் சிறப்பாசிரியராக 1980-இல் பொறுப்பேற்றார்.

படைப்பும் சிந்தனையும்

ஏறக்குறைய 65 ஆண்டு காலம் இம்மண்ணில் வாழ்ந்து சுமார் நாற்பது ஆண்டுகாலம் அரசமைப்பு, தமிழர்நலம், தமிழ்த்தேசியம், திருக்குறள் சிந்தனைகளை இம்மண்ணில் தூவி மணம் பரவச் செய்த கு.அ. ஆனந்தன் அவர்கள் சுமார் 32 ஆய்வு நூல்களையும், 70க்கும் மேற்பட்ட ஆராய்ச்சிக் கட்டுரைகளும் எழுதியுள்ளார்.

சிதைந்துபோனதொரு சிற்பத்தின் சில்லுகளையும், சிதறிக்கிடக்கும் துண்டுகளையும் தேடிக்கொணர்ந்து, அவற்றைச் சிற்பவியல் இலக்கணம் குன்றாமல் இயைவுடன் ஒட்டி இணைத்து, புதியதோர் உயிர்ச் சிலையாக வடித்தெடுக்கும் கடினமான – நுணுக்கமான கலைப்பணியைப் போன்றதே இந்த ஆய்வு நூலின் படைப்புப் பணியுமாகும். இந்திய நாட்டின் பல வரலாறுகள், மொழி இனங்களின் தோற்ற – வளர்ச்சி – எழுச்சி – தளர்ச்சிகள், அவற்றின் மூலங்கள், ஆட்சியியல் மற்றும் சமூகவியல் அலசல்கள், காலச்சூழல்களின் விளைவுகள், தோன்றிய சிக்கல்கள் முதலியவற்றையும், தமிழகத்தின் தனித்தன்மைகள் இனமூலம், திசை திருப்பங்கள், மொழியின அடையாள நீக்கறவு செய்த அழுத்தங்கள், விழிப்புணர்ச்சிக்கு எதிரான பல தடைகள், வரலாறு தந்த வீழ்ச்சிகள், மொழி, கலை, சமுதாய, வாழ்வியல் மாற்றங்கள், தமிழ்ச் தேசியத்தின் படிமுறை மலர்ச்சிகள், தமிழினம் முழுத்

தன்னுரிமை பெறும் வழிவகைகள் ஆகியவற்றை யெல்லாம் காய்தல், உவத்தல், தற்சார்பு, திரிபு மயக்கங்களின்றி சென்ற சில ஆண்டுகளாக அரிதின் முயன்று ஆராய்ந்து, அதில் கிடைத்த விரிவான கருத்துப் பரப்பையும், பெற்றுக் கொண்ட முடிவுகளையும், தீர்வுகளையும் ஒருங்கிணைத்து கலவையாக்கி வடிவமைத்த என் எழுத்துச் சிற்பமே இப்பெரும் பனுவல்.'

இப்படி ஒரு முன்னுரையிலேயே இலக்கியமாக்கி, முழு நூலின் கருத்தையும் உள்ளடக்கித் தருவதென்பது தனிக்கலையாகும். ஆனந்தனின் ஆய்வுகள் எப்படிப் பட்டது என்பதற்கு ஓர் உதாரணம்:

'மக்களிடையே நிலவ வேண்டிய உயர்ந்த உறவு முறையே அறம்' (The Ideal relationship among men) என்கிறார் சட்ட அறிஞர் ரெட் பர்ச் (Red Burch). மக்கள் இசைந்து வாழ்வதற்கு, நாகரிகமாக நல்வாழ்வு நடத்துவதற்கு ஏற்றவையெல்லாம் 'அறநெறி' என்பது இவரது சமுதாயக் கோட்பாடு. 'இகலை அழித்து சமுதாய இன்பத்துள்ள இன்பத்தைப் பெற வேண்டும்' என்பது திருவள்ளுவரின் சமுதாய இன்பக் கோட்பாடு.

அனைத்து நாட்டுக் கல்வி கலாச்சார அறிவியல் கழகம் (UNESCO) உலக மக்களை முன்னேற்றவும், உலக அழிவைத் தடுக்கவும் பல நாட்டு விற்பன்னர்களால் தோற்றுவிக்கப்பட்ட பன்நாட்டு அமைப்பாகும். அதன் குறிக்கோளை, அக்கழக அமைப்பின் முகப்புரை (Preamble) தெளிவாக எடுத்துக் கூறுகிறது. 'Since war Being in the mind of men; it is in the minds of men. The Defences of peace must be constructed.' போர் எண்ணம்

மக்களுடைய மனங்களில்தான். அமைதிக்கான சமாதானக் காப்புகளை நிலைபெறச் செய்ய வேண்டும்.'

'இகல்' பற்றிய விளக்கம் இப்படியிருக்க, 'நடுவு நிலைமை' பற்றிய ஒப்பீட்டுச் சிந்தனை அறிஞர் ஆனந்தனின் பரந்த அறிவை எடுத்தியம்புகிறது. அவரது கருத்தாவது:

'குமுகாய நலனை நடுவாக வைத்து தனி மனிதனின் சமநிலைச் சீர்மைப் (ஒருதலைச் சார்பின்மை) பண்பை (Equillibrium) ஓர் இன்றியமையாப் பண்பாக விளங்குவதே 'நடுவு நிலைமை' அதிகாரம், 'மனத்துக்கண் மாசிலன் ஆதல் அனைத்து அறன்' என்ற மூல அறக்கோட்பாட்டின் ஓர் சிறப்பு உட்கூறே, நடுவுநிலைமை. 'நாட்டார் மாட்டும் பகைவர் மாட்டும் ஒக்க நிற்கும் நிலைமை' என்று மணக்குடவரும், 'நெஞ்சத்து நடுவுநிலை' என்ற காலிங்கரும், Upright என்று வ.வே.சு. ஐயரும், Rectitude என்று இராசாசி அவர்களும் நடுவு நிலைமைக்கு விளக்கம் தருகின்றனர். 'சமுதாய வாழ்வில் ஒருவன் கடைப்பிடிக்க வேண்டிய இன்றியமையாத பண்பே நடுவுநிலைமை. இதுவே ஒருவனுடைய உள்ளத்தில் உறைகின்ற நேர்மை என்கிற பண்பு' என்கிறார் குறளாய்வறிஞர் மா. சண்முக சுப்பிரமணியம். சமநிலைச் சீர்மைப் பண்பை 'நடுவு' (113, 114, 117) என்றும், அந்நடுவு நிலையை, 'நெஞ்சத்துக் கோடாமை' (115) 'ஒருபால் கோடாமை' (118), 'சொல்கோட்டம்' (119) என்றும் திருவள்ளுவர் விளக்குகிறார்.

இப்படி ஒரு பத்திக்குள் ஓராயிரம் தகவல்களைத் தரும் சிந்தனைச் செம்மல் கு.அ. ஆனந்தனுடைய 'மலர்க மாநில சுயாட்சி' நூல் 1982-இல் தமிழக அரசின் முதல்

பரிசையும், 'திருக்குறளின் உண்மைப் பொருள்' தஞ்சைத் தமிழ்ப்பல்கலைக்கழகத்தின் 1988-ஆம் ஆண்டின் சிறந்த நூல் பரிசையும், 'தேசிய இனங்களும் தமிழ் தேசியமும்' 1997-ஆம் ஆண்டின் முதல் பரிசையும் பெற்றது.

தமிழ்நாடு அரசு இவரது குறட்பணிகளைப் பாராட்டி 1998-ஆம் ஆண்டு 'திருவள்ளுவர் விருதையும் பரிசையும்' தந்துள்ளது. 'சிந்தனைச் செம்மல்', 'திருக்குறள் நெறித் தோன்றல்', 'இலக்கிய முனைவர்', 'குறள் ஞாயிறு', 'அரசியல் கலை ஆய்வாளர்' ஆகிய விருதுகளைப் பெற்ற கு.ச. ஆனந்தன் அவர்கள் 02.11.1999 அன்று இயற்கை எய்தினார்.

'நத்தம்போல் கேடும் உளதாகும் சாக்காடும்
வித்தகர்க்கு அல்லால் அரிது.' *(குறள்: 235)*

என்னும் குறளுக்கு இலக்கணமாய், வாழ்வாங்கு வாழ்ந்து கொண்டிருக்கும் கொங்குநாட்டுத் தங்கம், குறள்நெறிச் செம்மல் கு.ச. ஆனந்தன் மலரடி வாழ்த்தி வணங்குவோமாக!

■ ■

பயன்பட்ட நூல்கள்:

1. *கு.ச. ஆனந்தன் எழுதிய 'நினைவுத் தேடலில் சில நித்திலங்கள்'*

2. *கு.ச. ஆனந்தன் எழுதிய 'குறளியச் சிந்தனைகள்'*

செந்தமிழ் நாடெனும் போதினிலே – இன்பத்
தேன் வந்து பாயுது காதினிலே – எங்கள்
தந்தையர் நாடென்ற பேச்சினிலே ஒரு
சக்தி பிறக்குது மூச்சினிலே (செந்தமிழ்)

வேதம் நிறைந்த தமிழ்நாடு – உயிர்
வீரம் செறிந்த தமிழ்நாடு – நல்ல
காதல் புரியும் அரம்பையர் போல் – இளங்
கன்னியர் சூழ்ந்த தமிழ்நாடு (செந்தமிழ்)

காவிரி தென்பெண்ணை பாலாறு – தமிழ்
கண்டதோர் வையை பொருனைநதி – என
மேவிய யாறுபலவோடத் – திரு
மேனி செழித்த தமிழ்நாடு (செந்தமிழ்)

நீலத் திரைக்கட லோரத்திலே – நின்று
நித்தம் தவஞ் செய் குமரிஎல்லை – வட
மாலவன் குன்றம் இவற்றிடையே – புகழ்
மண்டிக்கிடக்கும் தமிழ்நாடு (செந்தமிழ்)

கல்வி சிறந்த தமிழ்நாடு – புகழ்க்
கம்பன் பிறந்த தமிழ்நாடு – நல்ல
பல்விதமாயின சாத்திரத்தின் – மணம்
பாரெங்கும் வீசுந் தமிழ்நாடு (செந்தமிழ்)

வள்ளுவன் தன்னை உலகினுக்கே தந்து
வான்புகழ் கொண்ட தமிழ்நாடு – நெஞ்சை
அள்ளும் சிலப்பதி காரமென்றோர் – மணி
யாரம் படைத்த தமிழ்நாடு (செந்தமிழ்)

– மகாகவி பாரதியார்